D1680413

# ஈரானிய இலக்கியம்

(பெர்ஷிய இலக்கியம் குறித்த அறிமுகம்)

எச். முஜீப் ரஹ்மான்

## ஈரானிய இலக்கியம்
(பெர்ஷிய இலக்கியம் குறித்த அறிமுகம்)
நூலாசிரியர்: **எச். முஜீப் ரஹ்மான்** ©
முதல் பதிப்பு: செப்டம்பர்-2022
பக்கங்கள்: 248

வெளியீடு:
**நன்னூல் பதிப்பகம்**
தொடர்பு எண்: 99436 24956
மணலி, திருத்துறைப்பூண்டி - 610 203
nannoolpathippagam@gmail.com

விலை ரூ.280

## IRANIYA ILAKKIYAM
(An Introduction of Persian Literature)
Author: **H. Mujeeb Rahman** ©
First Edition: September-2022
Pages: 248

Published by:
**Nannool Pathippagam**
Contact No. 99436 24956
Manali, Thiruthuraipoondi - 610203
nannoolpathippagam@gmail.com

ISBN 978-81-955286-7-7

Price: ₹ 280

அட்டை வடிவமைப்பு: லார்க் பாஸ்கரன்
உள்பக்க வடிவமைப்பு: சு. கதிரவன்

Printed at : ASX Printers, Chennai - 600 001.

நன்றி.....

நான் இந்த நூல் வெளிவரக் காரணமான இணைய தள பக்கங்கள், தமிழக, கேரள, சவுதி, இலங்கை, துருக்கி நாடுகளை சார்ந்த என் நண்பர்கள் தந்த தரவுகள், ஆக்ஸ்போர்டு நூல்கள், கலைகளஞ்சியங்கள், அரபு நூல்கள், பெர்ஷிய நூற்கள் மற்றும் எண்ணற்ற ஆசிரியர்களின் நூற்கள் பங்களித்திருக்கிறது. இந்த நூலை என் பெற்றோருக்கு சமர்பணம் செய்கிறேன். எனது நண்பர்கள், தக்கலை இலக்கிய வட்டம், நன்னூல் பதிப்பகம் போன்றோர் அளித்த ஊக்கமே நூலாக சாத்தியப்பட்டிருக்கிறது. எனது குடும்பத்தினருக்கும் எனது நன்றி. என்னை ஆதரிக்கும் அனைவருக்கும் நன்றி சொல்லிக்கொள்கிறேன்....

# உள்ளடக்கம்

1. பாரசீக இலக்கியத்தின் ஒரு சுருக்கமான வரலாறு 1
2. பாரசீக இலக்கியத்தின் வரலாறு (20 தொகுதிகள்) நூல் அறிமுகம் 11
3. ஈரானிய தற்கால கவிதைகள் ஒரு அரசியல் விமர்சனம் 1 14
4. ஈரானிய தற்கால கவிதைகள் ஒரு அரசியல் விமர்சனம் 2 17
5. ஈரானிய தற்கால கவிதைகள் ஒரு அரசியல் விமர்சனம் 3 21
6. ஈரானிய தற்கால கவிதைகள் ஒரு அரசியல் விமர்சனம் 4 25
7. ஈரானிய தற்கால கவிதைகள் ஒரு அரசியல் விமர்சனம் 5 28
8. ஈரானிய தற்கால கவிதைகள் ஒரு அரசியல் விமர்சனம் 6 32
9. ஈரானிய தற்கால கவிதைகள் ஒரு அரசியல் விமர்சனம் 7 36
10. நாங்கள் உண்மையில் யார் ? 47
11. இந்தியாவில் பாரசீக இலக்கியம் 1 51
12. இந்தியாவில் பாரசீக இலக்கியம் 2 55
13. இந்தியாவில் பாரசீக இலக்கியம் 3 58
14. ஈரானிய கவிஞர் மொஹ்சென் எமாடியுடன் ஒரு நேர்காணல் 66
15. ஈரானிய எழுத்தாளர் அமீர் ஹசன் செஹெல்டனுடன் நேர்காணல் 71
16. எழுத்தாளர் அஹ்மத் எட்டா 77
17. மூன்று பொம்மைகள் 81
18. ஆசிரியர் பஹ்ரம் சதேக்கி ஒரு மேதை, காஃப்காவுக்கு ஈரானின் பதில் 84
19. சிறுகதை: ஜரிஷைக் கொல்ல வேண்டும்/மஹ்தி மவௌசவி நெஜாத்த் 88
20. சிறுகதை: குற்றம் சாட்டப்பட்டவர் 91
21. நவீன பெர்ஷிய கவிதை 95
22. சிமின் தனேஸ்வர் 99

| | | |
|---|---|---|
| 23. | நீங்கள் செல்லத் தயாரா? - சிவா மோகன்லூ | 102 |
| 24. | ஷிரின் எபாடி | 104 |
| 25. | காமின் முகமதியின் தரவரிசையில் முதல் பத்து ஈரானிய புத்தகங்கள் | 107 |
| 26. | மொழிபெயர்ப்பாளருடன் உரையாடல் | 112 |
| 27. | போசோர்க் அலவி | 118 |
| 28. | நேர்காணல் | 122 |
| 29. | குலாம் ஹூசைன் சையதி | 129 |
| 30. | ஈரானில் பெண்ணிய எழுத்துக்கள் | 136 |
| 31. | ஜமால் சாதே | 139 |
| 32. | சதேக் ஹெதாயத் | 145 |
| 33. | சமத் பெஹ்ரங்கி | 148 |
| 34. | ஷார்னுஷ் பார்சிபூர் | 151 |
| 35. | ஃபெரேஷ்டே மொலவி | 153 |
| 36. | ஈரானிய எழுத்தாளர் ஃபரிபா வாஃபியுடன் ஒரு நேர்காணல் | 156 |
| 37. | ரேசா பராஹேனி | 160 |
| 38. | தெஹ்ரானில் அந்நியன் நாவலை படித்தல் | 164 |
| 39. | நவீன பாரசீக சிறுகதை | 172 |
| 40. | அஹ்மத் ம்லூ | 175 |
| 41. | ஜவாத் மொஜாபி | 181 |
| 42. | பாரசீக இசையின் அறிமுகம் | 187 |
| 43. | ஃபருக் ஃபாரோாத் | 192 |
| 44. | மர்ஜானே சத் ரபி | 197 |
| 45. | பிஜன் ஜெனாப் | 200 |
| 46. | ஹவுாங் கோல்ஷிரி | 203 |
| 47. | இரண்டு உலகங்களுக்கு இடையில்: கோலி தரகியுடன் ஒரு நேர்காணல் | 205 |
| 48. | மஹ்மூத் தெளலதாபாதி | 213 |
| 49. | ஃபார்ஸி கதை-வித்தியாசத்தின் அழகு | 218 |
| 50. | ஷாதி ஷிராசி | 225 |

# முன்னுரை

## 1

ஈரானிய இலக்கியம் என்பது கிழக்கு அனடோலியா, மேற்கு மத்திய ஆசியாவின் சில பகுதிகள் மற்றும் ஆப்கானிஸ்தான், பாகிஸ்தானின் மேற்குப் பகுதிகளை உள்ளடக்கிய பகுதியில் உள்ள ஈரானிய மொழிகளில் எழுதப்பட்டவை ஆகும்.

எஞ்சியிருக்கும் மிகப் பழமையான நூல்கள் ஜோராஸ்ட்ரியனிசத்தின் புனித நூலான அவெஸ்டாவில் உள்ளன. ஈரானிய இலக்கியம் சோக்டியன் மற்றும் சாகாவின் கோட்டானிய பேச்சுவழக்கு போன்ற அழிந்துபோன மொழிகளில் எழுதப்பட்ட ஒரு வரையறுக்கப்பட்ட அமைப்பினை உள்ளடக்கியது. குர்திஷ் மற்றும் பாஷ்டோ மொழிகளில் நவீன இலக்கியங்களும் இதில் அடங்கும் . பாரசீக மொழியின் பேச்சுவழக்குகளில் உள்ள இலக்கியங்கள், இஸ்லாமிய காலத்திற்கு முந்தைய பழைய பாரசீகம் மற்றும் மத்திய பாரசீகம், குறிப்பாக இஸ்லாமிய காலத்தின் நவீன பாரசீகம் (ஃபார்சி அல்லது டாரி) ஆகியவை மிக முக்கியமானவை.

ஈரானியர்கள் கவிதைகளை விரும்புகிறார்கள். அனைத்து ஈரானியர்களும் தங்கள் வாழ்க்கையில் ஒரு முறையாவது கவிதை எழுத முயற்சிப்பதாக கூறப்படுகிறது.

ஈரானில், 600 முதல் 900 ஆண்டுகளுக்கு முன்பு வாழ்ந்த கவிஞர்களின் வசனங்களைக் கேட்பது அசாதாரணமானது அல்ல. அவை தினசரி உரையாடல் களிலும், டிவி மற்றும் வானொலியிலும், அரசியல் பேச்சுகளிலும் கூட தோன்றும். துரதிர்ஷ்டவசமாக, கவிதைக்கான இந்த பரவலான உற்சாகம் வலுவான வாசிப்பு கலாச்சாரத்தை ஏற்படுத்தாது. நவீன இலக்கியப் படைப்புகளுக்கு பொதுமக்களின் வரவேற்பு பல்வேறு அரசியல், சமூக மற்றும் பொருளாதார காரணிகளைச் சார்ந்துள்ளது, சமீபத்திய வரலாற்றில் பல ஏற்ற தாழ்வுகள் உள்ளன.

செழுமையான படைப்புகள் (முக்கியமாக கவிதைகள்) இருந்தபோதிலும், நவீன ஈரானிய இலக்கியம் நூறு ஆண்டுகளுக்கும் குறைவான பழமையானது. ஈரானின் நவீன இலக்கியத்தின் தொடக்கமாக புனைகதைகளில் சாதிக் ஹிதாயத் (1903-1951) மற்றும் கவிதைகளில் நிமா யுசீஸ்(1895-1960) ஆகியர்களை கருத்தில் கொண்டால், அதன் வளர்ச்சியில் இரண்டு செல்வாக்குமிக்க காரணிகளை நாம் அறியலாம். முதலாவதாக, மேற்கின் சமீபத்திய அறிவுசார் போக்குகள் மற்றும் இலக்கிய சாதனைகளுடன் ஒரு குறிப்பிட்ட அளவிலான பரிச்சயமும் தொடர்பும் உள்ளது. இரண்டாவதாக, ஒரு அரசியல் வெளிப்படைத்தன்மை, இது கருத்துப் பரிமாற்றத்திற்கும் புதிய குரல்களை வெளியிடுவதற்கும் பொருத்தமான சூழலைக் கொண்டுவருகிறது.

ஈரானின் அரசியலமைப்புப் புரட்சி (1905-1907), இதன் விளைவாக பாராளுமன்றம் உருவாக்கப்பட்டு ஏராளமான செய்தித்தாள்கள் மற்றும் பத்திரிகைகள் வெளியிடப்பட்டன, இது ஈரானின் முதல் தலைமுறை நவீன எழுத்தாளர்களின் வளர்ச்சிக்கு ஏற்ற அடித்தளமாக அமைந்தது. ஏறக்குறைய அதே நேரத்தில், ஈரானின் முதல் ஐரோப்பியப் பல்கலைக்கழகங்களின் பட்டதாரிகள் (அரசு நிதியளிப்பின் மூலம் சாத்தியமானது) திரும்பியது, மேற்கத்திய இலக்கியம் மற்றும் தத்துவத்தின் மொழிபெயர்ப்புகளுடன் நவீனமயமாக்கலின் ஒரு புதிய அலையைக் கொண்டு வந்தது.

ஹெடாயத் மற்றும் யுஷிஜ் இருவரும் தெஹ்ரானில் உள்ள பிரெஞ்சு மொழி பேசும் செயின்ட் லூயிஸ் பள்ளியில் படித்தனர், மேலும் சமகால மேற்கத்திய இலக்கியங்களை நன்கு அறிந்திருந்தனர். காஃப்கா மற்றும் செக்கோவின் படைப்புகளை முதன்முதலில் மொழிபெயர்த்தவர் ஹெடாயத், மேலும் காஃப்காவின் கதைகளின் பாரசீக பதிப்பிற்கு விரிவான அறிமுகத்தை எழுதினார்.

குருட்டு ஆந்தை (பு937), ஹெடாயத்தின் சர்ரியலிஸ்ட்-மெலன்கோலிக் வகையின் தலைசிறந்த படைப்பு ஆகும், பாரசீக மொழியின் முதல் நவீன நாவல் - ஒடுக்கப்பட்ட சமூகம் மற்றும் அரசியலமைப்புப் புரட்சியின் கொள்கைகளுக்கான பதிலாக நாவலின் கதைசொல்லி, ஈரானிய அறிவுஜீவியின் குறியீடாக, தனக்கும் மற்ற சமூகத்திற்கும் இடையிலான ' பயங்கரமான பள்ளத்தை' உணர்ந்து, இப்போது தனது நிழலுக்காக மட்டுமே எழுதுகிறார்.

1941 முதல் 1953 வரை, இரண்டாம் உலகப் போரின் போது நேச நாட்டுப் படைகளின் ஆக்கிரமிப்பு மற்றும் ஈரானிய மத்திய அரசாங்கத்தின் பலவீனம் காரணமாக, அரசியல் செயல்பாடு மற்றும் சுயாதீன வெளியீடுகளில் ஏற்றம் ஏற்பட்டது. 1941 முதல் 1947 வரை, சுமார் 500 செய்தித்தாள்கள் மற்றும்

பத்திரிகைகள் வெளியிடத் தொடங்கின. 1946 கோடையில் இதே காலகட்டத்தில் ஈரானிய எழுத்தாளர்களின் முதல் மாநாட்டும் கூடியது. சதேக் சுபாக், போசோர்க் அலவி, ஜலால் அல்-இ-அஹ்மத் மற்றும் இப்ராஹிம் கோலஸ்தான் ஆகியோர் இந்தக் காலகட்டத்தில் தங்கள் வாழ்க்கையைத் தொடங்கிய குறிப்பிடத்தக்க எழுத்தாளர்கள் ஆவார்கள்.

இந்த சகாப்தத்தின் எழுத்தாளர்களை வேறுபடுத்தியது அவர்களின் ஆழ்ந்த சமூக மற்றும் அரசியல் அர்ப்பணிப்பாகும். கூடுதலாக, ஃபாக்னர், ஹெமிங்வே மற்றும் ஸ்டெய்ன்பெக் போன்ற ஆசிரியர்களின் படைப்புகளை வாசிப்பதில் நவீன இலக்கிய நுட்பங்கள் மற்றும் புதுமைகள் பற்றிய பரிச்சயம் ஏற்படுகிறது. அல்-இ-அஹ்மத் மற்றும் சுபக் ஆகியோர் ஆணாதிக்க அதிகாரம் மற்றும் மத மூடநம்பிக்கைகள் பற்றிய தங்கள் படைப்புகளில் தலைகீழாகச் சென்றனர், மேலும் தொழிலாளர்களின் வாழ்க்கையையும் சமூகத்தின் கீழ் அடுக்குகளையும் சித்தரிக்க முயன்றனர். ஈரானின் கம்யூனிஸ்ட் டுடே கட்சியின் அணிகளில் உயர்வான போசோர்க் அலவி, முதல் சிறை எழுத்துக்களை வெளியிட்டார் மற்றும் அவரது கதைகளில் அரசியல் கைதிகளின் அனுபவத்தின் தனிப்பட்ட மற்றும் உணர்ச்சிகரமான அம்சங்களை சித்தரித்தார். வெளிநாட்டில் இருந்து திரும்பும் இளம் மாணவர்களின் நவீனமயமாக்கல் ஆர்வத்திற்கும், வளர்ச்சியின்மை, மூடநம்பிக்கை மற்றும் உள்நாட்டில் அரசியல் ஒடுக்குமுறை ஆகியவற்றிற்கும் இடையே உள்ள முரண்பாடு ஆகியவை எழுதப்பட்டன.

1960களில், புதிய தலைமுறை எழுத்தாளர்கள் மற்றும் கவிஞர்கள் தங்கள் வாழ்க்கையைத் தொடங்கினர், அவர்கள் மேற்கத்திய இலக்கியம் மற்றும் அதன் மொழிபெயர்ப்புகளுக்கு சிறந்த அணுகலைக் கொண்டிருந்தனர், ஆனால் முந்தைய தலைமுறையின் அனுபவங்களை உருவாக்க முடியும் என்ற நம்பிக்கை கொண்டிருந்தனர். அதன் பிறகு அடக்குமுறை அரசியல் சூழ்நிலை படிப்படியாக தளர்த்தப்பட்டது சிஐஏ நிதியுதவி சதி பு953 இல் இந்தப் புதிய குரல்கள் செழிக்க உதவியது. பு979 புரட்சிக்கு முந்தைய தசாப்தத்தை இந்த அர்த்தத்தில் ஈரானிய இலக்கியத்தின் பொற்காலம் என்று அழைக்கலாம். எழுத்தாளர்களின் சமூக மற்றும் அரசியல் செல்வாக்கு இந்த காலகட்டம் முழுவதும் வேகமாக வளர்ந்தது, மேலும் அவர்களின் படைப்புகள் பெரும் புழக்கத்தை அடைந்தன - சில நேரங்களில் அவர்களின் முதல் பதிப்புகளின் பத்தாயிரத்திற்கும் அதிகமான பிரதிகள் விற்பனையானது. நாவல்கள் சவுசுன் (சிமின் தனேஷ்வர்), இளவரசன் (ஹவுசங் கோல்ஸ்கிரி), அயலர் (அஹ்மத் மஹ்மூத்), மற்றும் மிஸ்டிங் சொலூச் (மஹ்மூத் தவ்லாபாதிவீ ஆகியவை இந்த தசாப்தத்தில் வெளியிடப்பட்ட மிகவும் குறிப்பிடத்தக்க படைப்புகளாகும்.

கோல்ஷிரி, நோவ்யியூ ரோமன் இயக்கம் போன்ற இலக்கியத்தின் சமீபத்திய தத்துவார்த்த மற்றும் விமர்சன வளர்ச்சிகளுடன் தொடர்பு கொண்டார், மேலும் அலைன் ரோபோ கிரியே , மார்கிரட் டூராஸ் மற்றும் ஜார்ஜ் லூயிஸ் போர்ஹே போன்ற எழுத்தாளர்களின் படைப்புகளை ஜோங்-இ இஸ்ஃபஹானில் படித்தார்.

அவரது தலைசிறந்த படைப்பான பிரின்ஸ் (பு969), ஒரு பிரபுத்துவ குடும்பத்தின் சிதைந்த நாட்களை சித்தரிப்பதன் மூலம், நாவலின் கட்டமைப்பு மற்றும் மொழியியல் அம்சங்களில் ஹெடாயத்தின் சாதனைகளை கோல்ஷிரி மேம்படுத்துகிறார். தனேஷ்வர், ஈரானின் முதல் பெண் நாவலாசிரியர், அவரது யதார்த்தவாத தலைசிறந்த படைப்பான சவ்ஹூன் (1969) இல், 1943 இன் முதல் பாதியில் நேச நாட்டுப் படைகளால் ஃபார்ஸ் மாகாணத்தை இராணுவ ஆக்கிரமிப்புக்குப் பிறகு குழப்பம் மற்றும் குழபங்களை சித்தரிக்கிறது. நாவலில், அவர் அதன் வீரப் போரை விவரிக்கிறார். இந்த எழுச்சிகளுக்கு எதிராக தனது குடும்பத்தை பாதுகாக்க பெண் கதாநாயகி வருகிறார். தனேஷ்வரின் உயிரோட்டமான எண்ணற்ற கதாபாத்திரங்களின் சித்தரிப்பு மற்றும் ஒரு நிகழ்வு நிறைந்த வரலாற்று காலகட்டத்தின் ஆற்றல்மிக்க சித்தரிப்பு ஆகியவை நாவலின் முக்கிய சாதனைகளில் ஒன்றாகும்.

நெய்பர்ஸ் (புு974) தெற்கு ஈரானில் உள்ள அஹ்வாஸ் நகரில் எண்ணெய் தொழில் தேசியமயமாக்கலுக்கு வழிவகுக்கும் நிகழ்வுகளின் பின்னணியில் அமைக்கப்பட்டுள்ளது. இது காலித் தனது முதல் பாலியல் அனுபவத்திலிருந்து அவரது அரசியல் விழிப்புணர்வு வரை வரவிருக்கும் கதை ஆகும். இந்த மாற்றத்தை மஹ்மூத்தின் சித்தரிப்பு இந்த யதார்த்தவாத தலைசிறந்த படைப்பின் முக்கிய சாதனையாகும்.

1977 இலையுதிர்காலத்தில், புரட்சிக்கு ஒரு வருடத்திற்கு முன்பு, ஜெர்மன் தூதரகத்தின் கலாச்சார பிரிவில் ஈரானிய எழுத்தாளர்கள் சங்கத்தால் தொடர்ந்து பத்து இரவுகளுக்கு கோதே வாசிப்பு இரவுகள் ஏற்பாடு செய்யப்பட்டன. தணிக்கை மற்றும் அரசியல் ஒடுக்குமுறைக்கு எதிராக 60 எழுத்தாளர்கள் வாதிட்ட வாசிப்பு இரவுகள், பத்தாயிரத்திற்கும் மேற்பட்ட மக்களை ஈர்த்தது.

1980 களில், எட்டாண்டு ஈரான்-ஈராக் போர், புரட்சிக்குப் பிறகு உடனடியாக குறுகிய கால சுதந்திரம் மற்றும் பெரும்பாலான பிரபல எழுத்தாளர்களின் தடுப்புப்பட்டியலில் ஈரானிய இலக்கியம் அதன் உயிர் மற்றும் வலிமையை இழந்தது. போர் மற்றும் பொருளாதாரப் பிரச்சனைகள் இலக்கியத்திலிருந்து மக்களை

ஓரளவிற்கு திசை திருப்பியது, மேலும் பல முக்கிய எழுத்தாளர்களின் புலம்பெயர்தல் மற்றும் நாடுகடத்தல் ஆகியவை ஒரு வெற்றிடத்தை விட்டுச் சென்றன.

இந்த மனச்சோர்வடைந்த சூழல் எப்படியோ பு997 வரை நீடித்தது. ஒரு ஆற்றல் மிக்க சீர்திருத்த இயக்கத்தைக் கொண்டு வந்த கடாமியின் தலைமைப் பதவியானது, செய்தித்தாள் மற்றும் பத்திரிகை வெளியீடுகளின் மற்றொரு அலையை உருவாக்கி, புதிய இலக்கியக் குரல்கள் தோன்றுவதற்கு வளமான நிலத்தை உருவாக்கியது.

புதிய தலைமுறை இளம் எழுத்தாளர்கள் இந்த வாய்ப்பைப் பயன்படுத்திக் கொண்டனர். அவர்களில் சிலர், ஹொசைன் சனாபூர் மற்றும் ஜோயா பிர்சாத் போன்றவர்கள், விமர்சன ரீதியான பாராட்டுகளைப் பெற முடிந்தது மற்றும் முந்தைய வருடங்களின் இலக்கியங்களைப் புறக்கணித்த பெரிய பார்வையாளர்கள். செய்தித்தாள்களின் இலக்கியப் பக்கங்கள், அரச சார்பற்ற நிறுவனங்களின் நிதியுதவியுடன் ஏராளமான இலக்கியப் பரிசுகள், இலக்கியக் காட்சியை மீண்டும் உற்சாகப்படுத்த உதவியது. இந்த காலகட்டத்தில் வெளியிடத் தொடங்கிய பெண்களுக்கு இலக்கியப் பரிசுகளில் பாதி வழங்கப்பட்டது. அவர்களில் பாதி பேர் முதல் முறையாக எழுத்தாளர்கள் ஆவார்கள்.

அஹ்மதிநெஜாத் ஜனாதிபதியாக இருந்த போது (சு005-சு0பு3) அதிகரித்த தணிக்கை மற்றும் பல சுயாதீன வெளியீடுகள் மற்றும் செய்தித்தாள்களைத் தடை செய்ததன் மூலம் குறுக்கிடப்பட்ட இந்த வளர்ந்து வரும் போக்கு, கடந்த ஆண்டில் எப்படியோ புத்துயிர் பெற்றுள்ளது. தணிக்கை மற்றும் ஒழுங்குமுறைகளை எளிதாக்குவது, சுதந்திரமான பத்திரிகைகளுக்கான சிறந்த நிபந்தனையுடன், ஈரானிய இலக்கியத்தின் இழந்த உயிர்ச்சக்தியை மீண்டும் கொண்டு வந்துள்ளது.

சதேக் ஹெடாயத் தனது இரண்டு சிறுகதைகளை பிரெஞ்சு மொழியில் எழுதி யதிலிருந்து, ஈரானிய எழுத்தாளர்கள் மொழியின் வரம்புகளுக்கு அப்பால் ஒரு பெரிய, உலகளாவிய பார்வையாளர்களுக்காக ஏங்கியுள்ளனர். கடந்த முப்பது ஆண்டுகளில் ஈரானில் இருந்து வெளியேறிய சில பெரிய அலைகள் மற்றும் வெளிநாடுகளில் உள்ள கலாச்சார வட்டங்களுடனான நெருங்கிய தொடர்பு, ஈரானிய நவீன இலக்கியம் மற்றும் ஐரோப்பிய மொழிகளில் அதன் மொழிபெயர்ப்பு - அதிக கவனத்தை ஈர்த்துள்ளது. இருப்பினும், புவிசார் அரசியல் நோக்கங்களுக்கும் ஒரு பங்கு உண்டு. இந்தப் போக்கு சில சமயங்களில் புத்தகத் தலைப்புகளிலேயே தெளிவாகத் தெரிகிறது .இதற்கிடையில், புலம்பெயர்ந்த அல்லது இரண்டாம் தலைமுறை ஈரானிய எழுத்தாளர்களான அசார் நஃபிசி மற்றும் மர்ஜானே சத்ராபி போன்றவர்கள் தங்கள் இரண்டாவது மொழியில் எழுதுகிறார்கள், அவர்கள் தத்தெடுத்த நாடுகளில் முக்கிய நீரோட்டத்தில் நுழைய முடிந்தது. இருப்பினும்,

சில விமர்சகர்கள் ஈரானின் உண்மையற்ற, கவர்ச்சியான படத்தை வழங்குவதாக குற்றம் சாட்டுகின்றனர், இது மேற்கத்திய பார்வையாளர்களின் எதிர்பார்ப்புகள் மற்றும் அனுமானங்களுக்கு ஏற்றவாறு வடிவமைக்கப்பட்டுள்ளது. ஈரானிய எழுத்தாளரும் மொழிபெயர்ப்பாளருமான மஹ்மூத் ஹொசைனிசாத், பிபிசியின் பாரசீக இணையதளத்திற்கு சமீபத்தில் அளித்த பேட்டியின் போது இதே விமர்சனத்தை செய்தார்: 'கிழக்கு காட்டுமிராண்டித்தனம், துஷ்பிரயோகம் செய்யப்பட்ட பெண்கள், கற்பழிக்கப்பட்ட குழந்தைகள், கடனில் உள்ள ஆண்கள், அழுக்கான நகரங்கள், காட்டுமிராண்டித்தனமான சித்திரவதைகள் போன்றவற்றின் இடைக்காலப் படங்கள் கொண்ட புத்தகங்களை அவர்கள் கேட்கிறார்கள். அதில் நல்ல எதுவும் வராது. இதைத் தெளிவாகப் பார்க்க, ஈரானிய இலக்கியத்தின் சமீபத்திய மொழிபெயர்ப்புகளை ஆங்கிலம், பிரஞ்சு, ஜெர்மன்... ஆகியவற்றைப் பார்க்க வேண்டும்.

ஆனால் இதைத் தவிர, முக்கிய ஈரானிய எழுத்தாளர்களின் சில முக்கிய படைப்புகள் ஆங்கில மொழியில் தங்கள் வழியை உருவாக்க முடிந்தது. நவீன ஈரானிய இலக்கியங்களைப் படிக்க ஆர்வமுள்ள எவரும் இப்போது பல்வேறு தலைமுறை ஈரானிய எழுத்தாளர்களின் முழு அளவிலான படைப்புகளைக் காணலாம். இருப்பினும், புதியவர்களுக்கு, சிறந்த நுழைவுப் புள்ளி 2006 இல் வெளியிடப்பட்ட ஒரு தொகுப்பாகத் தெரிகிறது.

2

பாரசீக மொழியில் முதல் ஒன்பது நூற்றாண்டுகளின் கற்பனை இலக்கியம் அழகியல் நிறைந்த பாரம்பரியத்தை உருவாக்கியது. நவீன பாரசீக இலக்கியம் இருபதாம் நூற்றாண்டின் தொடக்கத்தில் தோன்றியது மற்றும் பாரசீக இலக்கிய பாரம்பரியத்தின் வளர்ச்சியில் சமமான அற்புதமான அத்தியாயத்தை உருவாக்கியுள்ளது. நவீன கற்பனை இலக்கியம் நீதிமன்ற ஆதரவு, சூஃபி சகோதரத்துவங்கள் மற்றும் ட்வெல்வர் ஷியைட் சுற்றுப்புறங்களில் இருந்து பொதுவான ஈரானிய பார்வையாளர்களை உரையாற்றுவதற்காக வெளிப்பட்டது. ஈரானிய எழுத்தாளர்கள் கிரீடம் அல்லது தலைப்பாகை இல்லாமல் ஒரு புதிய வகை அறிவுஜீவிகளை உள்ளடக்கத் தொடங்கினர்.

உரை நடை

அலி அக்பர் டெஹ்கோடா (பு879 - பு956) போன்ற அரசியலமைப்புப் புரட்சியின் தலைவர்களின் பத்திரிகை எழுத்தில் தொடங்கி, இருபதாம் நூற்றாண்டில் வசனத்தை

விட உரைநடை விரைவாக வளர்ந்தது . பாரசீக சிறுகதைகளின் முதல் தொகுப்பான ஒன்ஸ் அபான் எ டைம் (1922) க்கு எழுதிய முன்னுரையில், முகமது அலி ஜமால் சாதே, நேரடியான, வாழும் உரைநடையில் உள்ள இலக்கியம் ஈரானியர்களுக்கு கல்வி மற்றும் அறிவொளிக்கு முக்கியமாகும் என்று வாதிட்டார். அந்தத் தொகுதியில் அவரது ஆறு கதைகள் யதார்த்தவாதம், உள்ளூர் நிறம் மற்றும் பிரபலமான மொழியை பாரசீக எழுத்தின் ஒரு வகைக்குள் அறிமுகப்படுத்தியது.

1920 களில், நிமா யூஷிஜ் (1895 – 1960) பாரசீக கவிதைகளில் பாரம்பரிய வடிவங்கள் மற்றும் உள்ளடக்கத்தை பரிசோதிக்கத் தொடங்கினார். அவர் பாடலைப் பேசுபவரைத் தனிப்படுத்திப் பரிசோதித்தார் மற்றும் செயற்கையான நோக்கத்தைத் தவிர்த்தார்; அவரது குவாட்ரைன்–சீக்வென்ஸ் கவிதை 'லெஜண்ட்' (1922) மற்றும் 1920 களில் மற்ற கவிதைகள் புதிய உணர்வை வெளிப்படுத்தின.

பு930 கள் பாரசீக இலக்கியத்தில் உரைநடையின் முதன்மையின் முதல் வயதைக் குறித்தது, இது நூற்றாண்டின் இறுதி வரை உண்மையாக இருந்தது. சாதிக் ஹிதாயத் (1903 – 1951) இந்த வளர்ச்சியில் முக்கிய பங்கு வகித்தார். 1930 முதல் 1942 வரையிலான அவரது நான்கு சிறுகதைகளின் தொகுப்புகள் மற்றும் அவரது புதிரான, சர்ரியலிஸ்டிக் நாவலான தி பிளைண்ட் ஆவ்ல் (1937, 1941), ஒரு புதிய பாரசீக இலக்கிய மொழி எவ்வாறு சூழ்நிலையை உருவாக்க முடியும் மற்றும் சர்ரியலிசத்தை உருவாக்க முடியும் என்பதை நிரூபித்தது.

## சிறுகதை மற்றும் நாவல்

ஈரானிய சிறுகதை பு940களிலும் அதன் பின்னரும் முதிர்ச்சியடைந்தது. 1941 நேச நாட்டு ஈரானின் ஆக்கிரமிப்பு மற்றும் ரேசா ா பஹ்லவி (ஆர். 1925 – 1941) பதவி விலகுதல் மற்றும் நாடுகடத்தல் ஆகியவற்றுடன் தொடங்கி, அமெரிக்காவால் திட்டமிடப்பட்ட சதித்திட்டத்துடன் முடிவடைந்தது, இது மொஹமட் மொசாடேக்கின் குறுகிய கால அரசாங்கத்தை வீழ்த்தியது. (1882 – 1967) ஆகஸ்ட் 1953 இல், எந்த அரசாங்க தணிக்கையும் இலக்கிய வெளிப்பாட்டில் தலையிடவில்லை அல்லது கட்டுப்படுத்தவில்லை. இருப்பினும், 1885 இல் தொடங்கி, நாசர் அல்–தின் ா கஜர் (ஆர். 1848 – 1896) தணிக்கை அலுவலகத்தை நிறுவியது, மேலும் இருபதாம் நூற்றாண்டின் பெரும்பகுதி முழுவதும், பாரசீக இலக்கியக் கலைஞர்கள் தணிக்கைக் கட்டுப்பாடுகளின் கீழ் உழைத்தனர். விதிவிலக்குகள் இருந்தன: அரசியலமைப்பின் முதல் இரண்டு ஆண்டுகள் (1906 – 1908); 'சுதந்திரத்தின் பன்னிரண்டு ஆண்டுகள்' (1941 – 1953); மற்றும் புரட்சி ஆண்டுகள் (1977–1979). இதன் பொருள் என்னவென்றால், 1941 முதல் 1953 வரையிலான காலப்பகுதியைத் தவிர, ஈரானிய உரைநடை புனைகதை, பாடல் வசனம் மற்றும் நாடகம் ஆகியவை

ஈரானிய நிகழ்காலத்தை விமர்சன ரீதியாக கையாளும் போது மறைமுகத்தையும் குறியீட்டையும் நாட வேண்டியிருந்தது.

1940 களில், சதேக் சுபாக் (19பு6 - 1995), இப்ராஹிம் கோலஸ்தான் (1922 -), ஜலால் அல்-இ அஹ்மத் (1923 - 1969), மற்றும் பலர் ஹெடாயத் மற்றும் போசோர்க் அலவி (1904 -) ஆகியோருடன் இணைந்தனர். 1934 ஆம் ஆண்டின் கதைகள், ஈரானிய பார்வையாளர்களுக்கு யதார்த்தவாதம், இயற்கைவாதம் மற்றும் சமூக யதார்த்தவாதம் உள்ளிட்ட பல்வேறு பாணிகளில் எழுதப்பட்ட புனைகதைகளை வழங்குகின்றன, இது நூற்றாண்டின் இறுதி வரை பத்திரிகைகள் மற்றும் கதைகளின் தொகுப்புகளுக்கு பங்களித்த பிற்கால சிறுகதை எழுத்தாளர்களுக்கு வழி வகுத்தது. அவர்களில் முதன்மையானவர் செழுமையான கோலம்ஹோசைன் சா எதி (1935 - 1985) ஆவார்.

1950 களின் போது ஈரானிய நாவல் அதேபோன்று காலூன்றியது மற்றும் 1960 களிலும் அதற்குப் பிறகும் முதிர்ந்த படைப்புகளுக்கு வழிவகுத்தது. அலவியின் அவளது கண்கள் (1952), பெஹ்ஸாஜினின் தி செர்ஃப்ஸ் டாட்டர் (1952), மற்றும் அல்-இ அஹ்மத்தின் தி ஸ்கூல் பிரின்சிபால் (1958) ஆகியவை ரெசா ா பஹ்லவி மற்றும் ஆரம்பகால முகமது ரேசா பஹ்லவி காலங்களை விமர்சன ரீதியாக கையாண்டன.

1960 களில் இருந்து, ஈரானிய நாவல்கள் ஈரானிய இலக்கிய வாழ்க்கையின் மையமாக மாறியது. சுபக் டாங்சிர் ( பு963) மற்றும் தி பேண்ட் ஸ்டோன் (1966) ஆகியவற்றை வெளியிட்டார். ஹூஃாங் கோல்ஷிரி (1937 - 2000) இளவரசர் எஹ்தேஜாப் (1969) ஐ வெளியிட்டார், இது ஒரு நனவு-நனவு கதை மற்றும் முடியாட்சி மற்றும் பிரபுத்துவத்தின் கண்டனத்துடன், சில விமர்சகர்கள் ஈரானின் சிறந்த நாவல் என்று கருதுகின்றனர். பு969 இல், சிமின் தனேஷ்வர் (1921 - ) 1948 இல் தி அணைக்கப்பட்ட நெருப்புடன் சிறுகதைத் தொகுப்பை வெளியிட்ட முதல் ஈரானியப் பெண்மணி ஆனார், சவுஷூன் (தி மார்னர்ஸ் ஆஃப் சியாவோஷ்) ஐ வெளியிட்டார், இது ஈரானின் எல்லா காலத்திலும் அதிகம் விற்பனையான நாவலாக மாறியது., பு990களில் பு50,000 பிரதிகளுக்கு மேல் விற்றதாகக் கூறப்படுகிறது.

### கவிதை

1940கள் மற்றும் 1950கள் புதிய நவீன பாரசீக வசனங்களின் மலர்ச்சியை கண்டன. நிமா 1938 இல் மீண்டும் வசனத்தை வெளியிடத் தொடங்கினார், மேலும் அவரது சோதனைகள் மற்றும் சாதனைகள் வழக்கத்திற்கு மாறான வசன வடிவங்களுடன் அஹ்மத் ஈம்லு (பு9சு5 - ), மெஹ்தி அகவன்-சேலெஸ் (1928 - 1990) மற்றும் நவீனத்துவக் கவிஞர்களின் அடுத்த தலைமுறையின் முக்கிய நபர்களின் கவனத்தை ஈர்த்தது. பதிலுக்கு, பாரம்பரியவாதிகள் செவ்வியல்

வடிவங்கள், டிக்ஷன் மற்றும் டிடாக்டிசிசம் ஆகியவற்றில் தங்கள் பக்தியைத் தக்க வைத்துக் கொண்டனர், ஆனால் சமகால பிரச்சினைகளைப் பற்றி எழுத அவற்றைப் பயன்படுத்தினர். கன்சர்வேடிவ் வாசகர்கள் இன்னும் நவீனத்துவ வசனங்களை ஏற்றுக்கொள்பவர்களை விட அதிகமாக உள்ளனர்; பாரம்பரியக் கவிஞர்களான முகமது தகி பஹார் (1886 - 1955) மற்றும் பர்வின் எதேசாமி (1907 - 1907) ஆகியோரின் சாதனைகளை அவர்கள் சுட்டிக்காட்டினர்.1941), அல்லது ஃபரிதுன் தவல்லாலி (1929 -1985) மற்றும் பிறரின் மிதவாத நவீனத்துவத்தை ஏற்றுக்கொண்டார், மேலும் நவீன பிரச்சினைகளை சுட்டிக்காட்டும் போது குவாட்ரெய்ன் வரிசை வடிவங்கள் மற்றும் பாரம்பரிய உருவங்கள் ம ற்றும் பேச்சு உருவங்களை பராமரித்தவர்கள்.எவ்வாறாயினும், பு970 களில், பாரம்பரியவாதிகள் பின்வாங்கினர் அல்லது சிறுபான்மையினராக இருந்தனர், இருப்பினும் பாரம்பரியவாதம் மற்றும் பாரசீக கவிதையில் மாற்றம் பற்றிய விவாதம் ஈரானிய இலக்கிய வட்டங்களில் உயிருடன் உள்ளது.

1950கள் மற்றும் 1960களில், நவீனத்துவ பாரசீகக் கவிதைகள் பெரிய சாதனைகளைச் செய்தன. ாம்லு தனது காரணங்களை ஆதரிக்கும் வலிமையான படைப்புகளில் சுதந்திர வசனத்தை அணுகினார். அகவன்-சேலெஸ் ஈரானிய புராணங்களையும் வரலாற்றையும் தனது கவிதைக்கு அமைப்பாகப் பயன்படுத்தி பாரம்பரிய சரணத்தில் புதிய காற்றை சுவாசித்தார். 1950 களின் நடுப்பகுதியிலிருந்து 1966 இன் இறுதி வரை, பாரசீக இலக்கியம் முன்பு இல்லாத நவீன பாரசீக கவிதைகளுக்கு ஒரு பரிமாணத்தையும் குரலையும் பரூக் பரோக்சாத் (நீ. 1934 – 1967) சேர்த்தார்: பெண் குரலும் பெண் கவலைகள் குறித்து எழுதப்பட்டது. தனிநபராக, கவிஞராக மற்றும் ஒரு பெண்ணாக ஒரு பாடல் குரலின் வளர்ச்சி மற்றும் கவலைகளைக் கையாளும் அவரது வசனம், நிமாவின் நவீனத்துவத்தின் உச்சக்கட்டத்தை பிரதிபலிக்கிறது. மற்றொரு போக்கு சொஹ்ராப் செபெஹ்ரியின் கவிதையில் தோன்றுகிறது (பு9சு8 -பு980), அவரது வியத்தில், நியோ-சூஃபிக் அல்லது பாந்தீஸ்டிக் தாக்கங்களைக் கொண்ட இயற்கைக் கவிஞர் ஆவார்.

1970களின் நடுப்பகுதியில், நவீன பாரசீகக் கவிதைகள்

ஸ்தம்பிதமடைந்தன. ஒரு புதிய தலைமுறைக் கவிஞர்கள் வெளியிடத் தொடங்கினாலும், 2000களில் நவீனத்துவக் கவிதைகள் ஏராளமாக உருவாக்கப்பட்டாலும், எந்தப் புதிய கவிஞர்களும் உயர்ந்த பதவிகளில் சேரவில்லை அல்லது முந்தைய கவிஞர்களை முழுமையாக மாற்றவில்லை. பு950களின் நடுப்பகுதியில் இருந்து பிரபலமான கவிஞரும், மிக முக்கியமான மிதவாத நவீனவாதியுமான நாடர் நாதர்பூர் (1929 –) 1980 களில் பாரிஸிலும்

பின்னர் லாஸ் ஏஞ்சல்ஸிலும் சுயமாக நாடுகடத்தப்படுவதைத் தேர்ந்தெடுத்த பிறகு மிதமான எல்லையைத் தாண்டினார். இஸ்லாமிய குடியரசை எதிர்த்த வெளிநாட்டில் உள்ள ஈரானியர்களின் அந்நியப்படுதல் மற்றும் கோபம், 1980கள் மற்றும் 1990களில் ஈரானில் வாழ்ந்த நாதர்பூரின் குணாதிசயங்கள் மற்றும் மேற்குலகின் வாழ்வில் ஈரானிய நாடுகடத்தப்பட்டவர்களின் ஒருங்கிணைப்பு இல்லாமை ஆகியவை பல ஈரானியர்களுக்கு பழக்கமான வளையங்களைத் தாக்குகின்றன. நாடுகடத்தப்பட்ட மற்றொரு கவிஞர், இஸ்மாயில் கோகி (1938 –), புரட்சிக்கு முன்னர் கிட்டத்தட்ட முதல் தர நவீனத்துவவாதியாக இருந்தவர், லண்டனில் நாடுகடத்தப்பட்ட தனது துன்பத்தின் மூலம் கவிதைத் துடிப்பைப் பெற்றதாகத் தோன்றியது.

### வெளிநாட்டில் எழுத்தாளர்கள்

பஹ்லவி காலத்தின் சூழ்நிலைகள் மற்றும் தணிக்கை இலக்கியக் குரல்களை முடக்கியது அல்லது அமைதிப்படுத்தியது. இஸ்லாமிய குடியரசின் முதல் இரண்டு தசாப்தங்களில், ஸ்தாபன அழுத்தம், தணிக்கை ஆகியவை பாலியல் கற்பனை மற்றும் இஸ்லாத்தை நேரடியாகக் கேள்வி கேட்பதைத் தவிர்க்க எழுத்தாளர்களை வற்புறுத்துவதற்காக வடிவமைக்கப்பட்டுள்ளன. இதன் விளைவாக, புரட்சிக்குப் பிறகு மற்ற பொழுதுபோக்குகளில் குறைவு மற்றும் பு980 களின் முற்பகுதியில் ஒரு வெகுஜன எழுத்தறிவு பிரச்சாரத்தின் காரணமாக வாசிப்புஅதிகரிப்பு காரணமாக, பாரசீக இலக்கிய செயல்பாடு, குறிப்பாக உரைநடை புனைகதை, எழுத்தாளர்களின் தொழிலாக மாறியது. ஈரானிய வரலாற்றில் முதல் முறையாக. நாவலாசிரியர்கள், சிறுகதை எழுத்தாளர்கள் மற்றும் சில கட்டுரையாளர்கள் பு980களில் எழுத்து மூலம் தங்களைத் தாங்களே ஆதரித்துக் கொள்ள முடிந்தது. மேலும், ஈரானிய நாவல்கள் மொழிபெயர்ப்பில் மேற்கத்திய நாவல்களுடன் முதன்முறையாக வாசகர்களுக்காக போட்டியிடத் தொடங்கின.

புரட்சிக்குப் பிறகு ஈரானிய உரைநடை புனைகதைகளில் முக்கியப் படைப்புகள்: எஸ்மா இல் ஃபாசியின் சோரய்யா இன் எ கோமா (பு984), ஊனுஷ் பார்சிபூரின் துபா மற்றும் இரவின் அர்த்தம் (பு989) மற்றும் ஆண்கள் இல்லாத பெண்கள் (பு990), மற்றும் ரேசா பரஹேனியின் கொல்லப்பட்ட பாடல். (பு983) மற்றும் சீக்ரெட்ஸ் ஆஃப் மை லேண்ட் (பு987). ஈரானிய சவாக்(ரகசிய போலீஸ்) மற்றும் அமெரிக்க உளவுத்துறை மற்றும் இராணுவப் பிரமுகர்களின் எதிர்மறையான சித்தரிப்புகளுடன் , பாரஹேனியின் புனைகதைகள் அமெரிக்க ஆதரவுடன் பஹ்லவி ஆட்சியின் கீழ் வாழ்க்கையைக் கண்டிக்கும் பஹ்லவிக்குப் பிந்தைய இலக்கியப் போக்கைக் காட்டுகின்றன. கோல்ஷிரியின் கிங் ஆஃப் தி பெனிட்டட் போன்ற இஸ்லாமிய குடியரசின் கீழ் வாழ்க்கையின் எதிர்மறையான சித்தரிப்புகளை வழங்கிய புனைகதை(பு990)ஆகும், அது ஈரானில் தடைசெய்யப்பட்டது, இருப்பினும்

கோல்ஷிரியின் வியத்தில், அவரது வெளிப்படையான விமர்சன நாவல்கள் மற்றும் சிறுகதைகளின் கையெழுத்துப் பிரதிகள் நாட்டிற்கு வெளியே கடத்தப்பட்டு ஐரோப்பாவிலும் அமெரிக்காவிலும் வெளியிடப்பட்டன .

ஒரு நாவல் தனித்து நிற்கிறது: மஹ்மூத் தௌலதபாடியின் கிளிடர் (1983), 3,700 பக்கங்களில் இருபதாம் நூற்றாண்டின் நடுப்பகுதியில் பழங்குடி மற்றும் கிராம வாழ்க்கையின் ஒரு சோகமான கதை, இது இஸ்லாமியக் குடியரசு காலத்தில் புனைகதையின் முன்னணி எழுத்தாளர் என்ற அங்கீகாரத்தை அதன் ஆசிரியருக்குக் கொண்டு வந்தது. அலி முகமது ஆப்கானியின் அஹூ கானோமின் கணவன் (பு96பு) முன்பு ஈரானியர்கள் பாரசீக மொழி எந்த வகையான அல்லது நீளமான உரைநடைப் புனைகதைகளுக்கும் வாகனமாகச் செயல்படுவதற்கான ஆதாரங்களைக் கொண்டிருந்தது என்று நினைக்கும்படி ஊக்கப்படுத்தியது போல, டௌலதபாடியின் கிளிடர் - தலைப்பு குர்திஷ் கிராமப் பகுதியைக் குறிக்கிறது. கொராசன் –தௌலதபாடி தனது கதையில் சோதனை முயற்சி எதையும் செய்யவில் லை என்றாலும், அன்றாட கிராமப்புற ஈரானிய அனுபவத்தின் செழுமையையும், விளக்கமான பாரசீக உரைநடையையும் வாசகர்களை நம்ப வைத்தன.

புரட்சிக்கு முந்தைய அனைத்து வகைகளிலும், ஈரானிய நாடகம் 1980 களில் மிகவும் பாதிக்கப்பட்டது. பஹ்லவி காலத்தின் பிற்பகுதியில் இது இன்னும் ஒரு புதிய ஊடகமாக இருந்தபோதிலும் அல்லது சில ஈரானியர்கள் நேரடியாக வெளிப்படும் ஒரு ஊடகமாக இருந்தாலும், அது செழிப்பான பாய்ச்சல் மற்றும் வரம்பில் வளர்ந்தது.ஈடி சிறந்த நாடக ஆசிரியர். பல முக்கியமான சிறுகதைகள் மற்றும் நாவல்களைப் போலவே மேடை நாடகங்கள் தொலைக்காட்சி நாடகங்களாக மாறி பு970களின் புதிய அலை சினிமாவுக்கான திரைக்கதைகளாக மாறியது. பு980 களின் நடுப்பகுதியில் ஈரானிய சினிமா மீண்டும் செழித்து வளர்ந்தது, ஆனால் கதைக்களங்கள், கருப்பொருள்கள் மற்றும் அமைப்பு இல்லாமல், காதல் கதைகள் மற்றும் பாரம்பரிய இஸ்லாமிய கதைகள் தவிர வேறு எதையும் வழங்கவில்லை. ஈரானிய மேடை நாடகம் 1990 களில் மீண்டும் அந்தஸ்தைப் பெறத் தொடங்கியது, மாகாண நகரங்களில் உள்ள திரையரங்குகளை அரசாங்கம் ஆதரிக்கிறது. பாரசீக நாடகம் மேற்கிலும் செழித்தது, அங்கு முக்கிய நகரங்களில் உள்ள உள்ளூர் ஈரானிய சமூகங்கள் சுற்றுலா நிறுவனங்களை ஆர்வத்துடன் ஆதரித்தன. அவர்களில் முக்கியமானவர் லாஸ் ஏஞ்சல்ஸில் உள்ள பர்விஸ் சயாத் . 1980 களில், சயாத் தனது முந்தைய நாட்டுப்புற கதாபாத்திரமான சமத் நடித்த நாடகங்களை அரங்கேற்றினார், அவர் முதலில் ஈரானுக்கு சென்றார்.ஈராக் போர் நடப்பதற்கு முன்பு நாடகம் நடத்தினார் மற்றொரு நாடகம் 1978 ஆம் ஆண்டு அபாடானின் ரெக்ஸ் சினிமாவை எரித்ததில் இருந்து உருவான ஒரு

கற்பனையான சோதனையை முன்வைத்தது, இது உள்ளே அடைக்கப்பட்டிருந்த நூற்றுக்கணக்கான ஆதரவாளர்களைக் கொன்றது. புறுமு களின் முற்பகுதி யில் சயாத்தின் ஒரு நபர் நிகழ்ச்சி, தன்னையும் சமதையும் நகைச்சுவையான உரையாடலிலும், வீடியோவிலும் மற்றொன்று நேரலையிலும், நவீன ஈரானிய கலை வெளிப்பாட்டின் தன்மையில் அதிநவீன, கலாச்சாரம் சார்ந்த பொழுதுபோக்கு மற்றும் உள்நோக்கத்தை அளித்தது.

பாரசீக இலக்கியக் கட்டுரை உள்நாட்டிலும் வெளிநாட்டிலும் புரட்சியைத் தக்க வைத்துக் கொண்டது. முதலில் மேற்கத்திய உத்வேகத்துடன், இது சமூக அரசியல் ரீதியாக ஈடுபட்டுள்ளது. இது இருபதாம் நூற்றாண்டின் முதல் நான்கு தசாப்தங்களில் முதிர்ச்சி அடைந்தது. எழுத்தாளர்கள் கையெழுத்துப்பாணிகளையும் கவலைகளையும் வெளிப்படுத்தினர், இது நூற்றாண்டின் தொடக்கத்தில் இருந்தவற்றிலிருந்து வெகு தொலைவில் இருந்தது, அப்போது ஒரு மலர்ச்சியான,அரபு மொழி நிறைந்த பாணி கடந்த காலத்திற்கான சொல்லாட்சிக் கண் நிலவியது. ஈரானிய தேசியம் மற்றும் பாரசீக மொழி (1981) ஆகியவற்றில் ஈரோக் மெஸ்கூபின் உரையாடல் பாணி வெஸ்ட் ஸ்ட்ரக்னஸ் (1962, 1964), லாஸ்ட் இன் தி க்ரவுட் (1966), மற்றும் எ ஸ்டோன் ஆன் எ கிரேவ் (1964) ஆகியவற்றில் அல்-இ அகமதுவின் துருதுருப்பான மற்றும் சில நேரங்களில் கோபமான குரல் ஆகும்.

அகவன்-சேலஸ், மெஹ்தியையும்; அலவி, போஜோர்க்; பஹார், முகமது தாகி; பராஹேனி, ரெசா; சுபக், சடேக்; அரசியலமைப்பு புரட்சி; தனேஷ்வர், சிமின்; தேஹோடா, அலி அக்பர்; டௌலதபாடி, மஹ்மூத்; ஃபார்ரோக்சாட், ஃபோர்ஃப்; கோல்ஸ்தான், இப்ராஹிம்; கோல்ஷிரி, ஹௌாங்; ஹெடாயத், சதேக்; ஜமால்சாதே, முகமது அலி; மொசாதே, முகமது; நாசர் அல்-தின் ஈ; பஹ்லவி, முகமது ரெசா; பஹ்லவி, ரெசா; பார்சிபூர், ஹர்னுஷ்; செபஹ்ரி, சோராப்; ஈம்லு, அஹ்மத் முக்கிய எழுத்தாளர்களாக இச்சமயத்தில் வலம் வந்தனர்.ஈரானிய இலக்கியம் வளமான இலக்கியம்.அதை ஓரளவுக்கு வாசகர்களுக்கு என்னால் முடிந்த அளவுக்கு அறிமுகம் செய்திருக்கிறேன்.இந்த நூல் தமிழில் முக்கியமான நூலாக கருதப்படும் என்று நினைக்கிறேன்.நன்றி

எச்.முஜீப் ரஹ்மான்.,

தக்கலை

# 1

## பாரசீக இலக்கியத்தின் ஒரு சுருக்கமான வரலாறு

பாரசீக இலக்கியத்தின் புராதன வடிவங்கள் அனைத்தும் கியூனிஃபார்ம் கல்வெட்டுகளில் பாதுகாக்கப்பட்டுள்ளது. அகமீனிய பேரரசின் பழைய பாரசீக, சமஸ்கிருதம், அவெஸ்தாவுடன் (ஜோராஸ்ட்ரிய புனித நூல்களின் மொழி) நெருங்கிய உறவைக் கொண்ட இந்தோ-ஐரோப்பிய மொழியாக அது விளங்கியது. அச்சேமேனியர்களின் வீழ்ச்சிக்குப் பிறகு, பண்டைய நாக்குபார்ஸ் மாகாணத்தில், மத்திய பாரசீக அல்லது பஹ்லவி மொழிப்பிரிவு(பார்த் தவியிலிருந்து பெறப்பட்ட பெயர் - அதாவது பார்த்தியன்) வளர்ந்தது. சஹானியன் காலம் முழுவதும் பஹ்லவி பயன்படுத்தப்பட்டது, ஆனால் இப்போது ஒரு காலத்தில் கணிசமான இலக்கியமாக அவை இருந்திருக்கவேண்டும். சுமார் நூறு பஹ்லவி நூல்கள் தப்பிப்பிழைக்கின்றன, பெரும்பாலும் மதம் பற்றிய நூற்களே, அனைத்தும் உரைநடையில் அமைந்தவை.

அரபு வெற்றியின் பின்னர் அரபு பற்றிய அறிவு அவசியமாகிறது. ஏனென்றால் அது புதிய ஆட்சியாளர்களின் மொழி ஆகும். அவர்களின் அரசு மட்டுமல்ல அவர்கள் கொண்டு வந்த மதம் புதிய கற்றலுக்கு முக்கியமானது. பஹ்லவி தனிப்பட்ட வாழ்க்கையில் தொடர்ந்து பேசப்பட்டாலும், ஒன்றரை நூற்றாண்டு காலமாக உத்தியோகபூர்வ வட்டாரங்களில் அரபு ஆதிக்கம் செலுத்தியது. மத்திய சக்தியின் பலவீனத்துடன், பஹ்லவியின் மாற்றியமைக்கப்பட்ட வடிவம் வெளிப்பட்டது, அதன் இந்தோ-ஐரோப்பிய இலக்கண அமைப்பு அப்படியே எளிமைப்படுத்தப்பட்டு, அரபு சொற்களின் பெரிய உட்செலுத்துதலுடன் இது இன்று பயன்பாட்டில் பாரசீக மொழியாக மாறி இருந்தது.

ஈரானில் அரபு தொடர்ந்து பயன்படுத்தப்பட்டது, குறைந்த அளவிலும், லத்தீன் ஐரோப்பாவில் பயன்படுத்தப்பட்டது போல - அதாவது கற்றவர்களின் மொழியாக இருந்தது. எனவே இது அபு அலி சினாவால் பயன்படுத்தப்பட்டது(அவிசென்னா), அல்-பிருனி, ரேஸஸ், அல் கசாலி , பலர் அரபியை பயன்படுத்தினர்;

உண்மையில், அரபு இலக்கியத்தில் மிகவும் பிரபலமான பல பெயர்கள் பாரசீகத்தில் பிறந்த மனிதர்களின் பெயர்கள். ஆனால் பொதுவாக அரபு பயன்பாடு குறைந்து; பாரசீகம் ஒரு சிறந்த இலக்கியத்தின் வாகனமாக மாற வேகமாக வளர்ந்தது, அதற்கு முன்னர், அதன் செல்வாக்கை அண்டை நாடுகளுக்கு நீண்ட காலமாக பரப்பியது. இந்தியாவில், பாரசீக மொழியும் கவிதைகளும் ஆளும் வர்க்கங்களுடன் நடைமுறையில் இருந்தன, மேலும் மொகலாய பேரரசர் அக்பர் பாரசீகத்தை நீதிமன்றத்தில் உத்தியோகபூர்வ மொழியாக ஆக்கினார்; அங்கிருந்து பரவி, பின்னர் சமஸ்கிரத்துடன் இணைவதால், அது உருது மொழிக்கு வழிவகுத்தது.

ஈரானின் மேற்கில், பாரசீக மொழி துருக்கியின் மொழியையும் இலக்கியத்தையும் பெரிதும் பாதித்தது; துருக்கிய வசனம் படிவ பாணியைப் பொறுத்தவரை பாரசீக மாதிரிகளை அடிப்படையாகக் கொண்டது, மேலும் விரிவான சொற்களஞ்சியத்தை கடன் வாங்கியது.

பாரசீகத்தின் ஒரு குறிப்பிடத்தக்க அம்சம், அது ஒரு இலக்கிய மொழியாக ஆயிரம் ஆண்டுகளில் அல்லது அதற்கு மேற்பட்ட காலங்களில் மாறிவிட்டது. ரவுடகியின் கவிதைகள், 941-ல் முதல் பாரசீகக் கவிஞராக கருதப்படுகிறார், அவர் வாசகருக்கு முற்றிலும் புரியக்கூடியவர். பாரசீக இலக்கியத்திலும் குறிப்பிடத்தக்க பல குணாதிசயங்கள் உள்ளன, அவற்றில் மிகவும் குறிப்பிடத்தக்கவை கவிதைகளின் விதிவிலக்கான முக்கியத்துவம். மிக சமீபத்தில் வரை நடைமுறையில் எந்த நாடகமும் இல்லை, நாவல்களும் எழுதப்படவில்லை; உரைநடை படைப்புகள் பெரும்பாலும் வரலாறு, புவியியல், தத்துவம், மதம், நெறிமுறைகள், அரசியல் ஆகியவற்றுடன் மட்டுப்படுத்தப்பட்டிருந்தன, மேலும் கலை வெளிப்பாட்டிற்கான பிரதான நிலையத்தை உருவாக்கிய கவிதை. செவ்வியல் பாரசீக இலக்கியம் ஏறக்குறைய முற்றிலும் அரச ஆதரவின் கீழ் தயாரிக்கப்பட்டது. குறைந்தபட்சம் சம வலிமையின் செல்வாக்கு மதம், குறிப்பாக சூஃபிசம், இது மாய கவிதைகளின் குறிப்பிடத்தக்க விகிதத்தை ஊக்குவித்தது.

### பாரசீக கவிதை

செம்மொழி பாரசீக கவிதை எப்போதும் முற்றோதல் செய்யப்படுகிறது. பிரதான வசன வடிவங்களான காசிதே, மஸ்னவி, கசல், ரூபாய் மிகவும் புகழ்மிக்கவை. காசிடா அல்லது ஓட் என்பது மோனோரைமில் ஒரு நீண்ட கவிதை, இது பொதுவாக செயற்கையான அல்லது மத இயல்புடையது; சரணத்தில் ஜோடிகளில் எழுதப்பட்ட மஸ்னவி, வீரதீர, காதல் அல்லது கதை வசனத்திற்காக பயன்படுத்தப்படுகிறது; கஸல் (ஓட் அல்லது பாடல்)

ஒரு ஒப்பீட்டளவில் குறுகிய கவிதை, பொதுவாக நகைச்சுவை அல்லது மாயமந்திர, நான்கு முதல் பதினாறு ஜோடிகள் வரை மாறுபடும், இவை அனைத்தும் ஒரு ரைம். கஜலின் ஒரு மாநாடு, கவிஞரின் பேனா பெயரின் (தகல்லஸ்) கடைசி ஜோடியில் அறிமுகமாகும். ரூபாய் என்பது ஒரு குறிப்பிட்ட மீட்டரைக் கொண்ட ஒரு (குவாட்ரெய்ன்)செய்யுள், குவாட்ரெயின்களின் தொகுப்பை "ரூபாய்யாத்" (ரூபாயின் பன்மை) என்று அழைக்கப்படுகிறது. இறுதியாக, ஒரு கவிஞரின் கஜல்கள் , பிற வசனங்களின் தொகுப்பை, ரைம்களின் படி அகர வரிசைப்படி அமைக்கப்பட்டிருந்தால் அதை ஒரு திவான் என்று அழைக்கப்படுகிறது.

பாரசீக கவிதைகளை மேற்கத்திய வாசகருக்கு விளக்குவதில் உள்ள விசித்திரமான சிரமங்கள் குறித்து ஒரு சொல் இங்கு இடம் பெறாமல் இருக்கலாம். பாரசீக கவிதைகளைப் பொறுத்தவரையில், ஸூஃபி உருவங்களை மிகவும் இலவசமாகப் பயன்படுத்துதல், அடிக்கடி இலக்கியம், குரானிய, பிற குறிப்புகள் பொதுவான வேலை போன்ற சிறப்பு சிரமங்களை வசனத்திலிருந்து அனைத்து மொழிபெயர்ப்புகளுக்கும் பொதுவான ஆபத்துகளை உருவாக்குகிறது. பாரசீக மொழியில் மிகவும் பயனுள்ள ஒரு வடிவம்,பிற மொழிகளுக்கு பொருந்தாது. ஆனால் எல்லாவற்றிற்கும் மேலாக, பெர்சியாவின் கவிதை அதன் விளைவுகளுக்காக மொழியின் அழகைப் பற்றி மற்ற நாடுகளின் கவிதைகளை விட அதிக அளவில் சார்ந்துள்ளது. இதனால்தான், "இளவரசர்களைப் புகழ்ந்து பேசும் காசிதாஸின்" பெரிய தொகுதியை இன்னும் அசல் மொழியில் மகிழ்ச்சியுடன் படிக்க முடியும், இருப்பினும் இது பெரும்பாலும் மொழிபெயர்ப்புக்கு பொருந்தாது. சுருக்கமாக, பாரசீக கவிதைகளின் மிகப்பெரிய கவர்ச்சி கற்பனை நடை சார்ந்தது.

பாரசீக இலக்கியத்தின் பரந்த துறையின் பின்வரும் சுருக்கமான சித்திரத்தில், மிகச் சிறந்த எழுத்தாளர்களில் சிலரைக் குறிப்பிடுவதைத் தவிர்த்து, எல்லாவற்றையும் விட மிகவும் பிரபலமானவர்கள் பற்றி பேசவோ அல்லது ஒதுக்குவோ முடியாது.

## ஆரம்பகால இலக்கியம்

பாரசீக வசனத்தின் தற்போதைய குணாம்சங்கள் எட்டாம் நூற்றாண்டில் இருந்தே இருந்தன என்று நம்பப்பட்டாலும், பாரசீக இலக்கியத்தின் வரலாறு கலிபாவின் வீழ்ச்சியுடன் தோன்றிய ஒன்பதாம், பத்தாம் நூற்றாண்டுகளின் குறைந்த வம்சங்களுடன் தொடங்குகிறது. இவற்றில் மிக முக்கியமானவை சமனிட்ஸ், அவர்கள் கற்றல், கடிதங்களுக்கு ஆதரவளிக்கும் பல புத்திசாலித்தனமான விஷயங்கள் நீதிமன்றங்களில் முதன்முதலில் போகாராவில்

நிறுவப்பட்டன. இங்கே அவிசென்னா என மேற்கில் நன்கு அறியப்பட்ட அபு அலி சினா, பண்டைய கிரேக்கத்தின் மருத்துவம், தத்துவத்தை உருவாக்கி, கிழக்கில் மட்டுமல்ல, ஐரோப்பாவிலும் - லத்தீன் மொழியில் மொழிபெயர்க்கப்பட்ட கணிசமான செல்வாக்கை செலுத்தக்கூடிய பல படைப்புகளை எழுதினார். பதினேழாம் நூற்றாண்டின் பிற்பகுதியில் பயன்படுத்தவும் செய்தார். அவிசென்னா பெரும்பாலும் அரபு மொழியில் எழுதினார், ஆனால் பாரசீக மொழியில் டேனிஷ் அலாய் - ஒரு கலைக்களஞ்சியத்தை இயற்றினார்.

அரசவைக் கவிஞர்களில் மிகவும் பிரபலமானவர் ருடாக்கி, டாக்கி ஆவார்கள். பொதுவாக பெரிய பாரசீக கவிஞர்களில் முதன்மையானவராகக் கருதப்படும் ருடாக்கி, மிகப் பெரிய அளவிலான வசனத்தை எழுதினார், ஆனால் அதில் சிறிதளவு கூட தப்பிப்பிழைக்கப்படவில்லை. அவரது பாணி நேரடி, எளிமையான, அலங்காரமற்றது - பிற்கால வயதினரின் சில விரிவான வசனங்களுக்குத் திட்டமிடப்படாததாகத் தோன்றியது, ஆனால் மோடம் என்ற வடிவம் சுவைகளுக்கு அதிகமாக முறையிடுகிறது. காவியங்களின் இசையமைப்பாளரான டாகிக்கி, பெர்சியாவின் பண்டைய மன்னர்களைப் பற்றி ஒரு படைப்பை எழுத நியமிக்கப்பட்டார், ஆனால் அவர் இறப்பதற்கு முன்பு ஆயிரம் ஜோடிகளை மட்டுமே முடித்தார். இவற்றில் சில பின்னர் புகழ்பெற்ற ஷாஹமஹேயில் இணைக்கப்பட்டன.

### கஸ்னவிட், ஆரம்பகால செல்ஜுக் காலங்கள்

சுல்தான் மஹ்மூத்தின் மன்றத்தில் நானூறு கவிஞர்கள் இணைக்கப்பட்டதாகக் கூறப்படுகிறது; இவர்களில், குறிப்பிடத்தக்கவர்கள் மஹ்மூத்தின் பேனிகிரிஸ்டுகளில் மிகப் பெரியவர் அன்சுரி, அதைத் தொடர்ந்து ஃபாரூகி, மனோச்சேஹ்ரி, ஆசாடி உரைநடை எழுத்தாளர்களில், மிகவும் பிரபலமானவர் "பண்டைய நாடுகளின் காலவரிசை" இன் ஆசிரியரான பிருனி, அரபியில் பிரத்தியேகமாக எழுதினார்.

பாரசீக இலக்கியத்தின் இரண்டாவது கிளாசிக்கல் காலமாகக் கருதப்படும் செல்ஜூக் சகாப்தம் உரைநடை, கவிதை இரண்டிலும் உன்னதமாக இருந்தது பிரபலமான உரைநடை படைப்புகளில் கசாலியின் அரபு மொழியில் மத அறிவியலின் புத்துயிர் பெறுதல், கிமியா-யே சாதாத் (மகிழ்ச்சியின் ரசவாதம்) என்ற தலைப்பில் அதன் பாரசீக சுருக்கம் ஆகியவை அடங்கும்; பைஹாக்கியின் கஸ்னவிட்களின் வரலாறு: சியாசாத் பெயர், நிஜாம் உல்-முல்க்

எழுதிய அரசாங்கக் கலை பற்றிய ஒரு கட்டுரை, ஆல்ப் அர்ஸ்லான், மாலிக் ஷா ஆகியோருக்கு விஜியர்; பேராசிரியர் லெவி அவர்களால் "இளவரசர்களுக்கான மிரர்" என்று மொழிபெயர்க்கப்பட்ட கை காவஸின் பொழுதுபோக்கு கபஸ் நஸ்ர் உல்லாவின் கலிலா வா டிம்னா என்ற தலைப்பில் இந்திய வம்சாவளியைச் சேர்ந்த விலங்கு புனைகதைகளின் தொகுப்பு; அழகான சஹார் மக்காலா அல்லது நிஜாமி அருசியின் நான்கு சொற்பொழிவுகள்; இப்னுல் பால்கியின் ஃபார்ஸ், ரஷீத்-ஐ வத்வத்தின் கவிதை பற்றிய குறிப்பிடத்தக்க கட்டுரை. மேற்கண்ட நான்கு படைப்புகள் - சாஹர் மக்காலா போன்ற பல்வேறு படைப்புகள் புகழ்பெற்றவை.

இந்த காலகட்டத்தின் பல ஆசிரியர்கள் உரைநடை, கவிதை இரண்டையும் எழுதினர். இவற்றில் மிகவும் புத்திசாலித்தனமான ஒன்று, பதினைந்து படைப்புகள் உரைநடை , 30,000 வசனங்களை எழுதியவர் நசீர்-இ கோஸ்ரோ ஆவார். இதில் பாதிக்கும் குறைவானவை தப்பிப்பிழைத்திருக்கின்றன. எகிப்துக்கான அவரது பயணத்தின் விவரமான சஃபர் நேமே அவரது சிறந்த உரைநடைப் படைப்பாகும். நசீர்-ஐ கோஸ்ரோவின் பெரும்பாலான கவிதைகள் முக்கியமாக மத, நெறிமுறை சார்ந்த பாடங்களில் நீண்டவை; அவர்கள் மொழியின் தூய்மை, திகைப்பூட்டும் தொழில்நுட்ப திறமைக்காக குறிப்பிடப்படுகிறார்கள். அறிஞர் மிர்சா முகமது கஸ்வினியின் கருத்தில், ஃபெர்டோவ்ஸி, கயாம், அன்வாரி, ரூமி, சாதி, ஹபீஸ் ஆகிய ஆறு கவிஞர்களில் வரிசையில் நாசர் கோஸ்ரோவின் பெயரைச் சேர்க்க வேண்டும்.- "நடைமுறையில் அனைவரும்" ஆறு சிறந்த பாரசீக கவிஞர்களைக் கருத்தில் கொள்ள ஒப்புக்கொள்கிறார்கள், ஒவ்வொன்றும் அவரது சிறப்புத் துறையில். இந்த காலத்தின் பிற புகழ்பெற்ற கவிதைகளில் அன்சாரி, அபு சயீத், ஹமதானின் பாபா தாஹெர் ஆகியோரின் படைப்புகள் அடங்கும்; கத்ரானின் ஓடுகள்; கோர்கானியின் காதல் காவியமான விஸ் ஓ ராமின், மசூத்-இ சாத்-இ சல்மான், ரூமியின் திவான்ஸ். அந்தக் காலத்தின் மற்ற ஏழு கவிஞர்கள் சிறந்த புகழ், புத்திசாலித்தனம் கொண்டவர்கள்; அவை கயாம், சனாய், மொய்சி, அன்வாரி, கக்கானி, நிஜாமி, அத்தார்.

பல்துறை கயாம் - "எனக்குத் தெரிந்த ஒரே மனிதர்", பெர்ட்ராண்ட் ரஸ்ஸல் கூறுகிறார், "அவர் ஒரு கவிஞர், கணிதவியலாளர்" - ஐரோப்பாவிலும் அமெரிக்காவிலும் இன்னும் அறியப்பட்ட, மிகவும் பாராட்டப்பட்ட பாரசீக கவிஞர். அவர் உண்மையில் அனைவரின் ஆசிரியரா அல்லது அவருக்குக் கூறப்பட்ட செய்யுள்களில் குவாட்ரெயின்களில் ஏதேனும் ஒன்றா என்பது

குறித்து நீண்டகாலமாக சந்தேகம் இருந்தது, ஆனால் சமீபத்தில் அறியப்பட்ட எந்தவொரு விடயத்தையும் விட மிகப் பழமையான கையெழுத்துப் பிரதிகளை சமீபத்தில் கண்டுபிடித்தது இந்த சந்தேகங்களை நீக்கியுள்ளது.

கயாமின் கவிதைகள் பத்தொன்பதாம் நூற்றாண்டின் இறுதி வரை ஈரானில் பெரும்பாலும் புறக்கணிக்கப்பட்டன, முக்கியமாக மரபுவழித் தணிக்கை காரணமாக. ஃபிட்ஸ்ஜெரால்டின் மொழிபெயர்ப்பு அவரை திடீரென மேற்கில் பிரபலமாக்கியபோது, ஈரானியர்கள் ஒரு கவிஞராக அவரது தகுதிகளை மறுபரிசீலனை செய்யத் தொடங்கினர், நாம் பார்த்த சில பூர்வீக விமர்சகர்கள் இப்போது கவிதை பாந்தியனில் அவருக்கு இடம் கொடுக்கத் தயாராக உள்ளனர். அவர் சூஃபிக்களுக்கு பொதுவான படங்களைப் பயன்படுத்துவதால், கயாம் பெரும்பாலும் ஒரு சூஃபி என்று புகழப்படுகிறார்; ஆனால் அவரது சில குவாட்ரெயின்கள் ஒரு விசித்திரமான விளக்கத்தைத் தாங்கக்கூடியதாக இருக்கும்போது, அவரது படைப்பின் பொதுவான அபிப்ராயம் ஒரு மென்மையான மனச்சோர்வுடன் இணைந்திருக்கும் ஹெடோனிசத்தில் ஒன்றாகும், இது வாழ்க்கையின் துயரமான மாற்றத்தை ஏற்றுக்கொள்வதன் மூலமும், விதியின் சக்தியையும் மனிதனின் இறுதி அறியாமையையும் கொண்டுள்ளது. அணுகுமுறை ஒரு தெய்வீகவாதியை விட ஒரு பொருள்முதல்வாதியின் அணுகுமுறை; உண்மையில், அவர் லுக்ரெடியஸுடன் ஒப்பிடப்பட்டார்.

நசீர்-இ கோஸ்ரோவைப் போன்ற ஒரு பாணியில் எழுதிய சனா, இரண்டு சிறந்த சூஃபி காவியங்களை எழுதியவர், பிற்காலத்தில் அத்தார், ரூமியின் தலைசிறந்த படைப்புகளின் முன்மாதிரிகள், ஒரு பெரிய திவான். ’பாரசீக மொழியின் கலைத் திறமை வாய்ந்தவர்களில் ஒருவர்’ என்று அப்பாஸ் இக்பால் பாராட்டிய முயிஸி, முக்கியமாக பேனிகெரிக் வசனத்தை மிகவும் விரிவான பாணியில் எழுதினார். அன்வாரி, ஏராளமான கவிதைப் படைப்புகளை எழுதியவர், பெரும்பாலும் பேனிகெரிக், கடினமான பாணியில் எழுதினார், சில சமயங்களில் வர்ணனை தேவைப்பட்டது; அவர் மிகப் பெரிய பாரசீக கவிஞர்களில் ஒருவராகக் கருதப்படுகிறார். கக்கானியின் கவிதை இன்னும் மென்மையானது. குறிப்பிடப்பட்ட கடைசி மூன்று கவிஞர்கள் - முயிஸி, அன்வாரி, கக்கானி - அனைவரும் ஈரானில் பிரபலமானவர்கள், முக்கியமாக அவர்களின் தொழில்நுட்ப திறமைக்காக; ஆனால், மொழிபெயர்ப்பது மிகவும் கடினம் என்பதால், அவை மேற்கில் குறைவாகப் பாராட்டப்படுகின்றன.

*1140* இல் காகசஸில் உள்ள கஞ்சாவில் பிறந்த நிஜாமி, ஒரு சிறந்த எழுத்தாளர், குறிப்பாக அவரது காம்சே அல்லது குயின்டெட்டுக்கு பிரபலமானவர், இது ஐந்து சிறந்த காதல், காவியங்களின் தொடர். இவை மக்ஸான் அல்-அஸ்ரர் அல்லது புதையல் மாளிகை இரகசியங்கள், சனியால் ஈர்க்கப்பட்ட ஒரு மாய காவியம்; பிரபலமான காதல் கோஸ்ரோ ஓ ஷிரின், லைலா ஓ மஜ்னுன்; அலெக்ஸாண்டரின் இஸ்கந்தர் பெயர் அல்லது கதை, பஹ்ராம் குரின் வாழ்க்கைக் கதை ஹாஃப்ட் பைக்கர். நிஜாமியின் பாணி அசல், வண்ணமயமானது; அவரது படைப்புகள் பெரும் புகழ் பெற்றன, மேலும் அவரது காதல் கவிதைகளின் அத்தியாயங்கள் மினியேச்சர் ஓவியர்களுக்கு பிடித்த பாடங்களாக இருந்தன.

*1136* ஆம் ஆண்டில் பிறந்த ஃபரீதுத்தீன் அத்தார் ஒரு சிறந்த, அசல் கவிஞர் ஆவார், அவர் ஏராளமான மத, செயற்கையான படைப்புகளைத் தயாரித்தார். அவர் அடிப்படையில் ஒரு ஆன்மீகவாதியாக இருந்தார், மேலும் ரூமி மீது பெரும் செல்வாக்கு செலுத்தினார். அவரது படைப்புகளில் நன்கு அறியப்பட்ட, மாண்டிக் உட்-டெய்ர் (ஃபிட்ஸ்ஜெரால்டு பறவையின்நாடாளுமன்றம் என்ற பெயரில் மொழிபெயர்த்தது), ஒரு மாயமான உருவகமாகும், இதில் பறவைகள் அனைத்தும் புராண சிமோர்ஜைத் தேடி புறப்பட்டனர. அவர்கள் தங்கள் ராஜாவை உருவாக்க விரும்புகிறார்கள். கடவுளுடன் ஒன்றிணைவதற்கான ஆத்மாவின் தேடலைக் குறிக்கும் கதை, அவர்கள் தேடும் பொருளிலிருந்து தனித்தனியாக இருப்பு இல்லை என்ற அவர்களின் கண்டுபிடிப்போடு முடிகிறது.

சிமோர்க் பின்னர் அவர்களை பற்றி இவ்வாறு உரையாற்றுகிறார்:

யாத்ரீகர், யாத்திரை, சாலை எல்லாம் நானே,

ஆனால் உங்கள் வருகையும் கூட நானே என் சொந்த வாசலில் இருந்தேன்...

வாருங்கள், நீங்கள் அணுக்களை இழந்தீர்கள், உங்கள் மைய வரைபடத்திற்கு

நீங்கள் பார்த்த நித்திய கண்ணாடியாக இருங்கள்:

இருளில் அலைந்து திரிந்த சூரிய கதிர்கள்

திரும்பவும், மீண்டும் உங்கள் கதிர்கள் குறையும்.

**ஒரு புதிய அத்தியாயமாக பதின்மூன்றாம் நூற்றாண்டு**

பதின்மூன்றாம் நூற்றாண்டு முதல் தரத்தின் இரண்டு கவிதை

மேதைகளான சாதி, ரூமி ஆகியோரை உருவாக்கியது. இது வரலாறுகளுக்கும் குறிப்பாக குறிப்பிடத்தக்கது, அவற்றில் பல சிக்கலான இந்த காலங்களால் ஈர்க்கப்பட்டவை. ஹம்துல்லா மோஸ்டோஃபி வரலாறு, புவியியல் ஆகிய இரண்டிலும் குறிப்பிடத்தக்க படைப்புகளையும், 75,000 ஜோடிகளில் ஜாஃபர் பெயர் அல்லது வெற்றி புத்தகம் என்ற காவியத்தையும் தயாரித்தார், மேலும் நசீர் உத்-தின் துசி தத்துவம், தர்க்கம் குறித்து எழுதினார். அந்தக் காலத்தின் குறிப்பிடத்தக்க மூன்று கவிஞர்கள் ஈராக்கியர்கள், மர்மமான லாமாஅத் அல்லது ஃப்ளாஷ்ஸின் ஆசிரியர்; "தி கிளி ஆஃப் இந்தியா" என்று அழைக்கப்படும் அமீர் கோஸ்ரோ , ஐந்து திவான்களுக்கு குறையாத எழுத்தாளர் , நையாண்டி கலைஞரான ஜக்கானி போன்றவர் முக்கியமானவர்கள்.

வரலாற்றுப் படைப்புகளில் முதலிடம் வகிப்பது ஜுவைனியின் தாரிக்-இ ஜஹான் குஷா என்ற மங்கோலிய வெற்றிகளின் கணக்கு; மொஸ்லெம் இந்தியாவின் வரலாற்றுக்கான முக்கியமான மூல புத்தகமான ஜுஸ்ஜானியின் வரலாறு; ரஷீத் உத்-தின் சிறந்த ஜேம் ஓட்-தவாரிக் அல்லது யுனிவர்சல் வரலாறு, வசாப்பின் வரலாறு. காலத்தின் பாணி அதிகப்படியான அலங்காரத்திற்கு முனைந்தது; ஆர்பெர்ரியின் கூற்றுப்படி, ஜுவெய்னி, "வாய்மொழி அரேபிய கலையின் மதிப்புமிக்க கலையின் மிகச் சிறந்த திறனாய்வாளர்", அதே சமயம் வசாஃப் "ஜுவெய்னியின் பாணியை அவரது மிகவும் சிக்கலான, சொற்களஞ்சியத்தில் வடிவமைத்தார்." இந்த பள்ளி லெவியின் எழுத்துக்களில் இது "உருவகம், குறிப்பு , ஒத்திசைவு ஆகியவற்றால் நிரப்பப்பட்டிருந்தது, இதன் பொருள் பெரும்பாலும் சொற்களஞ்சியத்தில் சிக்கியது" என்று குறிப்பிடுகிறார். இதற்கு நேர்மாறாக, பாரசீக வரலாற்றாசிரியர்களில் மிகச் சிறந்தவர் என்று பிரவுனால் கருதப்படும் மனசாட்சி ரஷீத் உத்-தின் பணி முக்கியமானவை.

### பதினைந்தாம் நூற்றாண்டு முதல் பதினைந்தாம் நூற்றாண்டு

குறிப்பிடத்தக்க வரலாற்றாசிரியர்களை உருவாக்கியது-ஜாஃபர் பெயர் (திமூரின் வரலாறு) இன் ஆசிரியர் நிஜாம் ஓட்-தின் ஷமி; அதே பெயரில் ஒரு படைப்பை எழுதிய யாஸ்டி; ஹபீஸ்-இ அப்ரு, காஃபி, டோவ்லட்ஷா, மிர் காண்ட், அபரிமிதமான ரோசாத்தின் எழுத்தாளர்-சஃபா அல்லது தூய்மை தோட்டம். குறிப்பு மற்ற உரைநடை எழுத்தாளர்களில், அக்லக்-இ ஜலாலியின் ஆசிரியரான டவ்வானி , அன்வர்-இ சுஹைலி (கனோபஸின் விளக்குகள்) என அழைக்கப்படும் கலிலா வா டிம்னாவின் விரிவான உரைநடை பொழிப்புரையை தயாரித்த கஷெஃபி ஆகியோர் அடங்குவர்.

பதினைந்தாம் நூற்றாண்டின் கவிஞர்களில் சூஃபிகள் மக்ரிபி, காசிம்-இ அன்வர், கதிபி, புனித நிமாத் அல்லாஹ் வாலி, ஜாமி ஆகியோர் அடங்குவர்.

ஜாமி, "கிளாசிக்கல் பாரசீக இலக்கிய வரலாற்றில் கடைசி புகழ்பெற்ற நபராக உலகளவில் கருதப்படுகிறார்" (ஆர்பெர்ரி) 1414 இல் பிறந்தார். கணிசமான பாலுணர்வு, கவிதை மேதை கொண்ட ஒரு மனிதர், ஜாமி சில நாற்பத்தைந்து படைப்புகளைத் தயாரித்தார், அவற்றில் சிறந்தவை அறியப்பட்ட பஹரிஸ்தான், திவான், ஹாஃப்ட் அவுராங் அல்லது ஏழு சிம்மாசனங்கள், நான்கு செயற்கையான படைப்புகள் , மூன்று காதல் (சலாமன் ஓ அப்சல், யோசெப் ஓ சோலைகா, லைலா ஓ மஜ்னவுன்) ஆகியவற்றின் தொடர், நிசாமியின் படைப்புகளை எதிர்த்துப் போட்டியிட அவர் விரும்பினார்.

சஃபாவிகளின் எழுச்சிக்கு சற்று முன்னர் இறந்த ஜாமிக்குப் பிறகு, பாரசீக கவிதைகள் பொதுவாக வீழ்ச்சியடைந்ததாகக் கருதப்படுகிறது. பதினைந்தாம் நூற்றாண்டிற்குப் பிறகு முதல் தரவரிசையில் இருந்த கவிஞர்கள் யாரும் இல்லை, ஆனால் இந்த நீண்ட காலகட்டத்தில் எழுத்தாளர்கள், திறமை வாய்ந்த கவிஞர்கள் பற்றாக்குறை இல்லை, அவர்களில் சிலர் மிகச் சிறந்தவர்கள்.

ஜாமியைப் பின்தொடர்ந்த கவிஞர்களில், அவரது மருமகன் ஹதீஃப் காதல், வரலாற்று காவியங்களை எழுதியவர்; அவரது மாணவர்களான ஆசாபி, ஃபிகானி ("தி லிட்டில் ஹபீஸ்" என்ற பட்டத்தை பெற்றார்), அஹ்லி, சூஃபி கவிஞர் ஹிலாலி ஆகியோரும் பிரபலமானவர்கள். பின்னர் பதினாறாம் நூற்றாண்டில் கவிஞர்களான ஹெயரதி, காசிமி, காஷி பேனிகிரிஸ்ட், சனி, பாசிஹி, ஷாபாய் ஆகியோர் வந்தனர்.

பதினேழாம் நூற்றாண்டின் மிகப் பெரிய இலக்கிய நபரான சாய்ப் (பிறப்பு 1677), ஜாமிக்குப் பிறகு சிறந்த பாரசீக கவிஞராக சிலர் கருதுகின்றனர். ஆரம்பகால வாழ்க்கையில், மொகல் பேரரசர் ஷாஜகானிடம் நீதிமன்றக் கவிஞராக அவர் இந்தியாவில் சிறிது காலம் செலவிட்டார், மேலும் ஈரானுக்குத் திரும்பினார், இரண்டாம் ஷா அப்பாசிடமிருந்து சிறந்த கவிஞர் பரிசு பெற்றார். சாப் ஒரு தெளிவான, அசல் கவிஞராக இருந்தார், அவர் புதிய வடிவங்களை பழைய வடிவங்களில் ஊடுருவி ஒரு புதிய பள்ளியை நிறுவினார். அவரது சமகாலத்திய ஃபயாஸ் என்பதும் குறிப்பிடத்தக்கது. பதினெட்டாம் நூற்றாண்டின் புகழ்பெற்ற உரைநடை எழுத்தாளர் அசேர், அதேஷ் கதே (800 க்கும் மேற்பட்ட கவிஞர்களின் வாழ்க்கையைக் கொண்ட ஒரு வாழ்க்கை வரலாற்று

அகராதி), ஒரு திவான், ஒரு காதல் காவியத்தின் ஆசிரியர் ஆவார். செழிப்பான எழுத்தாளர் ஹாசின் வரலாறுகள், சுயசரிதை, நான்கு திவான்களை தயாரித்தார். அதை போல கவனிக்கத்தக்க கவிஞர் நேஜாத் முக்கியமானவர்.

பத்தொன்பதாம் நூற்றாண்டில் சபாவில், கவிஞர் பரிசு பெற்றவர் ஃபத் அலி ஷா, ஒரு திவான் , ஷாஹன்ஷாஹ் நாமே என்ற காவியத்தை இயற்றினார்; ஒரு கவிஞராக அவர் ஒரு திவானின் ஆசிரியரான நேஷாத் சிறந்து விளங்கினார். பத்தொன்பதாம் நூற்றாண்டின் சிறந்த எழுத்தாளரும், ஜாமிக்குப் பின்னர் மிகச் சிறந்தவருமான கானி (இறப்பு 1853) ஈரானின் மிகச் சிறந்த , மெல்லிசைக் கவிஞர்களில் ஒருவர். அந்தக் காலத்தின் நன்கு அறியப்பட்ட உரைநடைப் படைப்புகளில் நசீர் உத்-தின் ஷா ஐரோப்பாவிற்கான தனது மூன்று பயணங்களின் நாட்குறிப்புகள் , கவிஞர் ரெசா குலி கானின் இலக்கிய சுயசரிதைகள் ஆகியவை அடங்கும். இந்த காலம் ஐரோப்பிய இலக்கியத்தின் அதிகரித்துவரும் செல்வாக்கால் குறிக்கப்பட்டது, கவிஞர் ஷைபானி , பிறரின் படைப்புகளில் இது குறிப்பிடத்தக்கது.

பாரசீக கடித இலக்கியங்களின் உண்மையான மறுமலர்ச்சி இருபதாம் நூற்றாண்டின் முற்பகுதியில் தெரியவந்தது, சீர்திருத்தத்திற்கான வளர்ந்து வரும் ஆசைகள் ஏராளமான நையாண்டிகளைத் தூண்டியது. இந்த காலகட்டத்தின் மிகச்சிறந்த நபர்களில் ஒருவரான ஈராஜ் மிர்சா (இறபு 1926), சிறந்த திறமை வாய்ந்த கவிஞரும், பெண்களின் விடுதலையின் போராளியுமாவார். ஆதிப், பஹார், லாஹூட்டி, ஷாஹ்யார், அரேஃப் , கவிஞர் பர்வின் எட்டெசாமி ஆகியோர் மற்ற குறிப்பிடத்தக்க கவிஞர்கள் ஆவார்கள். மேலும் சமீப பத்தாண்டுகளில் கவிஞர்கள் பட்டியலில் அடங்கும் நிமா யோஜிஸ், ராடி, ஹான்லரி, இஸ்லாமி, குல்சின், அகமது சம்லூ, மெஹ்தி அஹவான், மஸூத் பர்ஷாத், சோரப் செப்ரி, பிரிடூன் மொஸ்ரி,பாரா பரூக்ஷாத் ஆகியோர் குறிப்பிடத்தக்கவர்கள் ஆவார். இந்த கவிஞர்களில் சிலர் பாரசீக இலக்கியத்திற்கு புதிய வசன வடிவங்களை அறிமுகப்படுத்தியுள்ளனர். இங்கே பெரிய படைப்புகளை மறந்துவிடக்கூடாது.சாதிக் ஹிதாயத், சமத் பெஹ்ராங்கி, சாதிக் சவுபக் , பரலால் பாரசீக இலக்கியம் வளம் பெற்றது.

# 2

## பாரசீக இலக்கியத்தின் வரலாறு (20 தொகுதிகள்) நூல் அறிமுகம்

பாரசீக இலக்கியம் பாரசீக கலாச்சாரத்தின் கிரீடத்தில் உள்ள ஒரு பொன்நகை. இது ஒட்டோமான் துருக்கி, முஸ்லீம் இந்தியா, துருக்கிய மத்திய ஆசியாவின் இலக்கியங்களை ஆழமாக பாதித்துள்ளது. கோதே, எமர்சன், மத்தேயு அர்னால்ட், ஜார்ஜ் லூயிஸ் போர்ஜஸ் ஆகியோருக்கு உத்வேகம் அளித்தது. ஆயினும் பாரசீக இலக்கியம் உண்மையிலேயே தகுதியான கவனத்தை ஒருபோதும் பெறவில்லை.

பாரசீக இலக்கிய வரலாறு புதிய, விரிவான வரலாற்றை வழங்குகிறது. இந்த 20-தொகுதி, அதிகாரபூர்வமான கணக்கெடுப்பு பாரசீக இலக்கியத்தின் உயரத்தையும் முக்கியத்துவத்தையும் ஈரானிய அனுபவத்தின் மிக முக்கியமான ஒரு சாதனையாக பிரதிபலிக்கிறது. இந்த முக்கியமான தலைப்பை புதிய விமர்சன அணுகுமுறையைக் கொண்டுவரும் முக்கிய அறிஞர்களின் பங்களிப்புகளுடன் விரிவான எடுத்துக்காட்டுகள் இதில் அடங்கும்.

ஆறு தொகுதிகள் ஏற்கனவே ஐ.பி. டாரிஸால் வெளியிடப் பட்டுள்ளன: தொகுதி I: பாரசீக இலக்கியத்திற்கு ஒரு பொது அறிமுகம், பேராசிரியர் ஜே.டி.பி டி ப்ரூய்ன் திருத்தினார்; தோழமை தொகுதி I: இஸ்லாமியத்திற்கு முந்தைய ஈரானின் இலக்கியம், பேராசிரியர்கள் ரொனால்ட் ஈ. எமெரிக் , மரியா மக்குச் ஆகியோரால் திருத்தப்பட்டது; தோழமை தொகுதி II: ஈரானிய மொழிகளின் வாய்வழி இலக்கியம், பேராசிரியர்கள் பிலிப் ஜி. கிரெயன்ப்ரூக், உல்ரிச் மார்சோல்ப் ஆகியோரால் திருத்தப்பட்டது; , பாரசீக வரலாறு, பேராசிரியர் சார்லஸ் மெல்வில்லால் திருத்தப்பட்டது; இருபதாம் நூற்றாண்டின் ஆரம்பகால இலக்கியங்கள் அரசியலமைப்பு காலத்திலிருந்து ரெசா ஷா வரை, அலி-அஸ்கர் சையத்-கோஹ்ராப் திருத்தினார்; ஈரானுக்கு வெளியே பாரசீக இலக்கியம். இந்திய துணைக் கண்டம், அனடோலியா, மத்திய ஆசியா, ஜூடியோ-பாரசீக மொழிகளில், பேராசிரியர் ஜான் ஆர். பெர்ரி திருத்தினார்.

அடுத்த தொகுதி வெளியிடப்பட உள்ளது தொகுதி *II:* கிளாசிக்கல் சகாப்தத்தில் பாரசீக பாடல் கவிதைகள், பேராசிரியர் எஹ்சன் யர்ஷாதர் தொகுத்த *800-1500* கஜல்கள், பேனிகிரிக்ஸ், குவாட்ரெயின்கள்.

**PERSIAN LITERATUREன் வரலாறு (20 தொகுதிகளில்)**

தொகுதி *I* : பாரசீக இலக்கியத்திற்கான பொது அறிமுகம்

தொகுதி *II* : கிளாசிக்கல் சகாப்தத்தில் பாரசீக பாடல் கவிதை, *800-1500* (கஜல்ஸ், பேனிகிரிக்ஸ், குவாட்ரெயின்கள்)

தொகுதி *III* : கிளாசிக்கல் சகாப்தத்தில் பாரசீக கதை கவிதை, *800-1500* (காதல் , செயற்கையான வகைகள்)

தொகுதி *IV* : வீர காவியம் (ஷாஹ்நாமே , அதன் மரபு)

தொகுதி *V* : பாரசீக உரைநடை

தொகுதி *VI* : மத , மாய இலக்கியம்

தொகுதி *VII* : பாரசீக கவிதை, *1500-1900* (சஃபாவிட்களிலிருந்து அரசியலமைப்பு இயக்கத்தின் விடியல் வரை)

தொகுதி *VIII* : இந்திய துணைக் கண்டத்தில் பாரசீக கவிதைகள் (திவான்ஸ், சுயசரிதை தொகுப்புகள், இலக்கிய விமர்சனம்)

தொகுதி *IX* : ஈரானுக்கு வெளியே பாரசீக இலக்கியம். இந்திய துணைக் கண்டம், அனடோலியா, மத்திய ஆசியா, ஜூடியோ-பாரசீக மொழிகளில்

தொகுதி *X* : பாரசீக வரலாற்று வரலாறு

தொகுதி *XI* : இருபதாம் நூற்றாண்டின் முற்பகுதி இலக்கியம் (அரசியலமைப்பு காலத்திலிருந்து ரெசா ஷா வரை)

தொகுதி *XII* : நவீன பாரசீக கவிதை, *1940* முதல் தற்போது வரை (ஈரான், ஆப்கானிஸ்தான், தஜிகிஸ்தான்)

தொகுதி *XIII* : நவீன புனைகதை, நாடகம்

தொகுதி *XIV* : கிளாசிக்கல் காலத்தின் கவிஞர்கள், எழுத்தாளர்களின் வாழ்க்கை வரலாறு

தொகுதி *XV* : நவீன காலத்தின் கவிஞர்கள்,

எழுத்தாளர்களின் வாழ்க்கை வரலாறு; இலக்கிய விதிமுறைகள்

தொகுதி XVI : பொது அட்டவணை
பாரசீக இலக்கியத்தின் வரலாறுக்கான தோழமை தொகுதிகள்

தோழமை

தொகுதி I: இஸ்லாமியத்திற்கு முந்தைய ஈரானின் இலக்கியம்

தோழமை

தொகுதி II: ஈரானிய மொழிகளின் வாய்வழி இலக்கியம் (குர்திஷ், பாஷ்டோ, பலோச்சி, ஒசெடிக், பாரசீக , தாஜிக்)

தொகை நூல்களாக

தொகுதி I: ஆங்கில மொழிபெயர்ப்பில் பாரசீக கவிதைகளின் தேர்வு

தொகுதி II: ஆங்கில மொழிபெயர்ப்பில் பாரசீக உரைநடை தேர்வு

# 3

## ஈரானிய தற்கால கவிதைகள் ஒரு அரசியல் விமர்சனம் 1

ஒரு அரசியலமைப்பு புரட்சி கொண்ட இலக்கிய கருப்பொருள்களை விரிவான ஆய்வு செய்யும் போது மூன்று இலக்கிய நாட்டங்கள் அல்லது இந்த காலங்களில் இலக்கிய சூழ்நிலையை சித்தரிக்க இவை ஒவ்வொன்றும் ஒவ்வொரு பாணியை வெளிப்படுத்துகிறது என்பது வரை அலசவேண்டியிருக்கிறது.

முதலில் ஒரு நவீன அல்லது தாராளவாத சிந்தனைப் பள்ளி அரசியலமைப்பு புரட்சிக்கு முன்னும் பின்னும் ஒரு பாரம்பரிய சமுதாயத்திலிருந்து புரட்சியை ஏற்றுக்கொண்டு ஜீரணிக்கக்கூடிய ஒரு சமூகத்திற்கு ஒரு மாற்றத்தை உருவாக்கியது. சில மதச்சார்பற்ற போக்குகளை இணைத்திருந்தாலும், இந்த வகையான இலக்கியங்கள் நவீனத்துவத்தின் அவசியத்தை வலியுறுத்தின, அரசியல், சமூக சுதந்திரங்களை பாதுகாத்தன.

இரண்டாவது கருப்பொருள் தற்போதுள்ள நிலைமைகளை மீறுவதாகும். இதுபோன்ற சிந்தனைப் பள்ளி உண்மையில் ரெசா ஷாவின் 20 ஆண்டுகால சர்வாதிகார ஆட்சியால் ஊக்குவிக்கப்பட்டு உருவாக்கப்பட்டது.

மூன்றாவது இலக்கிய கருப்பொருள் ஒரு வகையான புத்துயிர்ப்பு , எதிர்ப்பு இலக்கியமாக இருந்தது. ஈரானின் சமகாலத்திற்கு முந்தைய வரலாற்றில் இதுபோன்ற ஒரு உணர்வு வேரூன்றியிருந்தாலும், அது ரெசா ஷாவின் ஆட்சியில் புத்துயிர் பெற்றது 1953 முதல் 1961 ஆண்டுகளில் ஈரானிய இலக்கியத்தில் அதன் தாக்கத்தை விட்டுவிட்டு புதுவேகத்தை பெற்றது.

சமகால ஈரானிய இலக்கியத்தின் ஒரு ஆய்வில், இந்த சாய்வுகள் ஒவ்வொன்றும் மூன்று வெவ்வேறு காலகட்டங்களில் பகுப்பாய்வு செய்யப்படுகின்றன.

சமகால ஈரானிய இலக்கியத்தில் இலக்கிய கருப்பொருளின் குறிகாட்டிகளின் மறுஆய்வு , அடையாளம் காண்பது கலையின் புதிய இலக்கிய, சமூகவியல் கண்ணோட்டங்களால் பாதிக்கப்படுகிறது, இதற்கு ஒரு எடுத்துக்காட்டு ஜேனட் வூல்ஃபின் சமூக உற்பத்தி கலையில் குறிப்பிடப்பட்டுள்ளது. கலையின் சமூகவியலில் ஒரு புதிய பார்வையுடன் இந்த கட்டுரையில் ஈரானின் சமகால இலக்கியங்களை மறுபரிசீலனை செய்ய முயற்சிக்கிறேன்,

மேலும் இந்த இலக்கிய நூல்களில் எழுப்பப்பட்ட கருத்துக்களுக்கு ஒரு புதிய பார்வையை வைக்கிறேன். எனது பகுத்தறிவு வூல்ஃப் கூறியது போன்றது: "ஒரு இலக்கியப் படைப்பின் உற்பத்தியில் பலர் பங்கேற்கிறார்கள், சமூக காரணிகள், கருத்தியல் எண்ணங்கள் ஒரு நாட்டில் ஒரு எழுத்தாளர் அல்லது ஓவியரின் படைப்புகளை பாதிக்கின்றன, மேலும் பார்வையாளர்களும் வாசகர்களும் செயலில் , பங்கேற்பு பாத்திரத்தை வகிக்கிறார்கள் படைப்புகளை உருவாக்குதல். இதனால், எழுத்தாளர் மிகவும் வெளிப்படையான முறையில் விளிம்பில் தள்ளப்படுகிறார்." (வூல்ஃப், 1994, பக். 33).

இத்தகைய கட்டமைப்புவாத முன்னோக்கு என்பது இலக்கிய நூல்களின் வரம்பைக் குறிக்காது, ஆனால் சமகால ஈரானில் உள்ள பல இலக்கிய தயாரிப்புகள் அக்கால நிகழ்வுகளால் நிச்சயமாக தாக்கத்தை ஏற்படுத்தியுள்ளன என்பதைக் காட்டுகிறது. இத்தகைய சூழ்நிலைகளில் இலக்கிய கருப்பொருள்கள் , கலைஞர்கள் ஒரு சர்வாதிகார ஆட்சியின் ஆசைகளை நியாயப்படுத்தவோ அல்லது மாக்சிம் கார்க்கி அறிவுறுத்திய ஒரு விமர்சன யதார்த்தத்தை எதிரொலிக்கவோ ஒரு யதார்த்தமான அல்லது சோசலிச முறையில் அல்ல, ஆனால் ஒருவித ஈரானிய கலை மனசாட்சியைக் காண்பிப்பதற்காக ஒரு வகையான பொறுப்பை ஏற்றுக்கொண்டனர்.

அரசியலமைப்பு எழுச்சியின் போதும், அந்தக் காலத்திற்குப் பிறகும், அந்தக் கால நிலைமைகளுக்கு ஏற்ப விஷயங்களை புரிந்து கொண்டனர். 1953 க்குப் பிறகு இதுபோன்ற ஒரு தீவிரம் கவிஞர்கள் , எழுத்தாளர்களிடையே ஒருவித சிதைவு, தனிமைக்கு வழிவகுத்தது என்பதை நாம் ஒத்துகொள்ள வேண்டும் ஏனென்றால் அவர்களின் உணர்விற்கு ஒரு முட்டு கொடுக்க அவர்களுக்கு பொருத்தமான சூழல் இல்லை.

சமகால ஈரானிய வரலாற்றின் வருகையுடன் அரசியலமைப்பு எழுச்சி சகாப்தத்தை நாம் தவிர்க்க முடியாத மூன்று இலக்கியப் பள்ளிகளை அரசியல் ஆய்வுக்கு இப்போது சமகால இலக்கியத்தின்

மறுஆய்வில் வலியுறுத்தப்பட்டுள்ளது. அரசியலமைப்பு சகாப்தம், ரெசா ஷாவின் ஆட்சி, 1941 முதல் 1953 வரையிலான மூன்று வரலாற்று காலங்கள் என்று இக்கட்டுரையைத் தொடங்குவோம். இந்த மூன்று காலங்களையும் விரிவாக மதிப்பாய்வு செய்யும் போது, போசோர்க் அலவி, சாடெக் ஹெதாயத் போன்ற பல சிறந்த இலக்கிய பிரமுகர்களைப் மையப்படுத்துவோம்.

# 4

# ஈரானிய தற்கால கவிதைகள் ஒரு அரசியல் விமர்சனம் 2

கஜார் மன்னரான நாசருதீன் ஷாவின் ஆட்சியின் தொடக்கத்தில் அரசியலமைப்பு புரட்சிக்கான காரணங்கள் தயாரிக்கப்பட்டன. அந்த நேரத்தில் புரட்சிக்கான தீவிரம் நாசருதீன் ஷா ஐரோப்பாவிற்கு அடிக்கடி மேற்கொண்ட பயணங்கள் , ஈரானிய குடியேறியவர்களால் ஐரோப்பாவிற்கு பயணம் செய்ததன் காரணமாக தீவிரமடைந்தது, அதே போல் சர்வாத் முறைக்கு எதிராக கடுமையாக பிரச்சாரம் செய்தபோது சையத் ஜமாலுதீன் அசாதாபாதி ஈரானுக்கு இரண்டு பயணங்கள் மேற்கொண்டார்.. அரசியலில் திருத்தங்கள் தேவை , அசாதாபாடியைப் பின்பற்றுபவர்களின் உழைப்பு ஈரானில் பொது விழிப்புணர்வில் ஒரு திட்டவட்டமான தாக்கத்தை ஏற்படுத்தியது. இதற்கிடையில், நீண்ட காலமாக நாட்டின் உடல், ஆன்மீக வறுமைக்கு சாட்சியாக இருந்த புத்திஜீவிகள், எழுத்தாளர்கள் ஈரானின் நிலைமைகள் குறித்து ஆர்வமாக இருந்தனர்.வெளிநாட்டில் செயல்பட பொருத்தமான காரணங்களைக் கண்டறிந்தனர்.

ஈரானிய மக்களை விழித்துக்கொள்வதிலும் புரட்சியின் விதைகளை பரப்புவதிலும் முக்கிய பங்கு வகித்த செல்வாக்கு மிக்க நபர்களில் ஒருவர் மிர்சா மெல்கோம் கான் நாசெம் அட்-டோவ்லே இஸ்ஃபஹானி ஆவார், அவர் தெஹ்ரானிலும், கானூன் (சட்டம்) செய்தித்தாளிலும் ஃப்ரீமொன்சரி இயக்கத்தை நிறுவியதாகவும் கூறப்படுகிறது. பிற்காலத்தில் லண்டனில் இருந்து வெளிவந்த அவரது வித்தியாசமான , பயனுள்ள கட்டுரைகள் ஈரானிய எண்ணங்களில் புரட்சியை ஏற்படுத்தின. மிர்சா ஃபத்தாலி அகூண்ட்சாதே எழுதிய கட்டுரைகள் நாடகங்களின் மொழிபெயர்ப்பு, மிர்சா அககான் கெர்மனியின் கட்டுரைகள் கவிதைகள், அறிவியல் சமூகவியல் அடிப்படைகளை எளிய மொழியில் கற்பித்த ஹஜ் மிர்சா அப்துல்ராஹிம் டால்போஃப், ஹஜ் ஜீனோலபெடின் மராகேயின் சமூக நாவல்கள், ஃபார்ஸி பத்திரிகைகள் இந்தியா

இஸ்தான்புல், அஜர்பைஜான் , ஒட்டோமான் பேரரசு காகசஸ் இடையேயான வர்த்தக பரிவர்த்தனைகள் குறிப்பாக பிப்ரவரி 1904 இல் நடந்த ஜப்பான்-ரஷ்யா போர், ரஷ்யா' ஈரானிய பொதுக் கருத்துக்களை உலுக்கிய ஜப்பானின் தோல்வி, காகசஸில் பயனுள்ள செய்தித்தாள்கள் பத்திரிகைகள் தோன்றியது.அவை அஜர்பைஜானில் அவை புழக்கத்தில் இருந்தன, இவை அனைத்தும் படிப்படியாகவும் ஒவ்வொரு சகாப்தத்திலும் ஈரானிய சமூக அமைப்பின் ஊழல் நிறைந்த சமூக கட்டமைப்பிற்குள் ஊடுருவி ஆளும் உயரடுக்கை எச்சரித்தன. ஈரானில் பழங்கால அதிகாரத்துவ அமைப்பு ரஷ்யர்கள் , ஆங்கிலேயர்களால் உடனடியாக ஆக்கிரமிக்கப்படும் அச்சுறுத்தலுக்கு நாட்டை அம்பலப்படுத்தியது. இந்த காரணிகள் தேசத்தின் நிர்வாகத்தில் ஒரு அடிப்படை புரட்சியை ஏற்றுக்கொள்ளவும் புதிய வாழ்க்கை முறையை பயன்படுத்தவும் மக்களை தயார்படுத்தின. ஆகவே ஈரானில் பண்டைய, சீரழிந்த , சிதைந்த சமூக அமைப்பில் புரட்சியை ஏற்படுத்த வேண்டும் என்ற தீவிர ஆசை அரசியலமைப்பு எழுச்சிக்கு வழிவகுத்தது (அரியன்பூர், 1993, தொகுதி 1, 225-226).

அரசியலமைப்பு எழுச்சிக்கு முன்னர் புரட்சியின் முன்னோடியாக, பல அறிவியல், பொழுதுபோக்கு, சமூக அரசியல் புத்தகங்கள் அரசியல் சமூக பிரச்சினைகள், நவீனத்துவத்தை விரிவுபடுத்துவதன் அவசியம் குறித்து மொழிபெயர்க்கப்பட்டன. பாகர் மோமேனி மூன்று வகையான இலக்கியங்களை வகைப்படுத்தியுள்ளார், இது இந்த ஆண்டுகளின் நிலைமைகளுடன் நகர்ந்தது:

அரசாங்கமும் ஆளும் உயரடுக்கினரால் அடித்தளமாக அமைக்கப்பட்ட விஞ்ஞான இலக்கியங்கள், நாசருதீன் ஷாவுக்குப் பிறகு முன்னோடியில்லாத வளர்ச்சியை அடைந்தன.

சமூகத்தின் அனைத்து வகுப்புகளையும் உரையாற்றும் பொழுதுபோக்கு இலக்கியம் அல்லது மாலை கேளிக்கை. அமீர் அர்சலன், த்ரீ மஸ்கடியர்ஸ், கட்டாய மருத்துவர், நெப்போலியனின் கதை போன்ற புத்தகங்கள் பிரபுக்கள், நடுத்தர வர்க்கம், கீழ் வகுப்பினர் ஆகியோரால் தீவிரமாக போற்றப்பட்டன. இதற்கிடையில், இதுபோன்ற இலக்கியங்கள் அரசியலுக்கும் ஒரு பார்வை வைத்திருந்தன என்பதை ஒருவர் மறந்துவிடக் கூடாது.

அரசியலமைப்பு சகாப்தத்தின் அரசியல், சமூக இலக்கியங்கள் மிகவும் முக்கியமானதாகக் கருதப்பட்டன, தீவிர அரசியல் கருத்துக்கள் இல்லாவிட்டால் அவை அரசியலமைப்பு காலத்துடன் தொடர்பில்லாதவை என்று கருதப்பட்டதாக மோமெனி கூறுகிறார். இந்த நாவலும் பாரம்பரியத்தையும் மீறும் இலக்கியம் உண்மையில் நடுத்தர வர்க்க நகர முதலாளித்துவத்தின் பழமாக இருந்தது,

அவர்களின் கருப்பொருள்களின்படி புரட்சிகர முழக்கங்களை பெற்றெடுத்தது. அந்த கோணத்தில் ஃபெரிடூன் அடாமியட் அரசியலமைப்பு சகாப்தத்துடன் தொடர்புடைய தொடர்ச்சியான இலக்கிய படைப்புகளையும் குறிக்கிறது, இது தற்போதுள்ள ஆளும் முறையை விமர்சித்தது. மிர்சா இப்ராஹிம் படாயெனேகர் எழுதிய விமர்சனம், அபுடலெப் பெபஹானி எழுதிய மென்ஹாஜ் அல்-அலி, ஈரானின் அரசியல் நிலை, மிர்சா உசேன் கான் சர்தீப்பின் ஷேக் ஷூக் (தி மெர்ரி ஷேக்) போன்ற கட்டுரைகளை அடாமியட் குறிப்பிடுகிறார்.அதே மூலத்திலிருந்து ஷேக் ஷூக்கிலிருந்து பத்திகளை மேற்கோள் காட்டுவோம், அந்தக் காலத்தின் இலக்கியங்கள் ஒரு புதிய காலகட்டத்திற்கு மாறுவதற்கான அவசியத்தை எவ்வாறு புரிந்துகொண்டன என்பதையும், அமைப்பின் கட்டமைப்பில் மாற்றத்தை வரவேற்கின்றன என்பதையும் காட்டுகின்றன. ஷேக் ஷூக்கின் ஒரு அத்தியாயத்தில், புத்தகம் கூறுகிறது: "ஐரோப்பாவில் நிலைமை ஈரானில் இருந்து வேறுபடுகிறது. ஐரோப்பாவில் கற்றலுக்கான வசதிகள் உள்ளன, ஈரானில் அத்தகைய நிறுவனங்கள் எதுவும் இல்லை. கற்றறிந்த, அறிவுள்ளவர்கள் வெளிநாடுகளில் மதிக்கப்படுகிறார்கள், ஈரானில் அவர்கள் இழிவுபடுத்தப்படுகிறார்கள், அவமானப்படுகிறார்கள் ஐரோப்பாவில் புத்தகங்களும் பள்ளிகளும் உள்ளன, ஈரானில் அறிவு வழக்கற்றுப் போய்விட்டது. ஈரானில் ஒருவர் புறா, குரங்கு வீடுகளைக் காணலாம், ஆனால் பொது நூலகம் இல்லை. பின்னர் அறிவை விரும்புவோர் எவ்வாறு கல்வி கற்க முடியும்? (ஆதாமியட், சுதந்திர சிந்தனை, 1961).

சமுதாயத்தில் விரைவான முன்னேற்றத்திற்கான ஆசை, பீட்டர் தி கிரேட் வரலாறு, சார்லஸ் தி பன்னிரண்டாவது, அலெக்சாண்டர் ஆஃப் மாசிடோனின் வால்டேர், அலெக்ஸாண்டர் டுமாவின் மூன்று மஸ்கடியர்ஸ், கான்டே மான்டே கிறிஸ்டோ போன்ற நாவல்கள் மொழிபெயர்க்கப்பட்டு வெளியிட வழிவகுத்தது. ஃபெனெலின் டெலிமேக், டேனியல் டெஃபோவின் ராபின்சன் தி க்ரூஸர், ஜொனாதன் ஸ்விஃப்ட் எழுதிய கல்லிவர்ஸ் டிராவல்ஸ், ஹஜ்ஜி பாபாவின் கதை இஸ்ஃபஹானிலிருந்து ஜேம்ஸ் மரியர், மிர்சா ஹபீப் இஸ்ஃபஹானி மொழிபெயர்த்தது. இவை அனைத்தும் இறுதியில் கஜார் மன்னர்களிடையே வித்தியாசமான ஆளுமை கொண்ட முசாபருதீன் ஷாவால் அரசியலமைப்பு முடியாட்சியை அறிவிக்க வழிவகுத்தது. அந்த காரணத்திற்காக, நாசெமொலசம் கெர்மானி போன்ற ஒரு சுதந்திர காதலன் முசாபருதீன் ஷாவுக்கு ஈரானிய விழிப்புணர்வு வரலாற்றில் புகழ்பெற்ற அஞ்சலி செலுத்துகிறார். கெர்மானி கூறுகிறார்:"

அவரது ஆட்சியின் போது அரசாங்கம் ஈரானில் அரசியலமைப்பு முடியாட்சியாக மாறியது... மேலும் மக்கள் தங்கள் உரிமைகளைப் பற்றி அறிவொளி பெற்றனர்... (நாசெமொலசம் கெர்மானி, 1953, பக். 427)."

அந்த பின்தங்கிய காலங்களில் திருத்தல்வாத, போர் இலக்கியங்களின் தோற்றம் ஈரான் இரண்டு வகையான எழுத்தாளர்கள் இருப்பதன் காரணமாக இருந்தது; உள்நாட்டு எழுத்தாளர்களான ரெசகோலி கான் ஹெதாயத், எடமடோல்சால்டானே, அமினோல்டோவ்லே, , யூசெப் கான் மோஸ்டெஷரோல்டோவ்லே ஆகிய அனைவருமே ஒற்றை வெளிப்பாட்டை நாடுகிறார்கள், இது இழந்த 'சுதந்திரம்', சட்டத்தின் தேவை. தலேபோவ், ஜீனோலபெடின் மராகேய், மிர்சா மெல்கோம் கான் உள்ளிட்ட இரண்டாவது குழு வெளிநாட்டில் வசித்து வந்தது.

இந்த இரண்டு குழுக்களின் எழுத்தாளர்களின் கூட்டமும் ஈரானிய மக்களின் கைகளில் பொருத்தமான கருவியாக மாறிய ஒரு வகையான சுருக்க யதார்த்தத்தை உருவாக்க வழிவகுத்தது என்று நான் நம்புகிறேன், இதனால் அந்த யதார்த்தத்தின் மூலம் அவர்கள் அரசியல், சமூக வாழ்க்கையிலிருந்து முக்காடுகளை கிழிக்க முடியும், தற்போதுள்ள வாழ்க்கையை கவிழ்க்கவும், ஒரு புதிய அமைப்பை உருவாக்கவோ அல்லது கிளர்ச்சி செய்யவோ அவர்களின் ஆவிகளைத் தூண்டுகிறது.

செக்கோவ் கூறியது இங்கே ஒரு பொருத்தமான பொருளைக் காண்கிறது: "அவர்கள் என்ன ஒரு இழிவான சூழ்நிலையில் வாழ்கிறார்கள் என்பதை நீங்கள் மக்களுக்குக் கற்பித்தால், அவர்கள் ஒரு நல்ல வாழ்க்கைக்காக ஏங்கக்கூடும். பாகர் மோமெனி அரசியலமைப்பு இலக்கியங்களில் அந்த போராட்ட உணர்வின் பொருத்தமான வெளிப்பாட்டை அரசியலமைப்பு இலக்கியத்தில் கூறுகிறார்: "அந்த நேரத்தில் முதலாளித்துவத்தின் போர், முற்போக்கான தன்மை காரணமாக, அந்தக் காலகட்டத்தில் இலக்கியத்தின் தத்துவம் பெரும்பாலும் மதத்தை மையமாகக் கொண்டிருந்தாலும் கூட பொருள்முதல்வாதமானது. இது ஒரு எதிர்ப்பாளர் இலக்கியம், இது புதுமை, மூடநம்பிக்கையை எதிர்த்துப் போராடுகிறது. "(மோமேனி 1975, பக். 6-7).

# 5

# ஈரானிய தற்கால கவிதைகள் ஒரு அரசியல் விமர்சனம் 3

நிச்சயமாக இந்த முழக்கங்களுடன் சுதந்திரத்தை நேசிப்பதற்கும், மறந்துபோன பிரச்சினையை மீண்டும் எழுப்புவதற்கும் தொடர்ந்து மன அழுத்தம் உள்ளது. உதாரணமாக தனது புத்தகத்தில் அஹ்மத் தலேபியின் கப்பல் (சஃபினே தலேபி) தலேபோவ் மீண்டும் சுதந்திரத்தின் அவசியத்தை அடிக்கோடிட்டுக் காட்டுகிறார், மேலும் அவர் பின்வரும் வாக்கியங்களில் தனது காரணத்தை அடிப்படையாகக் கொண்டார், அவர் பலமுறை மீண்டும் கூறுகிறார்: "சுதந்திரத்திற்காக ஒருவர் இறக்க வேண்டும்." சுதந்திரம் பற்றிய முழக்கங்களைத் தவிர, தேசபக்தி அபிலாஷைகள், நவீன அறிவியல், நுட்பங்களின் காதல் ஆகியவை அந்த நேரத்தில் பிரபலமாக இருந்தன. ஒரு பாரம்பரிய சமூகம் அதன் கடந்த காலத்திலிருந்து விலகிச் செல்வது போல, நவீனத்துவத்தின் தேவைகளுக்கு ஏற்ப இதுபோன்ற பொருள்களைப் பார்க்க வேண்டும். இது மேற்கு பற்றி நமக்கு நினைவூட்டுகிறது'

அந்த காரணத்திற்காக பல எழுத்தாளர்கள் இந்த நாவல் ஐரோப்பாவில் மறுமலர்ச்சியுடன் ஒரே நேரத்தில் பிறந்தது என்று நம்புகிறார்கள். எனவே ஐரோப்பாவின் அனுபவத்துடன் ஒப்பிடும்போது, அரசியலமைப்பு எழுச்சியின் போது ஈரான் கவிதைகளிலிருந்து நாவலுக்கு மாறியது. புரட்சியின் தேவைகளுக்கு ஏற்ப அரசியலமைப்பு இலக்கியத்தில் வெவ்வேறு கோஷங்கள் நாட்டை தி பாலிசிஸ் ஆஃப் தலேபி அல்லது இப்ராஹிம் பெய்கின் பயணக் குறிப்பு போன்ற புத்தகங்களில் எதிரொலிக்கும் சலிப்பான தொனிகளை விரைவாகக் கைவிடவும், நவீனத்துவத்திற்கான சமூகத்தின் விருப்பத்திற்கு பதிலளிக்க சிறந்த, முற்போக்கான கருப்பொருள்களைத் தேடவும் நாட்டைத் தூண்டியது.. கவிதைகளின் வயது முடிந்துவிட்டது போல் தோன்றியது, அது பாரம்பரியத்தின்

வயது, அத்தகைய யுகங்களின் சிறப்புத் தேவைகளைச் சேர்ந்தது.

அத்தகைய ஒரு வரையறையில் ஈரானில் மட்டுமல்ல, பல சமூகங்களிலும் கவிதை மரபுகள் குறிகாட்டிகளை விளக்குகிறது, ஆனால் ஹெகல் சொல்வது போல் இந்த நாவல் ஒரு புதிய முதலாளித்துவ காவியமாகும், இது 16 ஆம் , நடக்கும் புரட்சிகளுக்கு ஏற்ற நவீனத்துவத்தின் ஒரு புதிய துறைக்கு மாறுகிறது. ஐரோப்பாவில் 17 ஆம் நூற்றாண்டு. லூயிஸ் கலெவுக்கு எழுதிய கடிதத்தில், மேக்ஸ் ஃப்ளூபர் கூறுகிறார்; "நேற்றுதான் உரைநடை பிறந்தது... சந்தேகத்திற்கு இடமின்றி கவிதை என்பது கடந்தகால இலக்கியங்களின் நடைமுறையில் உள்ளது."

ஐரோப்பாவின் புதிய அனுபவத்திற்கு இசைவானதாக அர்னால்ட் கெட்டில் லூயிஸ் கலெவுக்கு எழுதிய கடிதம் இவ்வாறு கூறுகிறது: "நாவல் என்பது நிலப்பிரபுத்துவத்தின் சிதைவின் பழம் , 16 , 17 ஆம் நூற்றாண்டின் புரட்சிகளின் சந்ததியினரின் பழமாகும். இது தொடர்பாக இயன் வாட் கூறுகிறார்:" நாவல் அணிவகுக்கிறது பதினெட்டாம் நூற்றாண்டின் தத்துவ யதார்த்தத்துடன் இணக்கம் (மிர்ரியம் எலியட், 1992, அறிமுகம்). வரலாற்றின் துடிப்பு நாவலில் துடிப்பது போலவும், ஒரு சுரங்கப்பாதையை உண்மையாக தோண்டி, இருக்கும் யதார்த்தங்களையும், திட்டவட்டமான நிகழ்வுகளுக்குப் பின்னால் மறைந்திருக்கும் நாவலையும் அது வெளிப்படுத்துகிறது. டர்கெனோவின் தந்தையர் , மகன்களின் ஹீரோ பஜாஃப் பழைய ரஷ்யாவின் பிரபுத்துவ விழுமியங்களை இரக்கமின்றி தாக்கி அந்த வயதின் சமூக யதார்த்தங்களை வெளிப்படுத்துகிறார்.

சமூக, கலாச்சார , விளையாட்டு நெருக்கடிகளால் பாதிக்கப்பட்ட சமூகத்தில் குழப்பத்தையும் கொந்தளிப்பையும் தஸ்தாயெவ்ஸ்கி ஹீரோக்கள் எப்போதும் சித்தரிக்கிறார்கள். தனது ஆழ்ந்த யதார்த்தவாதத்துடன் பால்சாக் நிலப்பிரபுத்துவத்தின் வீழ்ச்சியையும் முதலாளித்துவத்தின் தவிர்க்க முடியாத வெற்றியையும் அறிவிக்கிறார், அவரது மேடம் புவரியில், ஃப்ளூபர்ட் முதலாளித்துவ இலட்சியவாதத்தின் பேரழிவை வெளிப்படுத்துகிறார். விலைமதிப்பற்ற இலக்கிய உன்னதமான நூல்களின் அனைத்து ஹீரோக்களும் அவர்கள் தப்பிப்பிழைத்த யதார்த்தங்களை விவரிப்பதால், நமது தற்போதைய சூழலில் தொடர்ந்து சுவாசிக்கிறார்கள்.

ஈரானில் அரசியலமைப்பு சகாப்தத்தில் ஒரு இலக்கிய உரை மொழிபெயர்ப்பிற்காக தேர்ந்தெடுக்கப்பட்டால், அதன் சூழலில் இதுபோன்ற விமர்சன கருப்பொருள்கள் இருக்க வேண்டும். கஜார் இளவரசர்கள் இப்ராஹிம் பெய்கின் பயணக் குறிப்பு அல்லது

மராஹேயின் "அவரது வெறித்தனமான ப்ளைட்" வெளிநாடுகளில் கல்வி கற்ற ஒரு இளம் ஈரானியரின் வாழ்க்கையை விவரிக்கிறார்கள், பல ஆண்டுகளுக்குப் பிறகு அவர் தனது வீட்டிற்குத் திரும்புகிறார், நம்பிக்கையும் ஆர்வமும் நிறைந்தவர். ஆனால் அவர் தனது நாட்டின் வாழ்க்கை முறைக்கும் முன்னேறிய உலகின் வாழ்க்கைக்கும் (அதாவது மேற்கு) இடையிலான ஆழமான இடைவெளியைக் கவனிக்கும்போது, அவர் ஆச்சரியப்பட்டு நோய்வாய்ப்பட்டார். அந்த புத்தகத்தின் ஹீரோவிடமிருந்து தேர்ந்தெடுக்கப்பட்ட பத்திகளை இங்கே நாம் கேட்போம், அதில் அவர் சமூக அமைப்பின் சர்வாதிகார சூழ்நிலையையும் அந்த நேரத்தில் ஈரானின் பின்தங்கிய தன்மையையும் விமர்சித்தார்.

"ஈரானில் எந்தவொரு நபரும் அரசாங்கத்தின் அல்லது மக்களின் தவறுகளை வெளிப்படுத்த அவர் தனது பேனாவைப் பயன்படுத்துவதை நான் காணவில்லை. சாபங்கள் கவிஞர்களின் ஆத்மாவின் மீது இருக்க வேண்டும். அவர்கள் செய்யும் ஒரே விஷயம், சர்வாதிகாரி போன்ற ஒரு பார்வோன் அல்லது நிம்ரோட்டைக் கண்டுபிடித்து புகழ்வது முனிவர்கள் இழிந்த மாயைகளில் மூழ்கி இருக்கிறார்கள், மதகுருமார்கள் உடலைச் சுத்திகரிக்கும் கேள்வியை இன்னும் தீர்க்கவில்லை. "ஆனால் அதே நேரத்தில் புத்தகத்தின் ஹீரோ தனது அன்பான தாயகத்திலிருந்து வெளியேறாமல் வருத்தப்படுகிறார்.

13 ஆம் நூற்றாண்டின் இறுதியில் ஏ.எச் (கி.பி 19 ஆம் நூற்றாண்டு) முடிவில் ஈரானிய நிலைமையின் விரிவான கலைக்களஞ்சியமான டிராவலாக்ஸின் மற்றொரு அத்தியாயத்தில், கடித்த, தைரியமான மொழியில் எழுதப்பட்ட பின்வரும் பத்தியைப் படித்தோம்: "பயிற்சியாளர் கூறினார், இது பக்கமானது ஈரானிய பிரதேசம், அந்த பக்கம் ரஷ்யா. நான் அவரிடம் ஒரு நிமிடம் காத்திருக்கட்டும், எனக்கு இங்கே கொஞ்சம் வியாபாரம் இருக்கிறது என்று சொன்னேன். நான் கழிப்பறைக்கு செல்ல விரும்புகிறேன் என்று நினைத்த பயிற்சியாளர் கூறினார்: "சிறிது நேரம் காத்திருங்கள், ஓடும் நீர் நெருங்கிய தூரத்தில் உள்ளது. "நான் சொன்னேன்:" எனக்கு தண்ணீர் தேவையில்லை, நான் பூமியைத் தொட விரும்புகிறேன்."

பின்னர் அவர் பயிற்சியாளரை நிறுத்தினார். நான் அதை உருவாக்கி, ஒரு ஃபிஸ்ட் தூசியை எடுத்து, வாசனை, முத்தமிட்டு என் கண்களில் பரப்பினேன்: "ஓ என் தூய்மையான நிலமும் என் துன்பகரமான கண்ணின் ரத்தினமும். கடவுளுக்கு நன்றி நான் உன்னை மீண்டும் பார்த்தேன், என் கண்பார்வை உன்னால் ஆசீர்வதிக்கப்பட்டது உருவம். நீங்கள் ஏழைகளின் அடைக்கலமாகவும்,

என் மூதாதையரின் கல்லறையாகவும் இருந்தீர்கள். உங்கள் செல்வத்தில் என்னை வளர்த்து வளர்த்தது நீங்கள்தான். உங்கள் நன்மையை என்னால் திரும்பப் பெறவோ அல்லது பரிமாறிக்கொள்ளவோ முடியாது, ஆனால் தயவுடன். ஈரானிய அரசாங்கம் ஒரு உண்மையான அரசாங்கமாக இருந்தால் அது சட்டம் ஒழுங்கு, சமத்துவத்தை நிர்ணயித்திருக்கிறோம், விவசாயிகளை விலங்குகள் போன்ற பிரபுக்களுக்கு விற்க மாட்டோம். நாங்கள் எப்போதும் வெளிநாட்டினரால் ஆளப்பட்டு கட்டளையிடப்பட வேண்டும். ஒவ்வொரு விஷயத்திலும் அவர்களுக்கு ஒரு பிடி இல்லை என்றால் நாங்கள் நிச்சயமாக ஈரானுக்கு திரும்பியிருப்போம்.... "(அரியன்பூர், 1993, பக். 311).

ஒரு புதிய வாழ்க்கை முறையையும் நாகரிகத்தையும் அறிவுறுத்திய சர்வாதிகார எதிர்ப்பு இலக்கியத்தின் மற்றொரு பகுதி இளவரசர் மெல்கோம் கான் நாஜெமொல்டொவ்லே என்ற மனிதரால் தயாரிக்கப்பட்டது. அந்த நேரத்தில் ஈரானில் சிவில் சமூகத்தின் பிரச்சாரகராக இருந்த அவர், "மனிதர்களையும் குறிப்பாக ஈரானிய தேசத்தையும் செம்மைப்படுத்துதல்" என்ற கோஷங்களை எழுப்புவதன் மூலம் அவர் ஒரு புதிய நாகரிகத்தை வளர்த்துக் கொள்ள முடியும் என்றும் ஈரானிய மக்களின் அறிவையும் விழிப்புணர்வையும் மேம்படுத்த முடியும் என்றும் நம்பினார். ஆனால் அவரது உயர்ந்த கருத்துக்களோ அல்லது அவரது அமைப்போ அந்தக் காலத்தின் நிலைமைகளின் கீழ் வாழ முடியாது. எப்படியிருந்தாலும் நாசெமொலசம் கெர்மானி குறிப்பிட்டுள்ளபடி, மக்களை எழுப்பிய சுதந்திர இயக்கத்தின் தலைவர்கள், முன்னோடிகளில் ஒருவராக மெல்கோம் கானையும் வகைப்படுத்த வேண்டும். ஈரானில் மெல்கோம் கான் செய்தது பிரான்சில் வால்டேர், ரூசோ, விக்டர் ஹ்யூகோ செய்த காரியங்களை ஒத்ததாகக் கூறப்படுகிறது. அரசியலமைப்பு காலத்தில் மெல்கோம் கான், தலேபோவ், சையத் ஜமால், பலர் எழுதிய இலக்கியங்கள் ஒரு புரட்சிகர முழக்கமாக செயல்பட்டன. எவ்வாறாயினும், இந்த முயற்சிகள் அனைத்தினாலும் அரசியலமைப்பு முடியாட்சி தோல்வியுற்றது, அந்தக் காலத்தின் கொந்தளிப்பான நாட்களில் மிக விரைவில் சர்வாதிகாரத்தால் மாற்றப்பட்டது, ஏனெனில் இந்த நாட்டின் சர்வாதிகாரத்துடன் முடிவடைவது வரலாற்று விதி. இந்த காலகட்டத்தில் ஒரு புதிய வகையான அறிவார்ந்த சர்வாதிகாரியின் வாயிலிருந்து நவீனத்துவத்தைப் பற்றிய அறிவுரைகள் இருந்தன, அத்தகைய நபர்களில் ரேசா ஷா பிரபலமானார்.

# 6

# ஈரானிய தற்கால கவிதைகள் ஒரு அரசியல் விமர்சனம் 4

### ரேசா ஷாவின் ஆட்சி , இலக்கியம்

முகமது அலி ஷா கஜார் பதவி நீக்கம் செய்யப்பட்டு, இரண்டாம் மஜ்லிஸ் (பாராளுமன்றம்) திறக்கப்பட்ட 11 ஆண்டுகளில், இருபது அரசாங்கங்கள் ஒருவருக்கொருவர் அமைத்தார்கள், ஆனால் இந்த அரசாங்கங்கள் எதுவும் நாட்டின் நிர்வாக கட்டமைப்பை திருத்துவதற்கு அல்லது பதிலளிக்க பயனுள்ள நடவடிக்கைகளை எடுக்க விரும்பவில்லை அல்லது முடியவில்லை. மக்களின் அபிலாஷைகள் எல்லாம் நடந்துகொண்டிருக்கும் சூழ்நிலையால் எல்லோரும் சோர்ந்து போயிருந்தனர், மேலும் குழப்பமான சூழ்நிலையிலிருந்

து நாட்டை விடுவிப்பதற்காக ஒரு வலுவான இராணுவத்தால் ஆதரிக்கப்படும் வலுவான மையப்படுத்தப்பட்ட அரசாங்கம் தேவை என்று அனைவரும் உணர்ந்தனர். அத்தகைய ஒரு வீண் ஆசை ஒரு எளிய சிப்பாயால் நிறைவேற்றப்பட்டது. கவாமொல்சால்தானே அமைச்சரவையில் போர் அமைச்சராக இருந்த ரேசா கான் அடுத்தடுத்த அரசாங்கங்களிலும் அந்த பதவியை தக்க வைத்துக் கொண்டார். ஐந்தாவது மஜ்லிஸ் பதவிக் காலத்தின் தொடக்கத்தில் அவரது எதிரிகள் கணிசமாகக் குறைக்கப்பட்டனர், மேலும் அவர் பிரதமராக நியமிக்கப்பட்டார். இந்த நேரத்தில், கடைசி கஜார் மன்னரான அஹ்மத் ஷா மருத்துவ சிகிச்சைக்காக வெளிநாடு செல்ல வேண்டிய கட்டாயம் ஏற்பட்டது, ஆனால் உண்மையில் அழுத்தத்தின் கீழ். ரேசா கானை அரியணைக்கு ஏற்ற மைதானம் தயார் செய்யப்பட்டது. அந்த நேரத்தில் பல புத்திஜீவிகள் , எழுத்தாளர்கள் தங்களை மாற்றத்தின் ஆதரவாளர்களாக அறிமுகப்படுத்திக் கொண்டனர், உண்மையில் அவர்கள் அரசாங்கத்தில் ஒரு புதிய முகமாக இருந்த ரேசா ஷாவை வரவேற்றனர்.

நிச்சயமான சூழ்நிலையிலும் அதற்கு முன்னரும், ரேசா ஷா தனது உண்மையான தன்மையைக் காட்டியிருந்தார், அத்தகைய ஆதரவுக்கு காரணம் இல்லாமல் இல்லை. அத்தகைய ஆதரவுக்கு மிக முக்கியமான காரணம், அரசாங்கத்தின் புதிய முழக்கங்கள் இலக்கிய நவீனத்துவத்துடன் ஒத்துப்போனதுதான். அந்த நேரத்தில் பல்வேறு பத்திரிகைகள் , வெளியீடுகளை வெளியிடுவதன் மூலம் ஈரானிய புத்திஜீவிகள் இதுபோன்ற சிந்தனை வழிகளை பாதிக்க முயன்றனர். உண்மையில் இந்த முயற்சிகள் அனைத்தும் ஒரு குறிப்பிட்ட இலக்கிய கருப்பொருளின் வளர்ச்சிக்கு ஒரு முன்னோடியாக இருந்தன, இது நாவல் இலக்கியத்தை ஆதரித்தது , ஒரு இலக்கியத்துடன் முடிவடைந்தது, இது ரேசா ஷாவை ஒரு முற்போக்கான நபராகவும், வலுவான ஈரானின் காதலராகவும் பிரதிநிதித்துவப்படுத்துவதற்காக இருக்கும் நிலைமைகளை மீறியது.

ஒரு வழியாக அந்த நேரத்தில் புதிய இலக்கிய கருப்பொருளை ஆதரித்தது , ரேசா ஷாவை அரியணையில் அமர்த்திய சிறப்பு சூழ்நிலைகளை நியாயப்படுத்தியது. ஆகவே, 1921 முதல் 1936 வரையிலான ஈரானிய இலக்கியங்கள் ஹெடயாட்டின் குருட்டு ஆந்தை (போஃப் கூர்) அச்சிடப்பட்டபோது, அரசியலை முற்றிலுமாக அழித்துவிட்டன என்று செபன்லுவிடம் கேட்டால் ஆச்சரியப்பட வேண்டியதில்லை (செபன்லு, 1992, பக். 23). 1936 ஆம் ஆண்டு வரை சர்வாதிகாரம் உச்சக்கட்டத்தை எட்டிய வரை ரேசா ஷாவின் இலக்கிய வாசகங்கள் அரசியல் சாராத கடந்தகால தேசியவாதத்தை பரப்பின. தேசபக்தி, நல்ல ஒழுக்கம் , திருத்தங்களை நேசித்தல் ஆகியவை அக்கால இலக்கிய கருப்பொருள்களின் முக்கிய நோக்கங்களாக இருந்தன. ஆரம்பத்தில் ரேசா ஷாவின் கசப்பான விமர்சகர்களாக மாறிய புத்திஜீவிகள், எழுத்தாளர்கள் கூட அவரது கோஷங்களால் ஈர்க்கப்பட்டனர், இதுபோன்ற பல விஷயங்களை வெளியிட்டனர். ரேசா ஷாவினால் ஏற்பட்ட அரசியல், கலாச்சார நிலைமைகள் ஆட்சி, பெருகிவரும் தணிக்கை, கழுத்தை நெரித்தல் ஆகியவை இலக்கியத்தை மற்றொரு பாதையை நோக்கித் தள்ளின. மேற்கத்திய சென்டிமென்ட் ரொமாண்டிஸம் செல்வாக்கு பெற்ற நேரத்தில் வரலாற்று ஆராய்ச்சி, ஈரானாலஜி, சென்டிமென்ட் கதைகள் , துணிச்சலின் காவியங்கள் ஈரானில் பெருகிய முறையில் பிரபலமடைந்தன. 1922 முதல் 1941 வரை ஒட்டுமொத்தமாக புரட்சி சகாப்தத்தின் முற்போக்கான, போர்க்குணமிக்க சமூக இலக்கியங்கள் தனிப்பட்ட ஒழுக்கக்கேடான செயல்களைப் பற்றிய உணர்ச்சிபூர்வமான விமர்சனங்களால் மாற்றப்பட்டன, கடந்த கால ஈரானின் காதல் ஒரு முற்போக்கான தேசபக்தியை மாற்றியது. தணிக்கையின் அழுத்தம் கதை எழுத்தின் வளர்ச்சியை

நிறுத்தியது, அரசியலமைப்பு காலத்தில் பிரபலமான கோபமான, பாடல் கதைகளை காதல், மனச்சோர்வு கருப்பொருள்கள் மாற்றின *(அபேடினி, 1987, ப.79).* ஈரானில் ஈரானியலி, சென்டிமென்ட் கதைகள், துணிச்சலின் காவியங்கள் பெருகிய முறையில் பிரபலமடைந்தன. *1922 முதல் 1941 வரை* ஒட்டுமொத்தமாக புரட்சி சகாப்தத்தின் முற்போக்கான, போர்க்குணமிக்க சமூக இலக்கியங்கள் தனிப்பட்ட ஒழுக்கக்கேடான செயல்களைப் பற்றிய உணர்ச்சிபூர்வமான விமர்சனங்களால் மாற்றப்பட்டன, கடந்த கால ஈரானின் காதல் ஒரு முற்போக்கான தேசபக்தியை மாற்றியது. தணிக்கையின் அழுத்தம் கதை எழுத்தின் வளர்ச்சியை நிறுத்தியது, அரசியலமைப்பு காலத்தில் பிரபலமான கோபமான, பாடல் கதைகளை காதல், மனச்சோர்வு கருப்பொருள்கள் மாற்றின *(அபேடினி, 1987, ப.79).*

# 7

# ஈரானிய தற்கால கவிதைகள் ஒரு அரசியல் விமர்சனம் 5

எப்படியிருந்தாலும் இது (மாற்று இலக்கிய குழு)எல்லா அரசியல் ஆட்சிகளிலும் இருக்கும் அந்தக் கால இலக்கியங்களின் ஒரு பக்கம் ஆகும். வேறு வார்த்தைகளில் கூறுவதானால், ஒரு குறிப்பிட்ட புத்திஜீவிகள், கலைஞர்களுக்கு எதிராக ஆட்சி முறைக்கு ஆதரவளித்த மற்றொரு இலக்கியம் உருவாக்கப்பட்டது, இது அந்தக் காலத்தின் நிலைமைகளுக்கும் தேவைகளுக்கும் ஒருபோதும் ஒத்துபோகவில்லை அல்லது அத்தகைய நிலைமைகளுடன் போராடியது. ஆகவே ஒவ்வொரு ஆட்சியிலும் சில எழுத்தாளர்கள் அல்லது கலைஞர்கள் ஆட்சியின் சொல்லாட்சி, வாசகங்கள் மீது காதல் கொள்வது இயல்பானது. கேப்ரியல் கார்சியா மார்குவேஸின் கூற்றுப்படி, இவை ஒவ்வொரு வகை ஆட்சியின் முகஸ்துதி, ஆதரவாளர்களின் பாத்திரத்தை வகிக்கும் செல்வத்தை அனுபவிக்கும் எழுத்தாளர்களின் குழு ஆகும். ஆனால் கஸ்ரவியின் கூற்றுப்படி, தங்களை இரண்டு எதிர்க்கட்சிகளாகப் பிரித்திருந்த அதிருப்தியாளர்கள் சமூகத்திலிருந்து தங்களைத் தூர விலக்கிக் கொண்டனர் அல்லது உண்மையில் களத்தை கைவிட்டனர். சர்வாதிகாரத்தின் கருப்பு குளிர்காலத்தின் வருகையுடன் இந்த எழுத்தாளர்கள் கட்டாய குளிர்கால தூக்கத்திற்கு செல்ல வேண்டிய கட்டாயம் ஏற்பட்டது. "சூழ்நிலையில் துறையை விட்டு வெளியேறிய அறிஞர்களில் ஒருவர் எஷ்கி, ஃபாரோகி யாஸ்டி, பஹார் ஆகியோரைக் குறிப்பிட வேண்டும். அரசியல் கருப்பொருள்களைக் கைவிட்ட சையத் அஷ்ரப் (நாசிம் ஷோமல்) செய்தித்தாள் மனரீதியாக நிலையற்றதாக வளர்ந்தது , மூட வேண்டிய கட்டாயம் ஏற்பட்டது. மக்களுக்கு புரியவில்லை அந்த விசுவாசமான, எளிமையான கவிஞர் தனது சிறந்த கவிதைகளால் தனது காகிதத்தை வளப்படுத்தவில்லை. லாஹூட்டியும் சோவியத் யூனியனில் தஞ்சம் புகுந்தார். அவரது கடந்தகால செயல்திறனைப் பற்றி மனந்திரும்பிய அரேஃப் ஹமேடனுக்கு அருகிலுள்ள ஒரு பள்ளத்தாக்கில் தன்னை ஒதுக்கி வைத்திருந்தார். அவருக்கு

எந்தவொரு உயிரினத்துடனும் தொடர்பு இல்லை. ஆனால் அவரது நாயுடனும் தொடர்பு கொண்டு ஒவ்வொரு மனிதனையும் பிசாசுகள், பொய்யர்கள், தீய எண்ணம் கொண்டவர்கள் என்று அழைத்தனர். தேகோடா அரசியலையும் கைவிட்டுவிட்டார்.

இத்தகைய அரசியல், சமூக சூழ்நிலை இருந்தபோதிலும், பல கவிஞர்களும் எழுத்தாளர்களும் இலக்கியத்தை நவீனமயமாக்கத் தொடங்கினர், ஆனால் உண்மையைச் சொன்னால் இலக்கியத்தில் நவீனத்துவம் ரேஸா ஷாவின் ஆட்சியில் பிரசங்கித்த நவீனத்துவத்துடன் ஒத்துப்போகவில்லை. 'ஒன்ஸ் அபான் எ டைம்' என்ற தனது முன்னுரையில், ஜமால்சாதே அந்த வகையான இலக்கியங்களைப் பற்றி ஒரு பொருத்தமான கருத்தைக் கொண்டுள்ளார். அவர் கூறுகிறார் "ஈரானில் கடந்த கால உன்னதமான இலக்கியங்களிலிருந்து வருத்தத்துடன் புறப்படுவது இலக்கியத்தின் அழிவாகக் கருதப்படுகிறது, பொதுவாக உலகில் புகழ்பெற்ற அதே ஈரானிய அரசியல் சர்வாதிகாரம் நம் இலக்கியங்களை விட மேலோங்கி நிற்கிறது. வேறுவிதமாகக் கூறினால், ஒரு எழுத்தாளர் எழுதத் தொடங்கும் போது அவர் மட்டுமே உரையாற்றுகிறார் துறவிகள், அறிஞர்கள், சாதாரண மக்களை சிறிதும் பொருட்படுத்தவில்லை. படிக்கவும் எழுதவும் பரிசு பெற்ற பலரை கருத்தில் கொள்வதையும் அவர்கள் புறக்கணிக்கிறார்கள், மேலும் ஒரு எளிய மொழியைப் படித்து புரிந்து கொள்ள முடியும்.

கோக்னூஸ் அல்லது ஆப்பிள் நிமா போன்ற அவரது இரண்டாவது தொடர் கவிதைகளில், ஒடுக்கப்பட்ட சமூகத்திற்காக மிகவும் கடுமையாக புலம்புவதோடு, ரேசா கானியின் இருண்ட, மூச்சுத் திணறல் சூழ்நிலையையும் அவதூறாகப் பேசுகிறார், அவரது இரவு ஒரு நித்திய இரவாக நீடிக்கிறது, இது நம் வரலாற்றில் அனைத்து இரவுகளுடன் இணைக்கப்பட்டுள்ளது.

நிமாவின் கவிதைகளைப் பற்றிய ஒரு வர்ணனையில், ஆளும் ஆட்சியுடனான நிமாவின் போராட்ட உணர்வும், துன்பப்படும் மக்களுடனான அவரது தொடர்பும் தெளிவாகத் தெரியும் என்று கூறுகிறார். கமீயின் கூற்றுப்படி, "நிமாவின் பெரும்பான்மையான கவிதைகளின் பொருள் உழைக்கும் மக்களின் துன்பம், வறுமை, அவர்களின் பசி, வேலையின்மை, அவர்களின் இயற்கை உரிமைகளை பறித்தல் போன்ற ஏராளமான பேரழிவுகள் ஆகும். அவர் மக்களின் அடக்குமுறை, குற்றம், சுரண்டலை விமர்சிக்கிறார். இந்த கவிதைகளில் அரச அமைப்பு, பிரபுக்கள், கான்கள், முதலாளிகள், பணக்கார பிரபுக்கள் ஆகியோரின் புகழைக் காணலாம் (அன்வர் கமீ, 1989, பக். 15-16).

மட்டுப்படுத்தப்பட்ட சுதந்திரத்தின் குறுகிய விடியலின் போது 1941 செப்டம்பரில் ரேசா ஷா ஈரானில் இருந்து வெளியேறியதன் மூலம் நிமாவின் படைப்புகள் நம்பிக்கை, வெற்றியின் கவிதையாக வளர்ந்தன. அவரது கவிதைகள் சுதந்திரத்திற்கான தளமாக மாறியது. இத்தகைய உணர்வுகள் அவரது தி ப்ளாட்டட் மார்னிங் என்ற கவிதையில் நன்கு வெளிப்படுத்தப்பட்டுள்ளன:

"நான் புறப்பட்ட வெளிச்சம் விடியல் பார்த்து இருந்தது,

நான் விடியல் இந்த ஆரம்ப பாடும்பறவை மகிழ்ச்சி கொண்டு பாடியது

பாலைவனத்தில் இரகசியம் எங்காவது உள்ளதா

நான் அனைத்து நேரத்திலும்

இந்த நட்சத்திர பறக்கும் நிறங்கள்,

இதனால் நான் ஒரு வெளிப்படையான நாவினால் உச்சரித்த :

நம்பிக்கையின் பொன்னிறம் வரும்;

இந்த தீய நாட்டு மக்களின் வருத்தம்

முடிவுக்கு வரும்... "பிரிவினையின் முடிவில்...."

காலப்போக்கில், ரேசா ஷா அதிகாரத்தை ஏற்றுக்கொண்டவுடன் சுதந்திரத்திற்கான நம்பிக்கை மங்கிவிட்டது. அவர் தலைநகரில் உறுதியாக நிலைநிறுத்தப்பட்டவுடன், போஜோர்க் அலவி தனது தி ஐஸ் என்ற நாவலில் விவரித்தபடி மூலதனத்தின் வளிமண்டலம் முற்றிலும் கழுத்தை நெரித்தது: "தெஹ்ரானில் மூச்சுத் திணறல். யாரும் சுவாசிக்கவில்லை. ஒவ்வொரு உடலும் மற்றொரு நபருக்கு பயப்படுகிறார்கள். குடும்பங்கள் ஒருவருக்கொருவர் பயப்படுகின்றன குழந்தைகள் தங்கள் ஆசிரியர்களுக்கு அஞ்சுகிறார்கள்; ஆசிரியர் காவலாளிக்கு அஞ்சுகிறார், காவலாளி சிகையலங்கார நிபுணருக்கு அஞ்சுகிறார். எல்லோரும் தனக்கும் அவரது நிழலுக்கும் பயப்படுகிறார்கள். மக்கள் குண்டர்களின் நிழலை எல்லா இடங்களிலும் மக்கள் காணலாம்: தங்கள் வீட்டில், மசூதியில், கடைக்கு பின்னால் கவுண்டர், பள்ளி, பல்கலைக்கழகம் , குளியல் இல்லத்தில். சினிமாவில் அரச கீதம் இசைக்கப்படும் போது மக்கள் தங்கள் அயலவர்களைப் பார்க்கிறார்கள், ஒரு பைத்தியம் சக பார்வையாளருக்கு எழுந்து பிரச்சினைகளை உருவாக்க மறந்துவிடக்கூடாது என்பதற்காக. ஒரு கொடிய மவுனம் நாடு முழுவதும் நிலவுகிறது. எல்லோரும் மகிழ்ச்சியாக நடிக்கிறார்கள். சர்வாதிகாரியைப் புகழ்ந்து பேசுவதைத் தவிர வேறு எதுவும் ஆவணங்களுக்கு இல்லை. ஈரானிய சமூகத்தின் விரைவான

மேற்கத்தியமயமாக்கல் இதுவே. *(கட்டோஜியன், 1993, பக். 14).*

நடைமுறையில் உள்ள தேசியவாத காதல் உணர்வு கலாச்சார சீரழிவு, பின்தங்கிய தன்மை, பண்டைய ஈரானின் உண்மை, கற்பனையான சாதனைகளை மிகைப்படுத்திய பெருமை, ஐரோப்பிய ஏகாதிபத்தியத்தை எதிர்ப்பது, இதற்கிடையில் புதிய ஐரோப்பிய கலாச்சாரத்தை காதலிப்பது ஆகியவற்றுக்கான கோப உணர்வோடு கலந்தது. இந்த தேசியவாதிகள் ஈரானிய பாரம்பரியத்தின் ஒரு பெரிய பகுதியான ஈரானிய உன்னதமான கவிதைகளிலிருந்தும் கடந்த கால மரபுகளிலிருந்து தங்களைத் தூர விலக்கிக் கொண்டனர். அத்தகைய மரபுகளைப் பற்றி அவர்கள் வெறுப்படைந்தார்கள் அல்லது வெட்கப்பட்டார்கள், ஆனால் இதற்கிடையில் அவர்கள் பண்டைய ஈரானிய நாகரிகத்தைப் பற்றி பெருமிதம் கொண்டு அதை காதல் அடிப்படையில் வெளிப்படுத்தினர். ஈரானியர்கள் ஐரோப்பிய நடத்தை, பழக்கவழக்கங்களால் கோபமடைந்தனர், ஐரோப்பியர்கள் தங்கள் வடிவம், உடை, வாழ்க்கை முறை ஆகியவற்றில் அவமானத்துடன் பார்க்க வேண்டும் என்று பயந்தார்கள், ஆனால் இதற்கிடையில் அவர்கள் சைரஸ், டேரியஸ், அனவுஷிர்வன், அரியன் இனம் குறித்து பெருமிதம் கொண்டனர். அவர்கள் ஐரோப்பாவையும் ஐரோப்பிய வாழ்க்கை முறையையும் நேசித்தார்கள், ஆனால் அதே நேரத்தில் ஏகாதிபத்திய எதிர்ப்பாளர்களும் இருந்தனர். அவர்கள் இருவரும் தங்களைப் பற்றி பெருமிதம் கொண்டு தங்களைத் தாங்களே எதிர்த்தனர். இத்தகைய வேறுபாடு அந்தக் காலத்தின் இலக்கிய வகையின் வெளிப்படையான படம், இது தற்போதுள்ள நிலைமைகளை மீறியது , பல துறைகளில் இதுபோன்ற இலக்கியங்கள் ரேஸா கானி இலக்கியத்துடன் ஒத்துப்போகின்றன. *1936* இல் தோன்றிய அவரது குருட்டு ஆந்தைக்கு (போஃப் கூர்) முன், சாடெக் ஹெடயாத்தின் படைப்புகள் தேசியவாதம் / காதல் கருப்பொருள்களுடன் எளிதில் ஒத்துப்போகின்றன. அவரது நெய்ரான் *(1931)*, பர்வின், சாசனின் மகள் *(1930)*, மஜியார் *(1933)*, தி லாஸ்ட் ஸ்மைல் *(1933)*, டிராவல் டு இஸ்ஃபாஹான் *(1932)* போன்ற அவரது பயணக் குறிப்புகள் அத்தகைய இலக்கியத்தால் பாதிக்கப்பட்டுள்ளன. வரலாற்று நாவல்கள் பொதுமக்களின் பார்வையில் அதிக ஆதரவைக் கண்டன, இதுபோன்ற படைப்புகள் சந்தையில் வெள்ளம் புகுந்தன என்பது நேரத்தின் தன்னிச்சையான தேவைகள் காரணமாக இருக்கலாம். அவர்கள் இருவரும் தங்களைப் பற்றி பெருமிதம் கொண்டு தங்களைத் தாங்களே எதிர்த்தனர். இத்தகைய வேறுபாடு அந்தக் காலத்தின் இலக்கிய வகையின் வெளிப்படையான படம், இது தற்போதுள்ள நிலைமைகளை மீறியது, பல துறைகளில் இதுபோன்ற இலக்கியங்கள் ரேஸா கானி இலக்கியத்துடன் ஒத்துப்போகின்றன.

# 8

## ஈரானிய தற்கால கவிதைகள் ஒரு அரசியல் விமர்சனம் 6

பெரும்பான்மையான நாவல்கள், கதைகளில் அடையாளம் பாதுகாப்பிற்கான ஒரு வகையான தேடல் என்று சொல்லாம், இந்த தேடல் 1941 வரை ஈரானிய புத்திஜீவிகளின் மிக முக்கியமான முன் ஆக்கிரமிப்பாக வளர்ந்தது (அபேடினி, 1987, பக். 27)). ஆனால் வரலாற்று நாவல்கள் வரலாற்று நபர்களை சமூகம் அல்லது அவர் வாழ்ந்த வரலாற்று நிலைமைகள் தொடர்பாக அந்த நபரின் ஆளுமையை பகுப்பாய்வு செய்யாமல் மிகைப்படுத்தப்பட்ட முறையில் மோசமாக்கியதாக அபேடினி நம்புகிறார்; சமூகத்தின் புரட்சிகர பாதையை நாவல்கள் மதிப்பீடு செய்யவில்லை. வேறு வார்த்தைகளில் கூறுவதானால், பாடங்களை மிக மேலோட்டமாக நடத்துவதால் அவர்கள் அடிப்படை வரலாற்று மாற்றங்களில் கவனம் செலுத்தாமல் புறக்கணித்தனர். ஒட்டுமொத்தமாக அந்தக் காலத்தின் இலக்கியக் கருப்பொருள்கள் குறியீடாக இருந்தன, ரஷ்ய பெல்கனோவ் நம்புவது போல் "ஒரு சமூகத்தின் கலை வீழ்ச்சியடையும் போது, அது குறியீட்டில் கவனம் செலுத்துகிறது. உண்மையில் குறியீட்டுவாதம் கலாச்சாரத்தின் வறுமையை குறிக்கிறது. யதார்த்தத்தைப் பற்றிய புரிதலுடன் கூடிய இத்தகைய சிந்தனை ஒருபோதும் எல்லையற்ற அடையாளக் குறியீட்டில் அலையத் தேவையில்லை (அபேடினி, 1987, பக். 110).

வரலாற்று நாவல்களில் விவரிக்கப்பட்டுள்ள சம்பவங்கள் கடந்த காலத்திற்கு தப்பிப்பதைக் குறிக்கின்றன, மேலும் அவை கடந்த காலத்திற்கும் நிகழ்காலத்திற்கும் இடையிலான வரலாற்று இடைவெளியை எதிர்த்து நிற்கவும், சமூகத்தின் ஆபத்தான நிலைமைகளை உணர்ந்த தேசிய முதலாளித்துவ நலன்களுக்கு ஏற்ப நடக்கவும் எப்போதும் திட்டமிட்டவர்களுடன் இணக்கமாக நடந்தன. அந்த காரணத்திற்காக மக்கள் எதிர்காலத்திற்கு முறையிடுவதற்கு

பதிலாக அவர்கள் கடந்த காலத்திற்கு திரும்பினர், மேலும் அவர்கள் தங்கள் சொந்த லட்சியத்தை சமாதானப்படுத்துவதற்காக வரலாற்றின் குழியில் பெரிய நெடுஞ்சாலைகளை நாடினர்.

அத்தகைய இலக்கியம் ஈரானின் இழந்த ஆடம்பரத்தைப் புலம்பியது. எம்.பி. கோஸ்ரவி எழுதிய ஷம்ஸ், தஃப்ரா போன்ற வரலாற்று நாவல்கள் மங்கோலிய படையெடுப்பைத் தொடர்ந்து ஈரானின் குழப்பமான நிலையை சித்தரித்தன.

இலக்கியத்தின் ஒரு பகுதி இனவாதத்தை பெரிதாக்கியது , ஈரானிய பண்டைய ஆடம்பரத்தை அழிப்பவராக அரேபியர்களுக்கு எதிராக கோபத்தை வெளிப்படுத்தியது. இத்தகைய உணர்வுகள் மிர்சா ஆகா கான் கெர்மனியின் படைப்புகளிலும், ஹெதாயத், அலவி , ஜமால்சாதேவின் முந்தைய படைப்புகளிலும் குறிப்பிடத்தக்கவை. எப்படியிருந்தாலும் இந்த சூழ்நிலையில் வெற்றிகரமான ஒரே நபர் ரேசா கான் தான் எதிர்மறையான வரலாற்று காதல் , ஒவ்வொரு விதமான இலக்கியங்களையும் வசனங்களையும் உரைநடைகளையும் தனது சொந்த நோக்கங்களுக்காகப் பயன்படுத்துவதில் வெற்றி பெற்றார். ரேசா ஷா ரொமாண்டிஸத்துடன் கலந்த ஒரு வகையான சமூக ரொமாண்டிஸத்தை ஊக்குவித்தார், மேலும் அவரது முகவர்கள் வரலாற்று நாடக நாடகங்கள், நாவல்களை ஆதரிப்பதன் மூலம் இத்தகைய படைப்புகளை பரப்பினர்.

அத்தகைய இலக்கியங்களில் சமூக நாவல்களையும் விமர்சனங்களையும் வரலாற்று இலக்கியத்திலிருந்து வேறுபடுத்த வேண்டும். அரை நூற்றாண்டு வாழ்வைக் கொண்டிருந்த சமூக நாவல்கள் சமூகத்தில் ஏற்பட்ட பெரிய அட்டூழியங்களையும் நெருக்கடியையும் வெளியிடுவதில் மிகவும் வெற்றிகரமாக இருந்தன. அந்த கிளையில் ஒருவர் மோஷ்பெக் கசெமி, ஹெஜாசி , முகமது மசூத் ஆகியோரைக் குறிக்கலாம். முதலாம் உலகப் போரில் போதுமான வளர்ச்சியை அடைந்த இத்தகைய நாவல்கள் மூலம், இந்த எழுத்தாளர்கள் ஊழியர்கள் , வேசிகளின் கதாபாத்திரங்களை சித்தரித்து அவர்களின் சமூக சூழலை விமர்சித்தனர். நிச்சயமாக மோஷ்பெக் கசெமி அந்த துறையில் ஒரு முன்னோடியாக இருந்தார். ஒரு பணக்கார குடும்பத்தில் ஏமாற்றப்பட்ட பெண்கள், ஊழலின் படுகுழிகள், அறிவுஜீவித்தன்மையின் மறைவின் கீழ் எடுத்துக்காட்டுகளை அமைப்பதன் மூலம் நாவல் அந்தக் கால சமூக ஒழுக்கங்களைத் தாக்க முயற்சிக்கிறது. ஹெஜாசியின் நாவலில் 'கொடூரமான தெஹ்ரான்', 'ஜிபா' (அழகான) ஆகியவற்றில் மஹினின் ஆளுமை, செயல்திறனை ஃப்ளூபர்ட்டின் மேடம் புவரியுடன் ஒப்பிடலாம். எனவே அக்கால பாரசீக நாவல்களில் திறமையான

நிருபர் ஜிபாவைப் போல ஒருவர் சொல்லலாம்...

1936 ஆம் ஆண்டில் பார்வையற்ற ஆந்தையை வெளிநாட்டில் வெளியிடுவதன் மூலம் ஹெடாயத் தொடர்ச்சியான விமர்சன அரசியல் படைப்புகளுக்கு அடித்தளம் அமைத்தார், இது தற்போதுள்ள அமைப்பை கடுமையாக தாக்கியது. இது ரேசா ஷாவின் அமைப்பை மகிழ்வித்த அவரது முன்னாள் பாடங்களில் இருந்து பின்வாங்கியது. இந்த நேரத்தில் பல மாணவர்கள் ஐரோப்பாவிலிருந்து திரும்பி வந்து, புதிய யோசனைகளையும் புதிய ஆசைகளையும் இறக்குமதி செய்தனர், மேலும் அவர்கள் விட்டுச் சென்ற சூழல் 1936 முதல் ஈரானில் மூச்சுத் திணறல் சூழலுடன் ஒப்பிடமுடியாது என்று அவர்கள் உணர்ந்தபோது, அவர்கள் சர்வாதிகார அமைப்பை கடுமையாக சவால் செய்யத் தொடங்கினர். 50, 60கள் வரை தொடர்ந்த இந்த காலம் தொடர்ச்சியான அம்சங்களால் வளப்படுத்தப்பட்டது. இது சர்வதேச, தேசிய தலைப்புகளிலிருந்து பெறப்பட்ட அரசியல், தார்மீக செய்திகளைக் கொண்டிருந்தது, இது இலக்கியத்தில் ஏகாதிபத்திய எதிர்ப்பு கருத்துக்களை எதிரொலித்தது, இது ஒரு விமர்சனக் பார்வையை காட்டியது, அது இலக்கிய, வரலாற்று ஆராய்ச்சிகளில் கூட அரசியல் நிலைப்பாட்டை எடுத்தது, மேலும் இது ஐரோப்பிய நாவல் பாணியை பிரபலப்படுத்தியது (குறைந்தபட்சம் இதுபோன்ற சிந்தனைப் பள்ளிகளின் நிறுவனர்கள் இருவருமே ஹெதாயத், அலவி போன்ற மாணவர்கள் ஆவார்கள்). இலக்கியம், கலையின் சொந்த கட்டமைப்பில் கவனம் செலுத்துங்கள், பொதுவான, நாட்டுப்புற இலக்கியங்கள் அரசியலமைப்பு சகாப்தத்தில் நிலவிய தீவிர பத்திரிகை மீதான சாய்வு ஆகியவை அந்தக் காலத்தின் பொதுவான கருப்பொருள்கள் எனலாம். (செபன்லு, 1992, பக். 78).

முதல் பஹ்லவியின் இலக்கியங்களை 1941 முதல் 1953 வரையிலான 12 ஆண்டுகால இலக்கியப் போராட்டங்களின் விளைவாக இருந்த மூன்றாவது காலகட்டத்துடன் இணைக்க, ஐரோப்பாவிலிருந்து திரும்பி வந்த இரண்டு பட்டதாரிகளான அலவி, ஹெதாயத் ஆகியோரை ஆராய வேண்டும். அத்தகைய ஆய்வு இரண்டு காரணங்களுக்காக அவசியம் ஆகிறது. இந்த இரண்டு எழுத்தாளர்களின் படைப்புகள் அந்தக் காலத்தின் சமூக சூழ்நிலையை பிரதிபலித்தன என்பதை நிரூபிக்க. அவர்களின் படைப்புகளுடன் இந்த இரண்டு எழுத்தாளர்களும் களத்தில் இருந்து விலகி இருந்தபோதிலும், வேறு சமூக, கருத்தியல் கருப்பொருள்களை உருவாக்கியது. மறுபுறம், அவர்கள் ஒருவிதமான கசப்பான ஏமாற்றத்தையும் அவநம்பிக்கையையும் வளர்த்துக் கொண்ட காலத்தின் மூச்சுத் திணறல் சூழ்நிலையால் பாதிக்கப்பட்டு, அந்த

கசப்பான மனச்சோர்வு அவற்றில் பல ஆண்டுகளாக நிலவியதுடன், அவர்களுடைய சொந்த நிலத்தை கைவிடவோ அல்லது தற்கொலை செய்யவோ கட்டாயப்படுத்தியது. எவ்வாறாயினும், இந்த எழுத்தாளர்கள் அந்தக் காலத்தின் மூச்சுத் திணறல் குறித்த ஆழ்ந்த அதிருப்தியைக் காட்டினர். சாடெக் ஹேபக் சொல்வது போல், வாழ்க்கை மிகவும் இருண்டதாகவும், மூச்சுத் திணறலாகவும் இருந்தது, ஒருவர் தொடர்ந்து பல்லிகள், தவளைகள், பாம்புகள் நிறைந்த கழிவுநீரில் தூக்கி எறிந்து விழுந்து விடுகிறார். இதில் ஆச்சரியம் என்னவென்றால், இதுபோன்ற படைப்புகளில் உள்ள விரக்தியும் மனச்சோர்வும் லாரன்ஸ், சார்ட்டர், ஃப்ளூபர்ட், ஆண்ட்ரே கிட், மபசந்த், காஃப்கா , பெர்னார்ட் ஷா ஆகியோரின் படைப்புகளிலும் காணலாம்.

இந்த விரக்தியின் அடியில் நிலவும் சர்வாதிகாரத்தின் மீது ஆழ்ந்த வெறுப்பும், தங்கள் தாயகத்தின் மீதான அன்பும் நிலவியது, இது நிச்சயமாக பல ஈரானிய எழுத்தாளர்களின் நிரந்தர அக்கறையாக இருந்தது. இந்த எழுத்தாளர்கள் தங்கள் முகங்களில் அலைந்து திரிபவர்களின் முத்திரையைத் தாங்கியதாக நான் நினைக்கிறேன். 1983 ஆம் ஆண்டில் கட்டோஜியனுக்கு எழுதிய கடிதத்தில், சமீபத்தில் தனது தாயகத்திலிருந்து இறந்த இந்த அதிருப்தி எழுத்தாளர்களில் ஒருவரான ஜமால்சாதே தனது வருத்தத்தை வெளிப்படுத்தினார்: "அன்புள்ள நண்பரே, இந்த மக்களின் வரலாறு 2,500 பக்கங்களைக் கொண்டுள்ளது, நீங்கள் இந்த பக்கங்களைத் திருப்பும்போது, கவனமாக ஒவ்வொரு பக்கத்தையும் படித்துப் பார்த்தால், உதவியற்ற தன்மை, அடக்குமுறை, குற்றம், வறுமை, விரக்தி, இரத்தக்களரி, கொள்ளை, அழிவு, அவர்களின் உடலில் இருந்து இரத்த ஓட்டம் பாய்கிறது. இதுபோன்ற நூற்றுக்கணக்கான சோகமான கதைகளை நீங்கள் காணலாம்.

# 9

# ஈரானிய தற்கால கவிதைகள் ஒரு அரசியல் விமர்சனம் 7

## 1941-1953 ஆம் ஆண்டின் இலக்கியம்

*"என் பக்கத்து வீட்டுக்காரரர் வந்து இருண்ட இரவில் சென்றபோது நான் என் விளக்கைக் கொளுத்தினேன்." நிமா யூஷிஜ்.*

நேச நாட்டுப் படைகளால் செப்டம்பர் 1941 இல் ஏற்பட்ட ஈரானின் ஆக்கிரமிப்பு சமகால ஈரானிய இலக்கியங்களுக்கு ஒரு திருப்புமுனையாக அமைந்தது. ஈரான் வெளிநாட்டினரால் ஆக்கிரமிக்கப்பட்டது, ஆனால் அந்த பேரழிவிற்கு எதிராக மக்கள் நிம்மதியடைந்தனர்.மேலும் பெரும் சர்வாதிகாரி நாட்டை விட்டு வெளியேற்றப்பட்டதைக் கண்டு மகிழ்ச்சியடைந்தனர். இவ்வாறு நிமா போன்ற எழுத்தாளர்கள் அண்டை நாடுகளின் போக்குவரத்தின் போது தங்கள் நம்பிக்கையின் விளக்கைக் கொளுத்தினர், ரேசா ஷா தெஹ்ரானை விட்டு வெளியேறியபோது பின்வரும் சொற்களில் தங்கள் மகிழ்ச்சியை உச்சரித்தனர்: "செய்தித்தாள் விற்பனையாளர்கள் ரேசா ஷாவின் ராஜினாமா குறித்த அசாதாரண கூடுதல் பொருட்களின் சிறப்பம்சங்களை கத்தும்போது, சில தருணங்களில் நான் முழு நம்பிக்கையற்ற நிலையில் தயங்கினேன். ஏனென்றால் ஷாவின் பயம் பொது இதயங்களில் மிகவும் வலுவாக இருந்தது, அவருடைய ஆட்சியின் தொடர்ச்சியில் ஒரு நம்பிக்கை மக்களிடையே மிகவும் உறுதியாக இருந்தது, அவர்கள் செய்தியைக் கேட்டபோது அவர்கள் மகிழ்ச்சியைக் காட்டத் துணியவில்லை. அவர்களின் சுதந்திரத்தின் காற்றை சுவாசித்தனர்(கட்டோஜியன், 1993, பக். 200). இவ்வாறு 20 வருட விரக்தியின் கனவில் இருந்து விடுவிக்கப்பட்ட ஈரான் படிப்படியாக மீண்டும் நல்ல காற்றை சுவாசிக்கத் தொடங்கியது. அரசியல் கைதிகள் விடுவிக்கப்பட்டனர், நாட்டின் அரசியல் கொஞ்சம் இளைப்பாறத் தொடங்கியது, பேச்சு, எழுதும் சுதந்திரம் இருந்தது, செய்தித்தாள்கள் அரசியல், கில்ட்

சங்கங்கள் காளான் போல் தொடங்கின. இந்த 12 ஆண்டுகளில் ஈரான் தனது வளர்ந்து வரும் ஜனநாயகத்தை கடைப்பிடிக்க நல்ல வாய்ப்பைப் பெற்றது. ஒவ்வொரு துறையிலும் கருத்துக்கள் ஆற்றல், செயல்பாடு மோதல், பொது எதிர்ப்பு, அரசியல், அறிவுசார் அமைப்புகள், பலவிதமான எண்ணங்கள், தாக்குதல்கள், கைதுகள், மரணதண்டனைகள் இந்த 12 ஆண்டுகளின் சிறப்பு அம்சங்கள் எனலாம். "இந்த மாற்றத்தின் போது ஒரு புதிய வகைப்படுத்தப்பட்ட இலக்கியம் வடிவம் பெற்றது. புதிய இலக்கியம் மக்களை ஆழமாக ஊடுருவியது' அரசியல் குழுக்கள், கட்சிகளில் சேருவதன் மூலம் சுதந்திரத்தை ஊக்குவிக்க முடியும் என்று நினைத்தநர் பல புத்திஜீவிகள். இது மிகவும் முக்கியமானது, ஹெதாயத், மசூத் , அலவி போன்ற அவநம்பிக்கையான உணர்வு எழுத்துக்களுக்கு நன்கு அறியப்பட்டவர்கள் கூட தங்கள் தனிமையை கைவிட்டனர் (அபேதினி 1987, பக். 85). அந்த காலகட்டத்தில் ஒரு பாசிச எதிர்ப்பு உணர்வு தோன்றியது. இதற்கிடையில் சோவியத் சோசலிச வலிமை அதன் வசீகரமான சொல்லாட்சியுடன் ஓரளவுக்கு பல புத்திஜீவிகளை ஈர்த்தது. அந்த காரணத்திற்காக அலே அஹ்மத், பெஹசின் போன்ற எழுத்தாளர்கள் தொழிலாளர்களையும் விவசாயிகளையும் தங்கள் கதைகளில் சமூக மாற்றங்களில் செல்வாக்கு மிக்க மனித கூறுகளாக பிரதிநிதித்துவப்படுத்தினர்.

முகமது மசூத்தின் வெளிப்பாடுகள் நீண்ட கால அரசியல் கழுத்தை நெரித்ததைத் தொடர்ந்து வந்த அந்தக் காலகட்டத்தின் ஒரு பகுதி கடந்த கால குற்றங்களையும் அழுத்தங்களையும் வெளிப்படுத்தியது. உதாரணமாக, பரதீஸ் நாவலுக்கு பாதி வழியை ஒரு அரசியல் கட்டுரையாக எழுதிய சயீத் நபிசி, ரேசா ஷாவின் காலத்தில் பல சிறந்த அரசியல் பிரமுகர்களை வெளிப்படுத்தினார். 1953 இல் வெளியிடப்பட்ட அவரது 'தி ஃப்ளவர்ஸ் தட் க்ரூ இன் ஹெல்' புத்தகத்தில், முகமது மசூத் ரேஸா ஷாவின் ஆட்சியின் கடைசி ஆண்டுகளில் பெரிதாக்கினார்.

ரேசா ஷா அடக்குமுறை, சர்வாதிகாரத்தின் வெளிப்பாடுகளுக்கு ஒரு எடுத்துக்காட்டு போசோர்க் அலவியின் படைப்புகள் ஆழமாக ஆய்வு செய்யப்பட வேண்டும். புதிய கதைகளின் மூன்று புனித தூண்களாக மார்செல் ப்ரூஸ்ட், ஜேம்ஸ் ஜாய்ஸ், ஃபிரான்ஸ் காஃப்கா ஆகியோரை நாம் நினைவில் வைத்துக் கொள்ள வேண்டும் என்றால், அலவி, ஜமால்சாதே , ஹெதாயத் ஆகியோரை தற்கால ஈரானிய இலக்கியத்தின் மூவரும் என்று குறிப்பிட வேண்டும். 1941க்குப் பிறகு மூன்று தனித்தனி இலக்கிய நடைகளை வெளிப்படுத்திய இந்த எழுத்தாளர்கள் யதார்த்தமான விமர்சனத்தில்

நிகரற்றவர்கள். அகவன் சாலெஸிடமிருந்து பின்வரும் வரியுடன் ஒருவர் தங்கள் இழப்பை புலம்ப வேண்டும்: "ஐயோ அந்த உயர்ந்த அபிலாஷைகளின் உச்சவரம்பு... (அது நொறுங்கியது)."

## போசோர்க் அலவி (ஆகா போசோர்க்)

1941 முதல் 1953 வரையிலான ஆண்டுகளில் ஈரானிய சமகால இலக்கியங்களில் மிகச்சிறந்த நபர் அலவி ஆவார். ஆரம்பத்தில் இருந்தே அவர் குழு 53 போன்ற அரசியல் குழுக்களில் சேர்ந்தார். பிஷேவரி, மாலேகி, அன்வர் கமீ ஆகியோருடன் சேர்ந்து, ரேசா ஷாவின் ஆட்சி குறித்த கசப்பான உண்மைகளை வெளிப்படுத்துவதில் அலவி ஒரு சிறந்த பங்கை வகிக்கிறார். இந்த காரணங்களுக்காக 1953 முதல் 1978 வரை அவரது புத்தகங்கள் ஈரானில் வெளியிட அனுமதிக்கப்படவில்லை (யாகி, 1995, பக். 200). ‘மார்பு’, ‘மிர்சா’, ‘சலரிஹா’, ‘ஒரு கைதிகளின் குறிப்புகள்’ போன்ற அவரது படைப்புகளின் தொகுப்பு அவரை ஒரு சமூக காதல் எழுத்தாளராக முன்வைத்தாலும், அவரது பெரும்பாலான கதைகள் அரசியல், ப அபிலாஷைகளால் ஈர்க்கப்பட்டுள்ளன. அவரது புத்தகங்களின் ஹீரோக்கள் விரக்தியடைந்த மனிதர்கள், வெளிநாடுகளில் தனிமையில் அலைகிறார்கள்.

ஈரானிய வரலாற்றின் இருண்ட, மூச்சுத் திணறல் காலங்களில் பிரிவு கோஷங்களை நாடியதற்காக சமீபத்தில் இறப்பதற்கு முன்னர் அவர் தனது அலைந்து திரிந்த வாழ்க்கை காரணமாக இருக்கலாம். கட்கானியுடனான தனது உரையாடலில் (டோன்யே சோகன், 1997) போசோர்க் அலவி கூறுகையில், அரசியல் தான் தனது பாதையை இழக்க நேரிட்டது. தனது "சிறைகளில் இருந்து சிதறிய குறிப்புகள்" இல், அலவி ஈரானில் சர்வாதிகார அமைப்புடன் இளைஞர்களின் மோதலைக் குறிப்பிடுகிறார். ஆனால் ‘அவரது கண்கள்’ 1952 இல் எழுதப்பட்ட மிக முக்கியமான நாவல். இந்த படைப்புகள் ஈரானிய மொழியின் சிறந்த கதைகளில் ஒன்றாகும். அந்த நாவலில் அலவி ஈரானில் 20 ஆண்டுகள் கழுத்தை நெரித்ததை திறமையாக சித்தரிக்கிறார். ஓஸ்டாட் மக்கன் (மாஸ்டர் மாகன்) , ஃபாரங்கிஸ் ஆகியோரின் காதல் விவகாரத்தை பெரிதும் பெரிதாக்கும் அவரது நாவல் புகழ்பெற்ற ஓவியர் கமலோல்மோல்கின் வாழ்க்கை , படைப்புகளால் ஈர்க்கப்பட்டதாக பலர் நம்புகிறார்கள். ரேசா ஷா ’ கள் காலம். மக்கன் ஒரு அரசியல் அதிருப்தி போர் ஓவியர் , ஃபாரங்கிஸ் ஒரு தைரியமான காதலன். ஒரு சட்டவிரோத அமைப்போடு கூட்டணி வைத்திருந்த ஓஸ்டாட் மக்கன் ஒரு பிரபுத்துவ குடும்பத்தைச் சேர்ந்த ஃபரங்கிஸ் என்ற இளம்பெண்ணைக் காதலித்தார். ஃபாரங்கிஸின் ஓவியம் மீதான காதல், அவர் ஓவியரிடம்

ஈர்க்கப்படுவதற்கும், ஈரான் , பாரிஸில் கல்வியின் போது இடதுசாரி குழுக்களில் ஒன்றில் சேரவும் காரணமாக அமைந்தது. ஆனால் அரசியல் கருத்துக்களைக் கொண்டிருந்த ஓவியர் தொடர்ந்து ஆட்சியின் கண்காணிப்பில் இருந்தார். இருப்பினும், இறுதியில் ஃபாரங்கிஸ் அவரை மீட்பதில் வெற்றி பெற்றார். ஆனால் அந்த சுய தியாகத்தை எஜமானர் ஒருபோதும் புரிந்து கொள்ளவில்லை.

ஓவியத்தின் மீதான காதல் அவள் ஓவியரிடம் ஈர்க்கப்படுவதற்கும் ஈரான் , பாரிஸில் கல்வியின் போது இடதுசாரி குழுக்களில் ஒன்றில் சேரவும் காரணமாக அமைந்தது. ஆனால் அரசியல் கருத்துக்களைக் கொண்டிருந்த ஓவியர் தொடர்ந்து ஆட்சியின் கண்காணிப்பில் இருந்தார். இருப்பினும், இறுதியில் ஃபாரங்கிஸ் அவரை மீட்பதில் வெற்றி பெற்றார். ஆனால் அந்த சுய தியாகத்தை எஜமானர் ஒருபோதும் புரிந்து கொள்ளவில்லை. ஓவியத்தின் மீதான காதல் அவள் ஓவியரிடம் ஈர்க்கப்படுவதற்கும் ஈரான், பாரிஸில் கல்வியின் போது இடதுசாரி குழுக்களில் ஒன்றில் சேரவும் காரணமாக அமைந்தது. ஆனால் அரசியல் கருத்துக்களைக் கொண்டிருந்த ஓவியர் தொடர்ந்து ஆட்சியின் கண்காணிப்பில் இருந்தார். இருப்பினும், இறுதியில் ஃபாரங்கிஸ் அவரை மீட்பதில் வெற்றி பெற்றார். ஆனால் அந்த சுய தியாகத்தை எஜமானர் ஒருபோதும் புரிந்து கொள்ளவில்லை.

1951 ஆம் ஆண்டில் அமைதிக்கான சர்வதேச பரிசைப் பெற பரிந்துரைக்கப்பட்ட போசோர்க் அலவி ஈரானிலிருந்து வெளியேறினார், ஆனால் சிறிது நேரத்திற்குப் பிறகு ஈரான் ஒரு குழப்பமான காலத்தை எதிர்கொண்டது, இது மொர்டடெக் 28 இல் மொசாடெக்கிற்கு எதிரான சதித்திட்டத்துடன் முடிவடைகிறது. மொசாடெக் வீழ்ந்தார். அலவாய் முதலில் சம்பவ இடத்திற்குத் திரும்பினார், ஆனால் ஹெடயாத்தைப் போல அவர் ஒருபோதும் ஈரானுக்குத் திரும்பவில்லை, சித்திரவதை செய்யப்பட்ட மனசாட்சியைப் போல அவர் இறக்கும் வரை ஈரானில் நடந்த துயர சம்பவங்களை மேலே இருந்து பார்த்து அவரது உணர்வுகளை பதிவு செய்தார்.

இஸ்லாமிய புரட்சிக்கு பிந்தைய ஆண்டுகள் வரை 1961 ஆண்டுகளின் நிகழ்வுகளை அவர் ஆய்வு செய்தார். ஜமால்சாதேவைப் போலவே, அலவியும் வெளிநாட்டில் இறந்தார். அலவி குறித்து அஹ்மத் ஷம்லுவிடமிருந்து பின்வரும் வரிகளை மேற்கோள் காட்டுவது பொருத்தமானது: "ஐயோ எங்கள் பலமும், இதுபோன்ற ஒரு இழிவான போரில் எங்கள் நேரமும் வீணடிக்கப்பட்டது."

## சதேக் ஹெதாயத்

"எங்கள் சுதந்திரத்தைப் பெற நாங்கள் ஆர்வத்துடன் போராடினோம், சதேக் ஹெதாயத் எங்கள் போராட்டங்களின் கருவாக இருந்தார் (மொஜ்தாபா மினாவி)."

ஈரானிய மண் அரசியலமைப்பு முடியாட்சிக்கான விருப்பத்துடன் கொதித்துக்கொண்டிருந்தபோது பிறந்தார் , 1951 ஏப்ரல் 8 திங்கள் காலையில் பாரிஸில் உள்ள பவுல்வர்டு செயிண்ட் மைக்கேல்ஸில் ஒரு சிறிய ஓய்வூதியத்தில் ஒரு அறையின் குளியலறையில் தற்கொலை செய்து கொண்டபோது, சிறந்த ஈரானிய எழுத்தாளர் சாடெக் ஹெதாயத் பிறந்தார். அவர் தற்கொலை செய்துகொண்டபோது, ஈரானில் இருபது ஆண்டுகால முழுமையான சர்வாதிகாரத்தைத் தொடர்ந்து வந்த 40 களின் அரை மனதுள்ள ஜனநாயகம் முடிவுக்கு வந்தது.

மேற்கில் கல்வி கற்ற ஹெடாயத் என்ற மாணவர் ஈரானுக்கு திரும்பியதும் ஈரானிய சமுதாயத்தின் பின்தங்கிய தன்மையைக் காண சகிக்க முடியவில்லை. ஈரானிய சமூகம் ரேசா ஷாவின் இடைக்கால, கல்வியறிவற்ற சர்வாதிகாரத்தின் கீழ் பாதிக்கப்பட்டது, மேலும் அந்த பின்தங்கிய சமூக அரசு தானாகவே ஹெதாயத்தை வெளியேற்றியது (முகமது பஹார் லு, ஹெடயாட்டின் படைப்புகள், 1993). ஆயினும்கூட, தனது நாட்டில் ஒரு அரசியல், சமூக எழுச்சியைக் காண எப்போதும் காத்திருந்த ஒரு மனிதனைப் போல ஹெதாயத் மூன்று இலக்கிய நிலைகளைக் கடந்தார். முதல் கட்டம் பண்டைய ஈரானைப் புகழ்ந்து தீவிர தேசியவாதம், அரேபியர்கள், அரபு மீதான வெறுப்புடன் தொடங்கியது. அந்த கட்டத்தில் அவர் ரேசா ஷாவின் ஆட்சியின் இலக்கிய வாசகங்களை ஆதரிக்கவில்லை என்றாலும், அரபு படையெடுப்பிற்கு முன்னர் இஸ்லாமிற்கு முன் ஈரானின் ஒரு அற்புதமான படத்தை சித்தரிப்பதன் மூலம், நாட்டின் அரசியல் நிலைமைகளில் மாற்றத்தை கொண்டு வர முடியும் என்று அவர் நினைத்தார். " ஆனால் வருத்தத்துடன் விருப்பம் அல்லது விருப்பமில்லாமல் அவர் ரேசா ஷாஹி ரொமாண்டிஸத்தால் ஏமாற்றப்பட்டார். அத்தகைய ஆர்வத்தினால் சுடப்பட்ட அவர் பஹ்லவி மொழியை ஒரு விசித்திரமான ஆர்வத்துடன் கற்கத் தொடங்கினார், அந்த நாவிலிருந்து தொடர்ச்சியான நூல்களை மொழிபெயர்த்தார், பர்வின், சாசனின் மகள், மஜியார் போன்ற படைப்புகளை வெளியிட்டார். இந்த படைப்புகளில் அவர் சாஸன் இயன் காலத்தின் அருமையான அரசாங்கத்தைப் பற்றி புலம்பினார், ஈரானிய மதத்தை மாற்றிய படையெடுக்கும் அரேபியர்களைப் பற்றி வசைபாடினது மட்டுமல்லாமல், சாஸன்

ஐயன் பிரபுக்களுக்கு பதக்கங்களையும் பரிசுகளையும் வழங்கினார் (மொஹ்சென் சோலிமணி, சாடெக் ஹெதாயத்தின் படைப்புகளின் தொகுப்பு, 1993).

இலக்கியப் படைப்புகளின் அந்த கட்டத்தில் ஹெடாயத் இருக்கும் நிலைமைகளை மீறி, இருக்கும் சூழ்நிலையை முரண்படும் சூழ்நிலையை சித்தரித்தார். அந்தக் காலத்தின் பல எழுத்தாளர்களில் ஹெடாயத் ஈரானின் பின்தங்கிய தன்மை, பலவீனத்தின் வேர் கஜார் காலம், இஸ்லாமிய கலாச்சாரம் என்று நம்பினார். அரேபியர்கள் இஸ்லாத்தின் நிறுவனர், பண்டைய ஈரான் சரணடைய காரணமான முக்கிய கிளர்ச்சியாளர்களாக இருந்ததால், அவர்கள் ஈரானிய சமுதாயத்தின் சீரழிவுக்கு மூல காரணியாக கருதப்பட்டனர். அத்தகைய ஒரு வீணின் கீழ், ஹெடாயத்தின் காலத்தின் அறிவுசார் எழுத்தாளர்கள் ஈரானுக்கு ஒரு புகழ்பெற்ற இஸ்லாமிய நாகரிகத்துடன் ஒரு அரிய வம்சாவளி இருப்பதாக நம்பினர், மேலும் தற்போதுள்ள சீரழிவும் குழப்பமும் உயர்ந்த ஈரானியர்கள் மீது தாழ்ந்த இனங்களின் ஆதிக்கம் , ஒரு சீரழிந்த கலாச்சாரத்தின் ஆதிக்கத்தின் விளைவாகும் என்று நம்பினர். ஒரு உயர்ந்த கலாச்சாரம்.

இஸ்லாமியத்திற்கு முந்தைய ஈரானிய சமூகத்தைப் பற்றி அவர்கள் நேர்மறையான , விமர்சனமற்ற தீவிரத்தைக் காட்டிய அதே அளவிற்கு, அவர்கள் சமகால ஈரானிய சமூகத்தைப் பற்றி வெட்கப்பட்டனர். அரேஃப், எஷ்கி, ஃபாரோகி, லஹூட்டி ஆகியோரால் முழக்கமிட்ட அரசியல் முழக்கங்கள் இத்தகைய காதல், பேரினவாத உணர்வுகளால் நிரம்பியிருந்தன. இஸ்லாமியத்திற்கு முந்தைய ஈரானுக்கும் இஸ்லாம் , அரேபியர்களின் அதிருப்திக்கும் பூர்தாவூத் , பெஹ்ரூஸ் போன்ற ஆராய்ச்சியாளர்கள் தோன்றியது. பர்வின், ஹெசாயத்திலிருந்து சாசனின் மகள் , மஜியார், தி லாஸ்ட் ஸ்மைல் சிறுகதை, கயாமின் குவாட்ரெயின்கள் அறிமுகம், இஸ்ஃபஹான் இஸ் ஒன் ஹாஃப் ஆஃப் தி வேர்ல்ட் ஆகியவை தேசியவாத, காதல் உணர்வுகளால் நிறைந்துள்ளன (கட்டோஜியன், 1995, பக். 80).

அவரது மன, அரசியல் வாழ்க்கையின் இரண்டாம் கட்டத்தின் போது, போயோர்க் அலவி, தாகி அரானி போன்ற சிறந்த கம்யூனிச புத்திஜீவிகளுடன் ஹெதாயத் ஒத்துழைத்து, மேற்கு ஏகாதிபத்தியத்திற்கும் சோவியத் தேசியவாதம், சர்வதேச கம்யூனிசத்தின் மீதான நம்பிக்கையையும் எதிர்த்து வளர்ந்து வரும் வெறுப்பைக் காட்டினார். ஈரானிய எழுத்தாளர்களின் முதல் மாநாடு ஜூலை 1946 இல் தெஹ்ரானில் ஈரானோ-சோவியத் கலாச்சார சங்கத்தால்

கூட்டப்பட்டபோது, தொடர்ச்சியான கம்யூனிச முழக்கங்களால் வலுவாகப் பாதிக்கப்பட்டது, காங்கிரஸ் இடதுசாரி முழக்கங்களை எதிரொலித்தது. அந்த காலகட்டத்தில் ஹெதாயத்தின் படைப்புகள் வெளிநாட்டு சக்திகளுடன் ஒருவித தொடர்பைக் காட்டின, ஆனால் இறுதியில் அது சர்வாதிகாரத்தையும் ரேசா ஷாவையும் தாக்கியது. எடுத்துக்காட்டாக, *1945* இல் வெளியிடப்பட்ட அவரது ஹஜ்ஜி அகா, முற்றிலும் அரசியல் அத்தியாயமாகும், இது ரெசா ஷா , அவரது ஆட்சியை இடைவிடாமல் தாக்குகிறது. அந்த கதையில், ஹஜ்ஜி ஆகா, ஹீரோ, மேற்கில் கல்வி கற்ற தனது மூத்த மகனை மறுத்து, ஒரு நிபுணராக மாற முடிவு செய்த தனது இளைய மகனுக்கு அவநம்பிக்கையான ஆலோசனைகளை வழங்குகிறார். நேச நாட்டுப் படைகளால் தெஹ்ரானை ஆக்கிரமித்தபோது, ரெசா ஷா , ஹிட்லரை விரும்பியபோதும், ஹஜ்ஜி ஆகா இஸ்ஃபாஹானுக்கு தப்பிக்கிறார். ஆனால் தெஹ்ரானுக்குத் திரும்பியபோது, ஒரு புதிய ஜனநாயகம் உருவாகி வருவதை அவர் கவனிக்கிறார், இருப்பினும் பழைய சூழ்ச்சிகள் மீண்டும் செயல்படுகின்றன. அவர் தன்னை மஜ்லிஸ் தேர்தலுக்கு பரிந்துரைத்தார். ஒரு அறுவை சிகிச்சையின் போது, அரை உணர்வுடன் இருக்கும்போது, அவர் சொர்க்கத்திற்கு ஏறியதாக கனவு காண்கிறார், மேலும் நோய்வாய்ப்பட்ட தனது மனைவிகளில் ஒருவரை வானத்தின் வீட்டுக்காவலராகக் கவனிக்கிறார். அவர் நனவாகும்போது, அவர் இந்த உலகில் தனது மனைவியின் வீட்டுக்காப்பாளரைத் தவிர வேறு எதுவும் இல்லை என்று ஒப்புக்கொள்கிறார். இந்த கதையில் ஹஜ்ஜியின் பரிவர்த்தனைகளை வெவ்வேறு நபர்களுடன் திறமையாக சித்தரிக்கும் போது, பழைய ஆட்சியைப் பற்றிய ஒரு காட்சியையும் புதிய ஆட்சியின் மற்றொரு காட்சியையும் ஹெதாயத் சித்தரிக்கிறார். இத்தகைய எண்ணங்களுடன் ஹெடாயத் *1946* ஆம் ஆண்டில் ஃபர்தா (நாளை) என்று அழைக்கப்படும் ஒரு கதையை எழுதினார், அங்கு அவர் ஒரு போர் தொழிலாளியைப் பாதுகாத்தார், ஆனால் செபன்லு சொல்வது போல் "கடுமையான ஆன்மீக நெருக்கடியால் தாக்கப்பட்ட ஒரு எழுத்தாளரின் அறிவுசார் கோபத்தின் கடுமையான , மிகவும் விரக்தியான வெளிப்பாடே ஹெடாயத்தின் நையாண்டி. இது ஹெடாயத் சர்வாதிகார முறைக்கு அடிமைப்படுத்தப்பட்ட அறியாத மக்களைப் பற்றி மிகவும் அவமானகரமான கருத்துக்களை ஊற்றுவதற்கு காரணமாகிறது (செபன்லூ, *1992*, பக். *133*).

அத்தகைய சிந்தனையிலும், அந்தக் காலத்தின் பல புத்திஜீவிகளையும் போலவே, ஹெதாயத் தூதே (கம்யூனிஸ்ட்) கட்சியில் நம்பிக்கையின் ஒரு தீப்பொறியைக் கண்டறிந்து, அது ஒரு தேசிய, ஜனநாயகக்

கட்சி என்று நம்பினார், அது அவருடைய அபிலாஷைகளையும் குறிக்கோள்களையும் நிறைவேற்ற முடியும். ஆனால், தூதே கட்சி சோவியத் யூனியனுடன் இணைந்திருப்பதை அவர் கவனிக்கும்போது, அவர் அந்தக் கட்சியிலிருந்து விலகுகிறார். அப்போதிருந்து அவரது சுத்த மன விரக்தி அதிகரிக்கிறது. பல வருடங்கள் கழித்து அரசியல்வாதிகள், புத்திஜீவிகளை மீட்பதற்காக ஹெதாயத் சிலுவையில் அறையப்பட்டதாக அவர்கள் குறிப்பிட்டபோது, பல எழுத்தாளர்கள் ஹெதாயத் கம்யூனிஸ்ட் கட்சியுடன் போராடாமல் இருந்திருந்தால் அவரை விரக்தியடையச் செய்து விரக்தியடைந்த, சீரழிந்த எழுத்தாளராக மதிப்பிட்டிருக்க மாட்டார்கள் என்று நினைத்தார்கள் *(செபன்லூ, 1992, பக். 134)*.

இத்தகைய சூழ்நிலைகளில் ஹெதாயத் தனது வாழ்க்கையின் கடைசி அல்லது மூன்றாவது கட்டத்தில் நுழைந்தார், இது எல்லாவற்றிற்கும், அனைவருக்கும் எதிரான அதிகப்படியான அவநம்பிக்கையின் கட்டமாகும். அத்தகைய சிந்தனையில், அவர் தனது கண்மூடித்தனமான ஆந்தை (போஃப் கூர்) இல் தனது காஃப்கைக் , சர்ரியலிச உணர்வுகளை வெளிப்படையாக வெளிப்படுத்துகிறார். உதாரணமாக அண்டர் தி புஷ் என்று அழைக்கப்படும் அவரது கதையில் அவர் எழுதுகிறார்: "நாங்கள் இந்த அடிப்படை உலகில் ஒரு சில நாட்கள் வாழ்வதற்கும் பின்னர் வெடித்து இறப்பதற்கும் பிறந்திருக்கிறோம். எந்தவொரு வரலாற்று ஆவணத்தையும் நாங்கள் ஏற்கவில்லை, சரியான இருக்கை கிடைத்ததில் பெருமைப்படுவதில்லை இந்த பூமியில் உள்ள மனிதகுலத்தின். வரலாற்றின் பக்கங்களை மாற்றவோ அல்லது ஒரு புதிய அமைப்பை உருவாக்கவோ அல்லது வலிமை , கொடுமைப்படுத்துதல் சக்தி, திமிர்பிடித்த பழங்குடி கானைப் பற்றி பெருமை கொள்ளவோ நாங்கள் விரும்பவில்லை. ஏனென்றால் ஒவ்வொரு கழுதையும் ஒரே கூற்று, மிக உயர்ந்தவை என்று நம்புகிறது பூமியில் உயிரினம் *(அன்வர் கமீ, 1989, பக். 170)*.

அத்தகைய ஒரு தனிமை, தனிமையில் ஹெடாயத் தனது சூழலின் மோசடி, வஞ்சகத்தில் சுழன்று கொண்டிருக்கிறார், மேலும் தாகி மொடரெஸி சொல்வது போல், மோசடி, குற்றம், விலகல், பயம், விரக்திக்கு இடையில் பிறந்த ஒரு இளைஞனின் கருத்தை அவர் பிரதிநிதித்துவப்படுத்துகிறார், தஞ்சம் அடைகிறார் இந்த தீமைகளைத் தவிர்ப்பதற்கு அவரது சொந்த சுய. இத்தகைய மனச்சோர்வுக் கருத்துக்களுடன், ஈரானைக் காட்டிலும் நிலவும் இருண்ட, மேகமூட்டமான சூழலில் இருந்து தான் பிரிந்துவிட்டதாக ஹெதாயத் நம்பினார். அவர் ஒரு ஓரியண்டலிஸ்ட்டின் ஊடுருவக்கூடிய கண்ணைக் கொண்டிருந்தார், ஆனால் "அவரது

நுண்ணிய பார்வைக்குப் பின்னால் அவர் மனிதர்களின் நடுங்கும் நிலை குறித்து கவலைப்பட்டார் (மெஹதி ஃபாரூட்காஹி, ஜமேயா செய்தித்தாள், ஏப்ரல் 9, 1998)."

சுருக்கமாகச் சொன்னால், ஐரோப்பாவிலோ ஈரானிலோ ஹெடாயத் ஒருபோதும் சமாதானமாக இருக்கவில்லை. அவர் ஈரானை நேசித்தார், ஆனால் அவரது கால ஈரான் அவருக்கு நம்பிக்கையான எந்தவொரு நேர்மறையான எதிர்பார்ப்பையும் அளிக்கவில்லை. ஆகையால், செப்டம்பர் 2, 1947 தேதியிட்ட நூராய்க்கு எழுதிய கடிதத்தில் அவர் எழுதினார்: "... நீங்கள் ஒரு நாட்டில் ஒரு விஷயத்தில் ஆர்வம் காட்ட முடியும், நீங்கள் அலைந்து திரிந்த யூதரைப் போல வாழ வேண்டும்? நாங்கள் அடிஸ் அபாபா மசூதியில் எங்கள் வாழ்க்கையில் பராமரிப்பாளர்களாக இருந்திருந்தால் ஆயிரம் மடங்கு சிறப்பாக இருந்திருக்கும் (பஹார் லு, ஜமேயா செய்தித்தாள், ஏப்ரல் 5, 1998). " எப்படியிருந்தாலும், அவர் பாவம் அல்லது தவறு என்ற உணர்வு கொண்டிருந்தாலும் கூட, அவர் ஒருபோதும் தனது குற்றத்தை வெளிப்படுத்தவோ புரிந்து கொள்ளவோ இல்லை, அவரே சொல்வது போல்: "நாங்கள் தான் ஒரு தவறு செய்தோம், ஆனால் நாங்கள் என்ன தவறு செய்தோம் என்று எங்களுக்குத் தெரியவில்லை, அல்லது எங்களுக்கு தெளிவற்றதாக இருக்கிறது எங்கள் தவறு பற்றிய தகவல்கள். இது நம்முடைய இருப்புக்கான பாவமாகும். நாம் பிறந்தவுடன் தீர்ப்புக்கு ஆளாகிறோம். எங்கள் முழு வாழ்க்கையும் ஒரு தொடர்ச்சியான கனவு, இது தீர்ப்பின் கட்டைகளுக்குள் சுழல வேண்டும். கடைசியில் எங்களுக்கு கடுமையான தண்டனை விதிக்கப்பட்டு, ஒரு நாள் மூச்சுத் திணறல் ஏற்பட்டால், சட்டத்தை பிரதிநிதித்துவப்படுத்தும் ஒரு மனிதர், எங்களை கைது செய்து, கத்தியை எங்கள் இதயங்களுக்குள் செலுத்தி, ஒரு நாய் போல நம்மைக் கொன்றுவிடுகிறார். "

1941 க்குப் பிறகு வெளியிடப்பட்ட ஹெடாயத்தின் படைப்புகளில் செபன்லு கண்டறிந்த பாத்திரத்தின் முரண்பாட்டை இதில் காணலாம். ஏனென்றால், ஏமாற்றமளிக்கும், பின்தங்கிய மனப்பான்மை கொண்ட பிரச்சினைகளில் ஹெதாயத் கவனம் செலுத்துகிறது. பல ஆண்டுகளுக்குப் பிறகு அலே அஹ்மத் போன்ற எழுத்தாளர்கள், அலைந்து திரிந்த நாயின் அத்தியாயங்கள் ஹெடாயத்தின் வாழ்க்கையின் ஒரு பகுதியைக் குறிக்கின்றன, அவர் தனிமையில் தனது சொந்த அழிவைக் கண்டார். அத்தகைய நிலைமைகளின் கீழ் ஹெடாயத் போன்றவர்கள் எந்தவொரு குறிப்பிட்ட சிந்தனைப் பள்ளியுடனும் அல்லது குழுவுடனும் இணைக்கப்படாதவர்கள்,

அக்கால சூழ்நிலைகளுக்கு ஏற்ப தங்கள் நிலையை மாற்ற முடியவில்லை, ஈரானில் தங்குவது சாத்தியமில்லை என்று அலே அஹ்மத் கூறுகிறார். நீதியின் வக்கீல் ஹெதாயத் கூறுவது போல்: "உங்கள் வாழ்க்கை முறைக்கு குறிப்பாக உருவாக்கப்பட்ட ஒரு சமூகத்தில் என்னால் எதுவும் செய்ய முடியாது. அத்தகைய சமூகத்தில் நான் எந்தப் பயனும் இருக்க முடியாது.

கடவுள் உங்களுக்காக உருவாக்கிய இந்த கிணற்றில் நான் ஒரு பயனற்ற உருவம் என்பதில் பெருமைப்படுகிறேன். இந்த கிணற்றில் உங்களுக்கு சாப்பிடவும் குடிக்கவும் கொழுக்கவும் மட்டுமே உரிமை உண்டு, ஆனால் உங்கள் வெறுக்கத்தக்க, துர்நாற்றம் வீசுவதால் மூச்சுத் திணற நான் கண்டிக்கப்படுகிறேன் (செபன்லு, 1992, பக். 131).

ஹெடாயத் நம் காலத்தின் வாழ்க்கை மனசாட்சி. இந்த உயிருள்ள மனசாட்சி தனது சுயமாக அடைக்கலம் கண்டால், ஒரு மனிதன் உயிருடன் புதைக்கப்பட்டிருக்கும் கழுத்தை நெரித்தல், மோசடி சூழலில் இருந்து தப்பிக்க அவன் விரும்புகிறான் (அரியன்பூர், 1995, பக். 418). "படையினர் கடந்து செல்வதை நான் கண்டேன், அவர்களின் முகம் தெரியவில்லை. இது ஒரு இருண்ட, பயங்கரமான இரவு, படையினருக்கு பயங்கரமான, கோபமான தோற்றம் இருந்தது. நான் கண்களை மூடிக்கொண்டு மரணத்திற்கு அடிபணிய முயன்றபோது இந்த பயமுறுத்தும் அற்புதமான படங்களை நான் கனவு கண்டேன்."

போசோர்க் அலவி, ஹெடாயத் ஆகியோர் தேசபக்தி போராளிகள், அவர்களைப் பற்றி நிமா யூஷிஜ் கூறுகிறார்: "ஒரு வேதனையான இரவின் வட்டத்தில் அவர்கள் மறைந்த ஆயிரம் துயரங்களை புதுப்பிக்கிறார்கள். ஹெடாயத்தின் தற்கொலை குறித்து கருத்து தெரிவிக்கும் அலவி கூறுகிறார்:"

சமுதாயத்துடனான அவரது பிரச்சினையே அவரது மிகப்பெரிய சங்கடமாக இருந்தது. இரண்டாம் உலகப் போருக்குப் பிறகு ஈரான் ஆயிரம் ஆண்டுகால சர்வாதிகாரத்திலிருந்து விடுபடும் என்று அவர் நினைத்தார் (போசோர்க் அலவி, ஷாஃபி கட்கானியுடன் நேர்காணல், டோன்யே சோகன், மார்ச் 1997).

ஜனநாயகத்தையும் சுதந்திரத்தையும் கொண்டுவருவதாக உறுதியளிக்கும் அந்தக் காலத்தின் சமூக, அரசியல் நிலைமைகள் தப்பிப்பிழைத்து உறுதிப்படுத்தப்பட்டிருந்தால், நிமா தனது கவிதைகளில் நன்கு சித்தரிக்கும் மற்றொரு சூழலாக மாற்றப்பட்டது.

ஈரானில் இருந்து ஹெதாயத் வெளியேறுவது தற்கொலை

செய்வதை நோக்கமாகக் கொண்டிருக்கவில்லை, ஆனால் ஈரானில் பொருத்தமற்ற வாழ்க்கை நிலைமைகளிலிருந்து தப்பிப்பதாகும். தூதே கட்சியின் கவிஞரும் நையாண்டிக்காரருமான ஃபெரிடூன் தவலோலிக்கு எழுதிய கடிதத்தில் ஈரானை விட்டு வெளியேறிய இரண்டு மாதங்களுக்குப் பிறகு, அவர் முழு உண்மையையும் பல தைரியமான வாக்கியங்களில் ஒப்புக்கொள்கிறார்: "அந்த பெரிய பரிசோதனையின் பின்னர் சுதந்திரம் என்ற பெயரில் நாங்கள் கொடுத்தது, அது உண்மையில் கழுத்தை நெரித்தது சுதந்திரத்தால் இனி யாரும் எதுவும் செய்ய முடியாது.. நாம் உட்கார்ந்து கரண்டியால் எங்கள் மரியாதை கரண்டியால் பருக வேண்டும், நம்மை நாமே புகழ்ந்து கொள்ள வேண்டும்! (ஹெடாயத்தின் படைப்புகளின் தொகுப்பு, செபன்லு)

# 10

## நாங்கள் உண்மையில் யார்?

கவிஞர் ஜலாலுதீன் ரூமியிடமிருந்து சிறந்த வரிகளை மேற்கோள் காட்ட பலர் விரும்புகிறார்கள், மேலும் பதின்மூன்றாம் நூற்றாண்டின் கவிஞர் அமெரிக்காவில் அதிகம் விற்பனையாகும் கவிஞர் என்ற ஆச்சரியமான உண்மையை பலர் அறிவார்கள். ஆனால் ரூமியின் புகழ் இருந்தபோதிலும் சூஃபி கவிதைகளின் பரந்த பாரம்பரியத்தின் ஒரு பகுதியாகும் என்ற உண்மையை கவனிக்க எளிதானது, இதில் கவிஞர்கள் தங்கள் எழுத்துக்களை ஆன்மீக போதனைகளையும் உள் உண்மைகளையும் தொடர்புகொள்வதற்குப் பயன்படுத்தினர்.

இன்று நாம் பெரும்பாலும் கவிதையை சுய வெளிப்பாட்டின் ஒரு வடிவமாக நினைக்கிறோம், எனவே சூஃபிகள் பகிர்ந்த போதனைகளை அடிக்கடி கடுமையான முறையில் தொடர்புகொள்வதற்கு இதைப் பயன்படுத்தினர் என்பதை அறிந்து கொள்வது விசித்திரமாகத் தோன்றலாம். ஆனால் வாழ்க்கையின் ஆழமான பார்வையைத் தொடர்புகொள்வதற்கு கவிதை மிகவும் பொருத்தமானது என்ற கருத்து ஒன்றும் ஆச்சரியமல்ல. தாளம், தொனி , நல்லிணக்கத்தில் வேரூன்றிய கவிதைகள் எப்போதும் ஆழமான வழிகளில் பேசுவதற்கான ஒரு வழியாக விரும்பப்படுகின்றன. உலகின் உண்மையான அனுபவம் வறண்ட, சுருக்கமான, நேர் காட்சி அல்ல; பல சந்தர்ப்பங்களில், இசை, கவிதைகள் சில வகையான கல்வி விரிவுரைகளை விட மிக உடனடி அதிர்வுடன் வாழ்க்கை அனுபவத்தைப் பிடிக்க முடியும்.

சூஃபிக்களின் கூற்றுப்படி, நமது அசல் சுயமானது படைப்பின் அழகிற்கும் ஆழத்திற்கும் முழுமையாகத் திறந்திருக்கும்; இது தெய்வீகத்துடன் இணக்கமான இயல்பான நிலையில் உள்ளது. நாம் முதிர்ச்சியடைந்து, தன்னுணர்வு படிகமாக்குகையில், நாம் ஒரு முக்கியமான சுய உணர்வைப் பெறுகிறோம், ஆனால் அதே நேரத்தில் வேறு ஏதாவது இழக்கப்படுகிறது. நாம் வளரும்போது,

சில வகையான வழிகளில் நடந்துகொள்வதற்கும் பதிலளிப்பதற்கும் எங்கள் பெற்றோர், பள்ளிகள், சமூக நிறுவனங்களால் நிபந்தனை, பயிற்சி பெறுகிறோம். அதில் எந்தத் தவறும் இல்லை - உண்மையில், இது அவசியம், ஏனென்றால் நாம் அனைவரும் சமூகத் துணிவின் ஒரு பகுதியாக மாற வேண்டும். ஈகோ மற்றவர்களுக்கும் வாழ்க்கை சூழ்நிலைகளுக்கும் தானியங்கி, நிர்பந்தமான, வெறித்தனமான வழிகளில் பதிலளிக்கத் தொடங்கும் போது உண்மையான சிக்கல் ஏற்படுகிறது. இது நிகழும்போது, செயற்கையாக கட்டமைக்கப்பட்ட அல்லது தவறான சுயத்துடன் அடையாளம் காண்கிறோம், நமது அசல், ஆழமான தன்மையின் உணர்வை இழக்கிறோம். இறுதியில் இல்லாமலாகிறோம்.

மற்ற ஆன்மீக மரபுகளைப் போலவே சூஃபித்துவமும், நாம் யார் என்பதைப் பற்றிய ஆழமான பார்வையைப் பிடிக்க வழிமுறைகளையும் கருவிகளையும் தருகிறது - இந்த கருவிகளில் ஒன்று கவிதை. சில சூஃபி கவிதைகள் பக்தி, ஏக்கத்தின் அழகிய வெளிப்பாடுகளாகவும், மற்றவை படைப்புகளை கற்பிப்பதாகவும் இருந்தாலும், மிகவும் குறிப்பிடத்தக்க படைப்புகள் - குறைந்தபட்சம் என்னைப் பொறுத்தவரை - வாசகரை இன்னொரு விதத்தில் பார்க்கும் உண்மையான மாய கவிதைகள். ஆச்சரியத்தின் ஒரு கூறுகளைப் பயன்படுத்துவதன் மூலம், விசித்திரமான கவிதைகள் நம் பழக்கவழக்கங்களையும் எதிர்பார்ப்புகளையும் நுட்பமாக குறுகிய சுற்றுக்கு கொண்டு வர முடியும். அவர்கள் கொண்டு செல்லும் தாக்கம், நிபந்தனைக்குட்பட்ட சுயத்தை உலகைப் பார்க்கும் வழிகளிலிருந்து, குறைந்தபட்சம் ஒரு கணமாவது வெளியேற்ற முடியும், மேலும் யதார்த்தத்தின் ஆழமான, ஆன்மீக பரிமாணத்தின் ஒரு வாழ்க்கை உணர்வை அளிக்கிறது, இது நனவான மனம் பெரும்பாலும் வடிகட்டுகிறது. ஆழம், மர்மத்தின் அத்தகைய உணர்வு "கண்ணுக்கு தெரியாத வணிகர்கள்" என்ற கவிதையால் தெரிவிக்கப்படுகிறது, இது அசல் பாரசீக மொழியில் நான்கு வரிகள் மட்டுமே:

காதல் கச்சேரி அழைக்கிறது,

ஆனால் புல்லாங்குழல்

காணப்படவில்லை.

குடிகாரர்கள் பார்வையாளர்கள்

ஆனால் மதுவைப் பார்க்க முடியாது.

நூற்றுக்கணக்கான

வணிகர்கள்
கடந்துவிட்டனர்
இந்த வழியில் -
ஆச்சரியப்பட வேண்டாம்
அவர்களின் தடயத்தைக் காண
முடியவில்லை என்றால்.

பல சிறந்த விசித்திரமான கவிதைகள் மனித உணர்வின் விளிம்பில் இருக்கும் ஒரு ஆழமான, காலமற்ற பரிமாணம் இருப்பதைப் பற்றிய மிகுந்த உணர்வை வெளிப்படுத்துகின்றன. நாம் விஷயங்களை ஒரு சிறிய பிட் பார்க்கும் விதத்தை மாற்ற முடிந்தால், வாழ்க்கையின் இந்த ஆழமான பரிமாணம் திடீரென்று கவனம் செலுத்துகிறது. இந்த வழியில், "கண்ணுக்கு தெரியாத வணிகர்கள்" போன்ற ஒரு கவிதை, யதார்த்தத்தின் இதயத்தில் உருவமற்ற தன்மையின் காலமற்ற உணர்வை உறுதியுடன் அனுபவிக்க வழிவகுக்கும்; மற்றொன்று, நம்முடைய சொந்த, சுய-கட்டுப்படுத்தும் நடத்தையை ஒரு கோணத்தில் பார்க்க வழிவகுக்கும், அதில் நாம் செயல்படும் சில நேரங்களில் சிறிய ஸ்கிரிப்ட்கள் உடனடியாகத் தெளிவாகின்றன; மூன்றாவது கவிதை, நிலையான பொருள்களின் தொகுப்பைக் காட்டிலும், உலகை தெய்வீக ஆற்றல்களின் உயிருள்ள கண்ணாடியாகப் பார்க்க வழிவகுக்கும். கவிதையைப் பொறுத்து, இந்த உணர்வுகள், பலவற்றை சூஃபி எழுத்தாளர்கள் தீவிரமாக வெளிப்படுத்துகிறார்கள்.

அன்பின் சூஃபி முக்கியத்துவம் வாசகரை பழக்கமான, நிபந்தனைக்குட்பட்ட சுயத்திற்கு வெளியே, உலகின் ஆழங்களையும் மனித இயல்புகளையும் மிகவும் உறுதியான, ஆழமான முறையில் அனுபவிக்க அழைத்துச் செல்கிறது. அன்பைப் பற்றிய குறிப்பிடத்தக்க விஷயம் என்னவென்றால், இது நம்முடைய சொந்தங்களைத் தாண்டி, உலகில் உள்ள வேறு எந்த "விஷயத்தையும்" விட மற்றொரு நபரை மிகவும் மதிக்க வழிவகுக்கிறது. சிறந்த அல்லது மோசமான, உண்மையான அன்பில், ஒருவர் இனி கட்டுப்பாட்டில் இல்லை; ஈகோ அல்லது தனிப்பட்ட சுயம் மற்றொருவருக்கு சரணடைகிறது. "நான்" இன் முக்கியத்துவம் கரைந்து போகிறது, இனி சுய அக்கறையின் மைய மையமாக செயல்படாது.

அன்பின் அனுபவத்தில், சூஃபி கவிஞர்கள் ஒரு திறப்பைக் கண்டுபிடித்தனர், அதில் அவர்களும் அவர்களுடைய வாசகர்களும் ஆன்மீகத்தின் குறிக்கோள் - ஆன்மீக ரீதியாக முதிர்ச்சியடைந்த மனிதனின் குறிக்கோள் - தன்னலமற்ற தன்மையை மிகவும் ஆழமாக

சுவைக்க முடியும். ஒரு கவிஞர் எழுதியது போல, "நான் என்னைத் தாண்டிச் சென்றபோது, பாதை இறுதியாகத் திறந்தது." மற்றொருவர் எழுதுவது போல், "உன்னுடைய சிறிய சுயத்திலிருந்து உங்களை விடுவிப்பது அன்பு." சூஃபிகள் கடவுளோடு - அன்பானவர்களுடன் ஒரு நெருக்கமான உறவை நாடினர் - அது மட்டுமே அன்பின் மொழி கைப்பற்றும் திறன் கொண்டது. தொலைதூர யோசனை அல்லது சுருக்கமான கடவுளை வணங்குவதை விட, சூஃபிக்கு, தெய்வீகத்துடன் ஒரு நிலையான, நெருக்கமான உறவு சாத்தியமாகும்:

தூரம்
பிரியமானவருக்கு
ஒரே ஒரு படி -
ஏன் இல்லை,
அந்த நடவடிக்கை எடுக்கவா?

மற்றொரு கவிஞர், 'அப்துல்-வாசி' ஜபாலி, உண்மையான அன்பைத் தூண்டக்கூடிய தவறான சுயத்திலிருந்து விடுபடுவதைக் கொண்டாடுகிறார்:

என் தலை நிரம்பியிருந்தது, அகங்காரத்தால் நிரம்பி வழிந்தது -
நான் தடுமாறினேன், குடிபோதையில் இருந்தேன் -
மதுவில் வீணாகிறது
என் கற்பனையின் மகத்துவம்.
ஆனால் உங்கள் அன்பு என்னைக் குறைத்தது -
அது மனத்தாழ்மையைக் கொண்டுவந்தது.
அது என்னை விடுவித்தது
வைத்திருப்பதில் இருந்து
வணங்கவேண்டும்
என்னை.

எல்லாவற்றிற்கும் மேலாக, சூஃபி கவிஞர்கள் மனித இயல்பின் ஒரு மைய முரண்பாட்டைக் கொண்டாடுகிறார்கள்: இறுதியில், நாம் சுயத்தைத் தாண்டிச் செல்லும்போது, யார், நாம் உண்மையில் யார் என்ற ஆழமான பார்வையைக் கண்டுபிடிப்போம். முதலில் வெறுமை அல்லது அழிவு என்று தோன்றும் விஷயத்தில், எதிர்பாராத அனுபவத்தின் ஆழம் இருக்கிறது; இழப்பு, தியாகத்தின் அனுபவத்தில், சுதந்திரம், ஆதாயம் காணப்படலாம்.

# 11

## இந்தியாவில் பாரசீக இலக்கியம் 1

*19* ஆம் நூற்றாண்டு வரை இந்திய துணைக் கண்டத்தில் இயற்றப்பட்ட பாரசீக இலக்கியங்களின் அளவு என்பது அதே காலகட்டத்தில் ஈரானில் எழுதப்பட்டதை விடப் பெரியது ஆகும். *(சிம்மல், பக். 1)*. வட இந்தியாவின் முஸ்லீம் படையெடுப்பின் தொடக்கத்திலிருந்தே, பாரசீக, கஸ்னவிட் மொழி நீதிமன்றத்தின் மொழியாக, படிப்படியாக விரிந்துவரும் பெரிய பிராந்தியத்தின் மிகவும் மதிப்புமிக்க மொழியின் நிலையை அடைந்தது, அதன் குடிமக்கள் பெரும்பாலும் இந்தியர்களாகவும், ஆட்சியாளர்கள் பெரும்பாலும் துருக்கியர்களாகவும் இருந்தனர். லாகூரில் உள்ள கஸ்னவிட் நீதிமன்றத்தின் நற்பெயர் ஒரு இலக்கிய மையமாக மாற்றப்பட்டது, கு-ரிட்ஸ் *(qv)* பிராந்திய வெற்றிகளுக்குப் பிறகு, முல்தான் , டெல்லியின் புதிய தலைநகரங்களுக்கு *(1192)* மாற்றப்பட்டது.. *1206* இல் டெல்லி சுல்தானேட் *(qv)* ஆட்சி நிறுவப்பட்ட பின்னர், அதன் ஆட்சியாளர்களின் சிறப்பானது பெர்சியா, மத்திய ஆசியாவிலிருந்து பல கவிஞர்களையும் அறிஞர்களையும் ஈர்த்தது. பாரசீக இலக்கியப் போக்குகள் இந்தியாவின் சிக்கலான பல அடுக்கு கலாச்சார சூழலில் ஒன்றிணைக்கப்பட்டு மறுவடிவமைக்கப்பட்டன. விசித்திரமான சகோதரத்துவங்கள் (மக்கள்தொகையால் மதிக்கப்படுகின்றன, நீதிமன்றத்திற்குள் செல்வாக்கு செலுத்துகின்றன, குறிப்பாக இசை, கவிதைகளை ஆதரித்த கிஸ்தியா *qv*), ஒத்திசைவான நம்பிக்கைகளின் மையம் பாரசீகம் ஒரு இலக்கிய ஊடகமாக வளர்ந்த பிராந்தியத்தில் வலுவான தாக்கத்தை ஏற்படுத்தியது. இந்தியா. டெல்லியின் கலாச்சார உயரடுக்கை தனது இரண்டாவது தலைநகரான தவுலதாபாத் (இடைக்கால தியோகிரி, *1327*) க்கு மாற்ற மொசமட் டோஸ்லோக் எடுத்த முடிவுடன், பாரசீக கலாச்சாரத்தின் செல்வாக்கும் மதிப்பும் மேலும் தெற்கே பரவியது. பஹ்மனிட் (க்யூவி) மந்திரி ம முத் கோவன் *(1411-81)* போன்ற அறிவொளி பெற்ற இறையாண்மை, ஆளுநர்களின் கீழ், டெக்கனில்/தக்காணத்தில் *(qv)* *14*, *17* ஆம்

நூற்றாண்டுகளுக்கு இடையில் பாரசீக மொழியிலும் அரபியிலும் கலாச்சார உற்பத்தியின் செழிப்பான மையங்களாக மாறியது. திமூரின் படையெடுப்பிற்குப் பிறகு *(1398)*, குறிப்பாக வட இந்தியாவுக்கு, கலாச்சார நடவடிக்கைகளில் ஆழமான இடைவெளியைக் குறித்தது, முதல் ஆறு முகலாய ஆட்சியாளர்களின் வயது *(1525-1707)* இந்தோ-பாரசீக இலக்கியத்தின் உச்சத்தை குறித்தது; சஃபாவிட் பெர்சியாவிலிருந்து வந்த புலம்பெயர்ந்தோரின் புதிய அலைகள், பாரசீக எழுத்தில் இந்து பங்களிப்பை அதிகரிப்பதன் மூலம் இது நிரப்பப்பட்டது, குறிப்பாக லெடி (லோடி) ஆட்சியின் *(1451-1526)* வருகையுடன், பாரசீக மொழி, இலக்கிய அறிவை வடிகட்டத் தொடங்கியபோது இந்து நிர்வாக வர்க்கம் பயனடைந்தது. முதல் ஆறு முகலாய ஆட்சியாளர்களின் வயது *(1525-1707)* இந்தோ-பாரசீக இலக்கியத்தின் உச்சத்தை குறித்தது;

அக்பரின் *(qv)* ஆட்சியில், இலக்கிய உற்பத்தியின் வக்கீலாக இருப்பது மட்டுமல்லாமல், அவரது சொந்த சிறப்பிற்கும், கலாச்சாரத்தின் மிக முக்கியமான காலகட்டமான 'அப்த்-அல்-ரசிம்-இன்-ஈன் *(qv)* போன்ற அமைச்சர்களின் ஆதரவிற்கும் நன்றி சொல்ல வேண்டும். , முஸ்லீம் இந்து உலகங்களுக்கிடையில் இலக்கிய பரிமாற்றம், சமஸ்கிருதத்திலிருந்து பாரசீக மொழியில் குறிப்பிடத்தக்க எண்ணிக்கையிலான படைப்புகள் மொழிபெயர்க்கப்பட்டுள்ளன. அவ்ராங்ஸாப் *(qv)* உடன் - தனது மூத்த சகோதரர் டெரோகுஹு *(qv)* ஐ கொலை செய்தபோது *(1659)* கடைசி பெரிய ஒத்திசைவு அனுபவத்தை அடக்கியவர் - அதிகாரம் பெற்ற, மரபுவழி நகாபந்தி ஒழுங்கின் இந்து-விரோத , இலக்கிய விரோத மனப்பான்மையைக் கண்டறிந்தார். இதனால் படிப்படியாக கலாச்சார உற்பத்தியின் அடிப்படையை குறைமதிப்பிற்கு உட்படுத்துகிறது. பின்னர், இந்தியாவிற்கும் பெர்சியாவிற்கும் இடையிலான தொடர்புகளின் ஆதரவும் பற்றாக்குறையும் இந்தோ-பாரசீக இலக்கியத்தின் வீழ்ச்சிக்கு வழிவகுத்தது.

சுமார் எட்டு நூற்றாண்டுகளாக பாரசீக "துணைக் கண்டத்தின் முஸ்லிம்களின் ஒற்றுமை, ஒத்திசைவுக்கான வலுவான காரணி" *(பவுசானி, பக்.65)* பிரதிநிதித்துவப்படுத்தியது, மேலும் ஒட்டுமொத்தமாக எடுக்கப்பட்ட முழு உயரடுக்கையும் கூட ஒருவர் சேர்க்கலாம். பாரசீக இலக்கியத்தின் ஒவ்வொரு கிளையும் இந்தியாவில் இருந்தன, புதிய இலக்கிய வகைகளில் புதிய சோதனைகள், புதுமைகளுக்கான குறிப்பிடத்தக்க முன்னேற்றத்துடன் உள்ளடக்கம், வடிவத்தில் அசல் பங்களிப்புகளை உருவாக்குகின்றன. இந்தியாவில் மரபுகள் , நம்பிக்கைகள் ஏராளமாக இருப்பது கவிஞர்களுக்கும்

எழுத்தாளர்களுக்கும் பாரசீக ஆற்றல்களைப் பயன்படுத்திய வளமான நிலத்தையும் அதன் ஆரம்பத்தில் மாறுபட்ட அம்சங்களை சுரண்டுவதில் அதன் வீச்சு , இணக்கத்தன்மையையும் முழுமையாகப் பயன்படுத்தியது. முதல் எஜமானர்களில் ஒருவரான பாரசீக வேலை, டெல்லியின் அமீர் ஒஸ்ரோ *(qv; 1253-1325)* - தன்னை ஒரு துருக்கிய இந்தியர் (டோர்க்-இ ஹெண்டுஸ்டானி)), உண்மையில் அவர்-கிட்டத்தட்ட அனைத்து இலக்கிய வகைகளையும் அனைத்து பாரசீக இலக்கியங்களிலும் சில சமங்களுடன் புத்தி கூர்மை, அசல் முத்திரையுடன் உள்ளடக்கியது.

இந்திய புத்தக உற்பத்தி, வெளியீட்டு செயல்பாடு ஒரு சிறப்புக் குறிப்புக்குத் தகுதியானது. இந்தோ-பாரசீக அட்டெலியர்ஸ் விரைவாக உயர் தரத்தை அடைந்தது, கையெழுத்து, கையெழுத்துப் பிரதி வெளிச்சம், புத்தகக் கட்டுதல் போன்ற கலைகளில் ஏராளமான கண்டுபிடிப்புகளைக் கொண்டு வந்தது. மேலும், 19 ஆம் நூற்றாண்டில் லித்தோகிராபி அறிமுகப்படுத்தப்பட்டதன் மூலம், பாரசீக புத்தகங்கள், பத்திரிகைகள் தயாரிப்பதற்கான முக்கிய மையமாக இந்தியா மாறியது.

### பாடல் கவிதை:

இந்தியாவில் ஆட்சிமன்றக் கவிதைகள் ஈரானில் முந்தைய தசாப்தங்களில் சமனிட்ஸ் , கஸ்னவிட்ஸ் போன்ற நீதிமன்றங்களில் இருந்தன, இது காசிடா (பேனிகெரிக் ஓட்) இன் முன்னுரிமையால் வகைப்படுத்தப்பட்டது. இந்த வடிவத்தில் முதல் புகழ்பெற்ற எஜமானர் அபுல்-ஃபராஜ் ரூனி *(qv; d. 1091)*, இவர் தனது வாழ்க்கையின் பெரும்பகுதியை லாகூரில் சுல்தான் எப்ராஹிம் ப. மசூத் , மசூட் *III.* அன்வாரியின் *(qv)* கலையை அவரது திவான் பாதித்தது. அவரது இளைய போட்டியாளரான மசூத் சாத்-இ சல்மான் (பி. லாகூர், 1046; டி. Ġazni ca. 1121), ஒரு சிறந்த கண்டுபிடிப்பாளராக இருந்தார், கபிசித் வகையைத் தொடங்கினார்(சிறைக் கவிதைகள்), அவற்றில் இந்தோ-முஸ்லீம் இலக்கியங்களில் பிற்கால உதாரணங்கள் உள்ளன; சிறைச்சாலை ஆலெப், பிரிட்டிஷ் காலத்தின் பல எழுத்தாளர்களின் கவிதைகளிலும் ஒரு கருப்பொருளாகத் தோன்றியது (சிம்மல், பக். 11). மசூத் பாரமாசாவின் சமஸ்கிருத வகையையும் அறிமுகப்படுத்தினார், பருவங்கள், ஆண்டின் மாதங்களை விவரிக்கும் கவிதைகள். இந்திய வம்சாவளியைச் சேர்ந்தவர்கள் தாஜ்-அல்-தின் ரீ (இறப்பு: 1265 க்குப் பிறகு), இல்டூட்மேவின் நீதிமன்றத்தில் உள்ள பேனிகிரிஸ்ட் (1210-36), ரோக்ன்-அல்-தின் ஃபிரூசாவின் பேனிகிரிஸ்ட் ஷெஹாப்-அல்-தின் மா-மேரா (1236), அமீர் ஒஸ்ரோ மீது ஒப்புக்கொள்ளப்பட்ட செல்வாக்கு.

காசிடாவின் ஸ்பெக்ட்ரமுக்குள் ஆன்மீக கருப்பொருள்களை முதன்முதலில் அறிமுகப்படுத்தியவர் ஷேப். காசிதா இன்னும் பல்வேறு நீதிமன்றங்களில் அசல் மொழிபெயர்ப்பாளர்களைக் கண்டறிந்தார், அதாவது பத்ரி (*qv; d. 1346*), அவரது சுருக்கமான, மறுசீரமைப்பு பாணியால் புகழ்பெற்றவர், இது சுல்தான் மொயமட் ப. டொஸ்லோக், அடுத்தடுத்த இலக்கிய மரபால் மிகவும் மதிக்கப்படுபவர். இருப்பினும், இது ḡazal இன் கலையில் உள்ளது(பாடல்) இந்தோ-பாரசீக கவிஞர்கள் தங்கள் மிக நுட்பமான கண்டுபிடிப்புகளை உருவாக்கினர். டெல்லியில் உள்ள நீம்-அல்-தின் அவ்லீக்கின் ஈட்டி வட்டத்திற்கு மிக நெருக்கமான ஆசான் சிஜ்ஸி ('அலே-சஞ்சரி, இறப்பு 1336), அமீர் ஓஸ்ரோ ஆகியோர் இந்தோ-பாரசீக ḡazal இன் நிறுவனர்களில் ஒருவராகக் கருதப்படுகிறார்கள். அதேசமயம், இசான் "இந்தியாவின் சாதி" என்று அழைக்கப்பட்டார், ஏனெனில் அவரது இனிமையான, ஏகத்துவ பாடல் வரிகள், ஒரு வினோதமான பாணியை உருவாக்கியது, இதில் ஒரு முழு பழமொழி சொற்றொடர் அல்லது வாக்கியம் ஒரு கசலின் ஒவ்வொரு வசனத்திலும் இணைக்கப்பட்டுள்ளது அமீர் ஓஸ்ரோவிடம் கூறப்படலாம். மிகவும் பொதுவாக, ஓஸ்ரோவின் பாடல் வரிகளில், பின்னர் வழக்கமான இந்திய பாணியாக (சாப்-இ ஹெண்டி) மாறும் முதல் தடயங்களை ஒருவர் கண்டறிய முடியும். பாடல் கவிதைகள் மட்டுமல்லாமல், பல சுல்தான்கள் , ஆளுநர்களுக்கும் அவர் ஆட்சியில் பணிபுரிந்த சிறந்த பேனிகிரிக்ஸையும் எழுதினார்.

# 12

## இந்தியாவில் பாரசீக இலக்கியம் 2

### ஆட்சிமன்ற படைப்புகள்:

பாரசீக கருத்தியல், சுத்திகரிக்கப்பட்ட இந்தியன் ஸ்டைல் அதன் முதல் பிராந்தியத்தை கண்டுபிடித்து, அதன் மிகச்சிறந்த தயாரிப்புகளை ஒரு நிலத்தில் உற்பத்தி செய்தது ஆச்சரியமல்ல, பரவலான மிகவும் மறுசீரமைக்கப்பட்ட, விசித்திரமான பின்னணி பொதுவாக அரசவை இலக்கிய நடவடிக்கைகளுடன் இணைக்கப்பட்டது.அனசன் இ டெஹ்லவி மூலம் இந்தோ-பாரசீக கவிதைகளில் ஒரு விசித்திரமான வரியைக் கடந்து செல்கிறது, இதில் ஜோப் ஜமால்-அல்-தின் அமட் ஹன்சாவி (தி. *1260*), ஷா பு அலி கலந்தர் (தி. *1323*), பல பெயர்கள் அடங்கும். பிற்காலத்தில் மசூத் பேக் (இறப்பு *1397*), ஃபிரூசா டோலொக்கின் முன்னாள் பிரபு, பின்னர் சூஃபித்துவம், தியான வாழ்க்கைக்கு தன்னை அர்ப்பணித்தார், பஹ்மனிடிற்கு நெருக்கமான கோல்கொண்டாவின் புனித மனிதரான மொஸம்மத் கிசுடெரஸ் (*qv; d. 1422*). போன்ற தர்பார் வரிசையில் சேர்ந்த ஏராளமான கவிஞர்கள் இருந்தனர், குறிப்பாக முகலாய சாம்ராஜ்யத்தின் உச்சத்தில் பெர்சியாவிலிருந்து வந்த கவிஞர்களின் பெரும் வருகை முக்கியமானத்ய். மாலிக் அல் ஒரா அதைத் தொடர்ந்து பைஸி அபுல் பைஸி,பைஸி பயாசி(*qv; 1547-95* இவரது பாடல் படைப்புகளில் வரலாற்று கருப்பொருள்களை அறிமுகப்படுத்தியவர் என்று பாராட்ட படுகிறார்., அபுல்-குசெம் கோஹி (*d. 1580*), தின்-இ இலஹியின் தீவிர பின்தொடர்பவர் இவர்(தெய்வீக நம்பிக்கை). ஃபாயியின் பாவம் செய்யமுடியாத ஆனால் குளிர்ச்சியான ஓரளவு ஆளுமை இல்லாத நுட்பம் பெரும்பாலும் முகலாய கவிதைகளின் இரண்டு முரண்பாடான ஆனால் இணைந்த கூறுகளாக ஷிராஸின் ஓர்பி (தி. *1591*) இன் காசிதாக்களின் மிகவும் உணர்ச்சி தனிப்பட்ட பாணியுடன் முரண்பட்டது. இந்த வயதில் பாரசீக மொழியில் எழுதும் பல இந்து கவிஞர்கள் ராஜா மனோகர் டேஸ், பூபத் ராய்

சவாய் பினாம் (கோரேகர், பக். 76-77) போன்றர் புகழ் பெற்றனர். ஜஹாங்கிர், ஷா ஜஹானின் நீதிமன்றங்களின் சிறந்த , புகழ்பெற்ற கவிஞர்களில், எமோல் ஆஃப் எமோல் (தி. 1626), மஹாத்தின் கோட்ஸி (தி. 1656), அபு அலெப் கலிம் (தி. 1650) ஆகியோர் குறிப்பிடத் தகுதியானவர்கள், அதே போல் சப் இந்தியாவில் ஆறு ஆண்டுகள் கழித்த தப்ரிஸ், (இறப்பு 1677). இந்த உற்சாகமான சூழலில், இந்தியன் ஸ்டைல் என்று அழைக்கப்படுவது அதன் முக்கிய அம்சங்களை ஒளி பாடல் அமைப்பில் ஒருங்கிணைத்தது: ஒரு புதிய வகையான படங்கள், சுருக்கங்கள், இணைப்புகளில் மிகவும் இயல்பாக புதிய நாணயங்கள், பிரபலமான வெளிப்பாடுகள் , வெளிநாட்டு சொற்களால் நிரப்பப்பட்ட ஒரு சிறந்த கவிதை மொழி, குறிப்பாக இந்தியில் இருந்து; தார்மீக கருப்பொருள்கள், சமூக விமர்சனம், தத்துவ , இறையியல் வாதங்களை வெளிப்படுத்தும் பரந்த பாடங்கள் (Šafi'i-Kadkani, pp. 151-64). டெரோகோவின் வட்டத்திற்கு நெருக்கமாக இந்திய பாணியின் நடைமுறையில் இருந்து வெகு தொலைவில் உள்ள எளிய வசனங்களின் இந்து எழுத்தாளர் ஆண்ட்ரா பன் பரஹ்மான் (qv; d. 1661) , இஸ்லாமிய மதத்திற்கு மாறிய யூதர் சர்மாத் (இறப்பு 1659) ஆகியோரும் இருந்தனர். ஏராளமான ஆன்மீக (குவாட்ரெயின்கள்)செய்யுள்கள். கவிஞர்-பரிசு பெற்றவர் என்ற பட்டத்தை ஒழித்த அவ்ராங்சாப்பின் கடுமையான ஆட்சியின் பின்னர், கவிதைகள் பெருகிய முறையில் சுருக்கமான உலகில் மறுசீரமைப்பு உருவங்களில் தஞ்சம் புகுந்தன, அல்லது தனிப்பட்ட, உள்நோக்க மனநிலையை ஏற்றுக்கொண்டன. இந்திய பாணி உச்சத்தை எட்டியது கனி கஷ்மீரி (qv, d. 1661), அவரது மிகவும் மெருகூட்டப்பட்ட ஜினோமிக் கவிதைகள் முக்கியமானவையாம்.நாஸர் அல் செர்ஹிந்தி (d. 1697), பாரசீக இலக்கியத்தில் மிகவும் புகழ்பெற்ற எழுத்தாளர்களிடையே ஆன்மீக சூஃபி கவிதைகளையும், பாட்னாவின் 'அப்த்-அல்-கோடர் பிடல் (dv. 1721),

அவரது பரந்த கவிதையான பாடல் வரிகளை ஒரு அசல் தத்துவத்தை அடிப்படையாகக் கொண்டு வளர்த்துக் கொண்டார். நவீன இயற்கையான வினவல்களின் கலவையிலும், மாய அனுபவங்கள், தியானத்திற்கான ஆழ்ந்த தனிப்பட்ட அணுகுமுறையிலும் (ப்வுசனி, 1958, பக். 59-61, 76-86; சப்ஸி கட்கானி, 1988, பாசிம்). குடியேற்ற காலத்தின் முடிவில், பெர்சியாவை இந்தியாவுக்கு விட்டுச் சென்ற கடைசி புகழ்பெற்ற கவிஞர் மொஹம்மது அலி அஜின் லஹிஜி (இறப்பு 1766). ஆங்கிலேயர்களின் வருகையுடனும், ஐரோப்பிய கலாச்சாரத்துடனான சந்திப்புக்கு ஒரு பூர்வீக பதில் தேவைப்படுவதாலும், இந்தோ-பாரசீக கவிதை படிப்படியாக அதன்

பாத்திரத்தை விட்டு வெளியேறியது, இது உருது இலக்கியத்தின் கைகளில் சென்றது, அந்த நேரத்தில் புதிய சமூக சூழலில் மிகவும் பிரபலமாக அது வேரூன்றியது.

**கதை, செயற்கையான இலக்கியம்:**

பாரசீக கவிதைகளின் வரலாற்றில் பெரும் முக்கியத்துவம் வாய்ந்த ஒரு புதிய வளர்ச்சி ஆகும்.முதன்முதலில் கஞ்சாவின் ஜாம்சாவின் (ஐந்து கதை கவிதைகள்) நீமிக்கு சுமார் ஒரு நூற்றாண்டுக்குப் பிறகு (1298-1301) அமீர் ஓஸ்ரோவின் பதில் (ஜாவ்), அங்கே- 20 ஆம் நூற்றாண்டின் விடியல் வரை நீடித்த ஒரு நடைமுறையை நிறுவுவதன் மூலம். அமீர் ஓஸ்ரோவின் ஐந்து கவிதைகள் நீமியின் கருப்பொருள்களை உயர்ந்த அளவிலான மறுவடிவமைப்புடன் வரைந்தன. கையெழுத்துப் பிரதி பாரம்பரியம் காட்டுவது போல, இரண்டு சாம்சங்களும் பெரும்பாலும் ஒரு கரிம ஜோடியாகக் கருதப்பட்டன; பல குறியீடுகளில் அவை ஒன்றாக வழங்கப்படுகின்றன, ஒன்று மற்றொன்றின் ஓரங்களில் எழுதப்பட்டுள்ளது. இரண்டு கம்ஷாகள் துணைக் கண்டத்திலும், திமுரிட், சஃபாவிட் பெர்சியாவிலும் மிகவும் பரவலாக இருந்த ஒரு இலக்கியக் கோட்டைப் பெற்றெடுத்தார் (பார்க்க, பாஸிம்). மேலும், நவீன ஐரோப்பிய மொழியில் நேரடியாக மொழிபெயர்க்கப்பட்ட முதல் பாரசீக புத்தகம் அமீர் ஓஸ்ரோவின் ஹாட் பெஹெட் (இத்தாலியன், வெனிஸ், 1557; பைமண்டீஸ், பக். 143-61 ஐப் பார்க்கவும்). பெரும்பாலான இந்தோ-பாரசீக கவிஞர்கள் தங்கள் பாடல் வரிகளைத் தவிர சில மனாவிகளை எழுதினர். நெய்மியின் மாஸன்-அல்-அஸ்ரர், அமீர் ஓஸ்ரோவின் ம லஸ்-அல்-அன்வர் ஆகியோரைப் போலவே, காதல் மனாவி, லெய்லி ஓ மஜ்னுன், ஓஸ்ரோ ஓ சிரின் ஆகியோரைத் தொடர்ந்து பல முறை வரையப்பட்டது. அலெக்சாண்டர் தி கிரேட் (எஸ்கந்தர்-நாமா) காவியம்) அரிதாக வரை (Ḥosayn Sanā'i Mašhadi ஆண்டில் மொகாலி வயதில், அவருடைய மிகச் சிறந்த ஒரு பிரிவாக எடுக்கப்பட்டது 1588, பத்ரி [பத்ர் அல்-தின்]கஷ்மீரி Kašmiri, QV ரசூல் நாமா பற்றி 1580). இது வழக்கமாக பிற்கால அல்லது சமகால இறையாண்மையைப் புகழ்ந்து கவிதைகளால் மாற்றப்பட்டது, அதேபோல் ஃபெர்டோவ்ஸியின் ஆ-நாமா பெரும்பாலும் பின்பற்றப்பட்டது; அதாவது, புதிய வம்சங்களின் செயல்களைப் பாராட்டுவதன் மூலமும், கடந்த காலத்தின் பெரிய மன்னர்களுடன் அவர்களை இணைக்கும் வம்சாவளிகளை உருவாக்குவதன் மூலமும் எழுத்து முறையானது. எனவே இத்தகைய படைப்புகள் இலக்கியத்தை விட வரலாற்றின் கீழ் வருகின்றன.

# 13

## இந்தியாவில் பாரசீக இலக்கியம் 3

இந்திய மண்ணில் கலாச்சார பரிமாற்றத்தின் விளைவாக, பல எழுத்தாளர்கள் நாட்டுப்புற இந்து கலைபாடங்களை அடிப்படையாகக் கொண்ட பாரசீக மானவிகளை இயற்றினர். ஆரம்ப காலங்களில், ஹசன் இ தெஹ்லவி ராஜஸ்தானில் இருந்து வந்த ஒரு கதையை அடிப்படையாகக் கொண்டு ஈக்-நாமா அல்லது ஹெயாத் இ ஆசிகே இ நாகூரி என்ற நூலை எழுதினார். அந்த நூலில் முகலாய காலத்தின் பல எடுத்துக்காடுகள் உண்டு. பைஸி மூலம் மகாபாரதம், சுஸ் ஓ ஹொதாஸ் நவி கபுசானி மூலம் (ஈ 1610.), புர்ஹான் பூரில் உள்ள லேன்-இ கானன் எழுதப்பட்டது, கனாஜின் அப்துல்-உகுர் பாஸ்மி (தி. 1662). சமஸ்கிருத இலக்கியத்திலிருந்து பல கதைகளின் தொகுப்புகள் பாரசீக மொழியில் மொழிபெயர்க்கப்பட்டன. இந்த வகையின் பாரசீக மாதிரி, ஏற்கனவே, நான்கு நூற்றாண்டுகளுக்கு முன்னர் இந்தியாவில் தோன்றியது: திஜாவாமே-அல்-செகாய்ட் வா லாமெம்-அல்-ரெவ்யாட், டெல்லியில் உள்ள இலுட்-மீ அரசவைமன்றத்தில் (1228) மொஸம்மத் அவ்பி (qv) அவர்களால் நிறைவு செய்யப்பட்டது. துதி நாமா அல்லது ஜவஹர் அல்- அஸ்மார், ஜியா'-அல்-தின் நக்சபி படாவுனி(ஈ. 1350) 52 அறநெறி மீது சுழற்சி கதைகள் சமஸ்கிருத உரை அடிப்படையில் ஏற்பாடு செய்யப்பட்டு சேகரிக்கப்பட்ட நூலாகும்.அக்பர் காலத்தில் பாரசீக பதிப்புகளின் கீழ் இரண்டு பெரிய இந்திய காவியங்கள் செய்யப்பட்டன: மஹாபாரதம் (ரஸ்ம்-நாமா), ராமாயணம். காஷ்மீர் கவிஞர் சோமதேவாவால் கதீசரிட்சாகராவின் (கதை சொல்லும் ஆறுகளிலிருந்து வரும் கடல்) மொழிபெயர்ப்பாளராக ஃபாயி (ஃபீசி) இருக்கலாம்; பிரபலமான சிங்காசன் பட்டிசி (முப்பத்திரண்டு சிம்மாசனக் கதைகள்) பல பதிப்புகளைக் கொண்டிருந்தன. முகலாய யுகத்தின் பிற்பகுதியில் மானாவி பிடலின் படைப்புகளில் ஒரு புதிய தத்துவ, விஞ்ஞான

பரிமாணத்தைப் பெற்றார், பின்னர் அலெப்பின் மதத்தின் வழியாகச் சென்றார் (நபிகள் நாயகத்தின் தீர்க்கதரிசனத்தின் ஒரு மானாவி), இறுதியாக மாக்வாலி ரூமியின் மானாவி-இ மானாவி, ஐரோப்பிய இலக்கியங்களால் ஈர்க்கப்பட்டது. அவரது மிகவும் புகழ்பெற்ற படைப்பு ஜாவிட்-நாமா,,அஜால் உடன் குறுக்கிடப்பட்ட ஒரு மானாவி வடிவத்தில் மற்ற உலகத்திற்கு துவக்க பயணம் மேற்கொண்டது.

**வரலாற்றுற்றின் வரலாறு:**

இந்த தலைப்பு அதன் சொந்த பதிவில் நீளமாகக் கருதப்படுவதால் வரலாற்றுற்றின் வரலாறு, இலக்கியம் ஆகியவற்றுக்கு இடையிலான உறவை வரையறுக்க ஒரு சுருக்கமான ஓவியத்தை மட்டுமே இங்கு வழங்கப்படும். இந்திய பாரம்பரிய கலாச்சாரம் வரலாற்றுற்றின் வரலாறு என்ற கருத்தில் இல்லை. இந்த வகையை முஸ்லிம் வெற்றியாளர்களால் அறிமுகப்படுத்தப்பட்டது; துருக்கிய வம்சாவளியாக இருந்த ஆட்சியாளர்களின் ஆதரவின் கீழ், இது பாரசீக மொழியில் செழித்து, இந்தியாவில் ஏராளமான வரலாற்று காலக்கதைகளை உருவாக்கியது. உலகளாவிய வரலாறுகளைப் பொறுத்தவரை, மென்ஹாஜ் அல்-செராஜ் ஜுஸ்ஜானியின் (தி. 1260) சபாக்கட்-இ நெய்ரி, ஆரம்பகால பாரசீக உலகளாவிய வரலாறுகளில் ஒன்றாகும், இது டெல்லியின் சுல்தான் நெய்ர்-அல்-தின் மாமுத் (1246-1266) க்காக தொகுக்கப்பட்டுள்ளது. மங்கோலிய படையெடுப்பிற்கான உருவாக்கம். தாரிக் இ முஹம்மதி15 ஆம் நூற்றாண்டில் கல்பி சுல்தான்களுக்காக மொசமட் பெஹமட் ஆனி இசையமைத்தார். முகலாய காலத்திலிருந்தே குர்ஷாப் எழுதிய தாரிக் இ இல்சி இ நெசமாசி ஐக் குறிப்பிடுவது மதிப்பு ஆகும். 1562 வரையிலான ஆண்டுகளை உள்ளடக்கிய ஷா-அஹ்மஸ்பின் ஆட்சிமன்றத்தின் தூதர் கோபாத் அல்-ஓசாய்னி, டாரீ-இ ஆல்ஃபி, ஹெஜ்ராவின் 1000 ஆம் ஆண்டிற்காக (1591-92) அக்பரால் நியமிக்கப்பட்ட ஒரு குழுவினரிடமிருந்து நியமிக்கப்பட்டார், அவர்களில் அப்துல்-குதர் படூனி (qv; d. 1615) மிகவும் சிறப்பானவர். உள்ளூர் வரலாறுகளில், காஸ்னவிட், குரிட் மரபுகளை அடுத்து, இந்தோ-பாரசீக வரலாற்றுற்றின் வரலாறு அதன் மிக முக்கியமான பங்களிப்புகளை வழங்கியது.இது இந்தோ-பாரசீக பங்களிப்பு வசனத்தின் நாளாகமம் ஆகும், இது அநேகமாக புகழ்பெற்ற காசிடா அல்லது நினைவு எபிகிராஃப்களின் விரிவாக்கத்தின் விளைவாகும். முஸ்லீம் இந்தியாவின் விரிவான வரலாறுகள் இந்த வடிவத்தில் எழுதப்பட்டன, அதாவது டெக்கனின் பஹ்மனிட் வம்சத்திற்காக இயற்றப்பட்ட இரண்டு படைப்புகள்: (எசாமீஸ்qv) பத்து அல் சலாதீன் Fotuḥ al-salāṭin(1351) முதல் ஆட்சியாளரான

அலா-அல்-தின் ஹசானுக்கு (1347-58), கஸ்னவிட்ஸ் முதல் டொஹ்லோக்ஸ் (14 ஆம் நூற்றாண்டின் நடுப்பகுதியில்) இருந்து பஹ்மனிட் விலகிய காலம் வரையிலான காலம், அடாரி Ādari எழுதிய பஹ்மான்-நாமா எஸ்பாரீனின், அமட் ஐ வாலிக்கு (1422-36). ஒரு ஷா நாமா மொகம்மத் துக்ளக் Šāh- nāma Moḥammad Toḡloq க்காக எழுதப்பட்டது, மேலும் இது பத்ரிக்கு சற்றே சந்தேகத்திற்குரியது. வசனத்தில் உள்ள வரலாற்று நாளேடுகளின் பாரம்பரியம் 19 ஆம் நூற்றாண்டின் முற்பகுதி வரை நீடித்தது , மோலே ஃபிரூஸ் எழுதிய ஜார்ஜ் -நாமா ([கிங்] ஜார்ஜ் புத்தகம்) பி. Kāus. இதற்கு நேர்மாறாக, அமீர் ஒஸ்ரோவின் ஐந்து வரலாற்று மானாவிகள் ஒற்றை நபர்களுக்காக அர்ப்பணிக்கப்பட்டன, மேலும் அவை பெரும்பாலும் இரட்டை-ரைம் வசனங்களின் வரிசையை உடைக்க பாடல் வசனத்துடன் குறுக்கிடப்படுகின்றன. அசீஹா Āšeqa தவிரஅலா-அல்-தின் ஆல்ஜியின் மகன், கியோ-அல்-தின் டொஸ்லோக்கின் டோஸ்லோக்-நாமா ஆகியவற்றில், நோஹ் செபஹர் வரலாற்று, இனவியல், விஞ்ஞான ஊகங்களின் அசல் கலவையாகும். போன்ற முகலாய பேரரசர்கள், அர்ப்பணிக்கப்பட்ட பல வீரகாவியங்களில் ஜஹாங்கிர் நாமா அமோல் இன் தாலிப் Taleb, Šāhjahān ஷாஜஹான் நாமா அபு தாலிப் கலீம் என்று அதே மாதிரி தொடர்ந்து வந்தன.

**உரைநடை:**

உரைநடைகளில், இந்தியாவின் தொடர்புடைய பொது வரலாறுகள் அக்பரின் காலத்தில் எழுதப்பட்டன: ஹெராட்டின் நீம்-அல்-தின் அமத்தின் (தி. 1594) சபாகத்-இ அக்பரி, இது கஸ்னவிட்களுடன் தொடங்கியது, 'அப்துல்-குதர் படுனியின் மொன்டாசாப் அல்- tawārik̲, இது அக்பரின் மதக் கொள்கையை கடுமையாக விமர்சித்தது. புகழ்பெற்ற கோலியன்-இ எப்ராஹிமி 1606-23 காலகட்டத்தில் பிஜாப்பூரின் எப்ராஹிம் ஆடெலாவுக்கு ஃபெரெஸ்டா இசையமைத்தார். ஒரு வம்சத்திற்கு மட்டுமே அர்ப்பணிக்கப்பட்ட உரைநடைகளில் ஒரு வரலாற்றின் எடுத்துக்காட்டு, ஃபிரூசா III டொலொக்கிற்காக (1351-88) ஷி-அல்-தின் பரானி (qv; d. 1360 க்குப் பிறகு) எழுதிய முக்கியமான தாரிக் இ பிருஸ்சாகி Tā'rik̲-e firuzšāhi ஐக் குறிப்பிடலாம்., இது 1265 முதல் 1357 வரையிலான சுல்தானகத்தின் வரலாற்றைக் கையாள்கிறது. ஆசிரியரின் மரணத்தைத் தொடர்ந்து, இது நிறைவுற்றது.சம்ஸ் இ இராஜ் இன் ஃபோட்டூட்-இ ஃபைருஹி, ஃபிருஸின் ஆட்சிக்காக முற்றிலும் அர்ப்பணித்தார். அபுல்-ஃபால் - அல்லி-மி (qv; d. 1602), ஃபாயியின் (ஃபெசி) சகோதரரும் நெருங்கிய நண்பரும் அக்பரின்

ஆதரவாளருமான அக்பர்-நாமா தனது பேரரசரின் வாழ்க்கை, ஆட்சி, ஐன்-இ ஆகிய இரண்டு முக்கியமான வரலாற்று படைப்புகளை எழுதினார். அக்பரி, பேரரசின் சமூக-பொருளாதார, நிறுவன நிலைமை குறித்து. மிர் குலாம் அலி ஆசாத் இன் ஏராளமான படைப்புகளுக்குப் பிறகு *(d. 1786)*, கடைசியாக தொடர்புடைய வரலாற்று உரை பொதுவாக சியார் அல்-மோட்டாசெரின் என்று கருதப்படுகிறது. அவ்ராங்ஸாப் இறந்ததிலிருந்து 1781 வரையிலான காலகட்டத்தை உள்ளடக்கிய Ḡolām-ayosayn *n* abāṭabā'i. *-e* Ḵānān), ஜஹாங்கிர். இந்த வகைக்கு ஒருவர் ஆசிரியர்களின் வாழ்க்கையைப் பற்றிய குறிப்புகள், கணக்குகளால் நிரப்பப்பட்ட சில அசல் தத்துவ, இயற்கையான அல்லது இலக்கிய நூல்களைக் குறிப்பிடலாம், அதாவது ஆண்ட்ரா பன் பரஹ்மானின் Čahār čman, அல்லது 'Abd-al-Qāder Bidel இன் ČahČr 'onṣor. பல உண்மையான சுயசரிதைகள் 18 , 19 ஆம் நூற்றாண்டுகளுக்கு இடையில் இயற்றப்பட்டன, இதில் Ḥazin Lāhij*i (qv; 1742)* இன் Tadkerat al-aḥwāl உட்பட. டஸ்கேரா வகையைப் பொறுத்தவரைகவிஞர்களின் சுருக்கமான சுயசரிதைகளை அவர்களின் கவிதைகளிலிருந்து தேர்ந்தெடுப்பதைக் கையாள்வது, முதல் உதாரணம் இந்தியாவிலிருந்து வருகிறது: *w* அவ்பியின் லோபாப் அல்-அல்பாப், நெய்ர்-அல்-தின் கபாஜாவின் நீதிமன்றத்தில் உச்சில் இல் இயற்றப்பட்டது (1220), அவரது விஜியர், *y*அய்ன்-அல் -மொல்க் பாரசீகத்தின் முக்கிய இலக்கிய மொழியாக இருந்த அனைத்து பிராந்தியங்களிலும் இந்த வகையின் பெரும் பெருக்கம் ஏற்பட்டது. 18 ஆம் நூற்றாண்டில் பாரசீக கவிதைகளின் பங்கு வீழ்ச்சியடைந்ததன் பின்னர் இந்தியாவில் பல டாக்கெராக்கள் இயற்றப்பட்டன. இந்தோ-முஸ்லீம் இலக்கிய உற்பத்தியின் இதயம் படிப்படியாக பாரசீக மொழியிலிருந்து உருதுக்கு மாறினாலும், அறிஞர்கள் தங்களைத் தாங்களே எடுத்துக் கொண்டனர். ஒரு இந்து எழுத்தாளர், லாகமி நாராயன் Š காபிக் (தி. 1745), கவிஞர்களின் இரண்டு முக்கியமான வாழ்க்கை வரலாற்றுத் தொகுப்புகளை இயற்றினார்:கோல்-இ ரானே, பாரசீக மொழியில் இந்திய வம்சாவளியை எழுதும் கவிஞர்களையும், இந்தியாவில் குடியேறிய பாரசீக வம்சாவளியைச் சேர்ந்த கவிஞர்களைப் பற்றியும் *em-e* ḡaribān.எம் இ காரிபன் எழுதினார்.

## கடித இலக்கியம்:

பெல்லஸ்-லெட்டர்ஸ். இந்தியாவில் பாரசீக மொழி, இலக்கிய பாணிகளைப் பற்றிய விமர்சன பகுப்பாய்வு ஆரம்பத்தில் தொடங்கியது, அதன் வளர்ச்சி சமமற்றது. இலக்கிய, நிர்வாக பாணியின் ஒரு முக்கிய கிளையாக, எபிஸ்டோலோகிராஃபியும் செழித்தது. அமீர் ஓஸ்ரோவின் ஈஜோஸ்-இ-ஓஸ்ராவி இந்த வகையின்

ஒரு தலைசிறந்த படைப்பாகும், மேலும் உரைநடை இலக்கியத்தின் சொல்லாட்சிக் கலைகள் குறித்த ஒரு பரந்த கட்டுரையாக இது விவரிக்கப்படலாம். புகழ்பெற்ற நபர்களின் கடிதங்களின் தொகுப்புகள் மிகவும் பொதுவானவை, எடுத்துக்காட்டாக பஹ்மனிட் மந்திரி மஹ்முத் கோவின் ரைஸ் அல்- எனே. முகலாய அதிபரின் நிறுவனத்துடன், இந்தோ-பாரசீக எபிஸ்டோலோகிராஃபி பாரசீக, துருக்கிய, இந்திய நிர்வாக மரபுகளின் (மோஹியுதீன், பாஸிம்) குறுக்கு வழியில் குறிப்பாக உயர்ந்த அந்தஸ்தை அடைந்தது. தி பாடியா அல்-என்மலினா யூசோஃபி, முன்ஷி (மோனீ) பேரரசர் ஹோமியுன் ஆகியோருக்கு மிகவும் பிரபலமானது, மேலும் வரலாற்றாசிரியர் அபுல்-ஃபால் அக்பருக்காக திருத்திய ஆவணங்களின் குறிப்பிடத்தக்க தொகுப்பு அவரது மருமகனால் மொகதாபட்-இ-ஆல்மி *(1606)* என வெளியிடப்பட்டது. பிற்கால முகலாய காலங்களில், பாரசீக குடியேற்றம் முடிந்ததும், எபிஸ்டோலோகிராஃபி கயஸ்தாக்களின் இந்து தேர்ந்தெடுக்கப்பட்ட சமூகத்தின் ஏறக்குறைய பிரத்தியேக உரிமையாக மாறியது (அஹ்மத், 1969, பக். 87). இருப்பினும், பாரசீக மொழியியல் விசாரணைத் துறையில் இந்தியாவின் மிகப் பெரிய மரபு அகராதிகளின் தயாரிப்பு ஆகும். இந்த பாராட்டத்தக்க செயல்பாடு ஏற்கனவே 15 ஆம் நூற்றாண்டில் புறப் பகுதிகளில் செழித்துக் கொண்டிருந்தது. அந்த நேரத்தில் 'Adāt al-fożalā'(1419), முந்தைய கவிஞர்களிடமிருந்து மேற்கோள் காட்டப்பட்ட வாக்கியங்களுடன் பாரசீக சொற்களை அகர வரிசைப்படி ஒழுங்குபடுத்தியது, தில்லின் இறையாண்மைக்காக டெல்லியின் பத்ர்-அல்-தின் மொயம்மத் தொகுத்தார், மேலும் பரந்த அளவிலான Šaraf-Nfma-ye *ebr yehimi (1448)* பெங்கலா மன்னர் பர்பகாவுக்காக எப்ராஹிமி கவாம் ஃபாரூகி திருத்தியுள்ளார். லோடி ஆட்சியின் கீழ் பாரசீக மொழியில் இந்து ஆர்வம் அதிகரித்தது சில முக்கியமான புதிய அகராதிகளை உணர வழிவகுத்தது. Tohfat அல்-sa'ādat (அல்லது *Farhang*-இ *sekandari*), Żiā'-அல்-தின் முகமது ஒரு வேலை, முதல் முறையாக (1510) பல கலவைகள் பதிவு. *Mu'ayyed* அல்-fożalā' (1519) மூலம் Šeyk̲ முகமது ஆ ஒரு வேலை. டெஹ்லியின் ஷேய் லாட், அரபு, பாரசீக , துருக்கிய மொழிகளில் இருந்து பெறப்பட்ட சொற்களின் படி பிரிக்கப்பட்டது. முகலாய காலத்திலிருந்து, தி-*Farhang*-இ ஜஹாங்கிரி, இந்த வகையிலான ஒரு கோல்களாக, உண்மையில் ஜமால்-அல்-தின் Ḥosayn *Inju* இருந்து அக்பர் செயற்படுத்தப்பட்டது வந்திருந்த அவர் 17 ஆம் நூற்றாண்டின் மத்தியில் மூலம் 1612. மட்டுமே முடிக்கப்பட்டது Borhān-இ qāṭe' முகமது Ḥosayn இன் *(QV)* ஆ. கோல்கொண்டாவின் 'அப்துல்லாஹ் கோய்பா'வுக்கு அர்ப்பணிக்கப்பட்ட தப்ரிஸின் அலாஃப், "அப்துல்-ராயிட் தட்டாவியின் ஃபர்ஹாங்-இ ரசிடி போலவே

தோன்றினார், இது" பாரசீக மொழியில் ஒரு விமர்சன இயல்பின் முதல் கட்டுரையை உருவாக்குகிறது "(ட au ர், ப. 431). 18 ஆம் நூற்றாண்டில், பெருகிய முறையில் சிக்கலான கவிதை பாணி புதிய மொழியியல் படைப்புகளை அவசியமாக்கியது, அதாவது மோனீ மொயம்மத் படாவின் ஃபர்ஹாங் -இ ஆனந்த்ராஜ், மகத்தான படைப்பு, டெக், பஹரின் பஹார்-இ-ஜஜாம்.

**மத இலக்கியம்:**

மத இலக்கியத் துறையில் இந்தோ-பாரசீக அசல் தன்மை இரண்டு வெவ்வேறு காரணிகளின் ஒருங்கிணைப்பால் ஏற்பட்டது. ஒருபுறம், ஆரம்ப காலத்திலிருந்தே இந்தியா முஸ்லீம் சூஃபிகள், மிஷனரிகளின் விருப்பமான இடமாக இருந்தது, சில முக்கியமான சகோதரத்துவங்கள் அங்கு வேரூன்றின. மறுபுறம், முஸ்லீம் வெற்றியாளர்கள் தொடர்ந்து வெவ்வேறு மத அடையாளங்களை எதிர்கொள்ள வேண்டியிருந்தது: இந்து மதம், ப Buddhism த்தம், சமணம், அத்துடன் கிறிஸ்தவம், ஜோராஸ்ட்ரியனிசம். எனவே, பாரம்பரிய மரபுவழி (சுன்னைட் அல்லது ஷிசைட்) இறையியல் இலக்கியங்கள் அங்கு தயாரிக்கப்பட்டிருந்தாலும், மத சிந்தனைக்கும் இலக்கியத்திற்கும் இந்தியா தனது மிகப்பெரிய பங்களிப்பைச் செய்தது மாய, ஒத்திசைவான இலக்கியங்களில் தான். சூஃபி கோட்பாடு குறித்த மிகப் பழமையான பாரசீக கட்டுரை இந்திய மண்ணில் எழுதப்பட்டது, காஃப் அல்-மஜூப்ஹோஜ்விரி (qv; இந்தியாவில் பிரபலமாக அறியப்பட்ட டத்தே கஞ்ச்பாஸ்), இவர் Gazni இல் பிறந்தார், ஆனால் லாகூரில் குடியேறி இறந்தார் (ca. 1071). இந்தியாவில் உள்ள சூஃபி இலக்கியங்கள் பொதுவாக தத்துவார்த்த பொருளைக் காட்டிலும் மிகவும் நடைமுறைக்குரியவை: asan -e Dehlavi (fawā'ed al-fu'ād) தொகுத்த மால்ஃபுசாட் (புனிதர்களின் சேகரிக்கப்பட்ட சொற்கள்); maktubāt (மாய கோட்பாடுகளை, நடைமுறைகள் குறித்த வழிகாட்டுதலை கடிதங்களை); , சூஃபி எஜமானர்களின் ஏராளமான வாழ்க்கை வரலாறுகள், குறிப்பாக மொஸம்மத் டோஸ்லோக்கின் ஆட்சியில் இருந்து. இந்த இலக்கிய முயற்சிகளில் நீதிமன்ற புத்திஜீவிகளும் ஈடுபட்டனர், அதாவது சேகந்தர் லோடியின் கவிஞர் ஜலால் அன் ஜமாலி (இறப்பு: 1536), சியார் அல்-ஆரே-ஃபின் தொகுப்பின் ஆசிரியர், இது முசின்-அல்-தின் செஸ்டியுடன் தொடங்கி அவரது ஆன்மீக ஆசிரியரான சமே-அல்-தின் கம்பூவுடன் முடிந்தது. முகலாய அரசவைகளின் சில முக்கியமான சமஸ்கிருத உரைகளில் போன்ற ஒரு பாரசீக பெயர்க்கப் பட்டன யோகா வசிஷ்ட, பகவத் கீதை (அபுல்-பாசல் மூலம்). இருந்து ஐம்பது அத்தியாயங்கள் Upanisad நூல்கள் தலைப்பு, தாரா Sokuh மூலம் பெயர்க்கப் பட்டன ஹென்றி அதுகுறித்து-இ அக்பர்

(மாபெரும் இரகசிய அல்லது அக்பரின் இரகசிய). இஸ்லாம், இந்து மதத்தை ஒன்றிணைப்பதை நோக்கமாகக் கொண்டு, டெரி சூஃபி பாடங்களில் ஏராளமான எழுத்துக்களை விட்டுவிட்டார், Ḥasanāt al-ʿārefin, malfuzāt வரியைச் சேர்ந்தவர், *Safinat al*-awliyāʾ, *Sakinat al*-awliyāʾ, அடிப்படையில் ஹாகியோகிராஃபிகளின் தொகுப்புகள். இவரது மிக முக்கியமான புத்தகம் மஜ்மசால்-பரைன், இந்து மதத்திற்கும் இஸ்லாமிற்கும் இடையிலான தொடர்பு புள்ளிகளைக் கண்டுபிடிக்க முயற்சிக்கும் ஒரு ஒப்பீட்டு கட்டுரை. பிற்கால இறையியலாளர்களில், நகாபாண்டி தலைவர் அமத் செர்ஹெண்டி (தி.1624), குரானின் மிகவும் புகழ்பெற்ற பாரசீக மொழிபெயர்ப்பின் ஆசிரியரான டெஹ்லியின் சீர்திருத்தவாதியான வாலி-அல்லாஹ் (இறப்பு 1762) ஆகியோரின் படைப்புகள் வெவ்வேறு வழிகளில் இருந்தன அசல், மிகவும் செல்வாக்குள்ள இந்தியாவுக்கு வெளியே.

**அறிவியல்:**

குறிப்பாக இந்தியாவில் தான் பாரசீக மொழி விஞ்ஞான பரிமாற்றத்திற்கான ஒரு வழிமுறையாக பரவலாகப் பயன்படுத்தப்பட்டது-இது முஸ்லிம் உலகில் பாரம்பரியமாக அரபிக்கு வழங்கப்பட்டது. இந்திய நூலகங்களில் பாதுகாக்கப்பட்டுள்ள விஞ்ஞான சிக்கல்கள் தொடர்பான கையெழுத்துப் பிரதிகளின் முதல் பகுதி ஆய்வின்படி, 1,671 படைப்புகள் பாரசீக மொழியிலும், 1,219 அரபியிலும் உள்ளன. 16,18 ஆம் நூற்றாண்டுகளுக்கு இடையில், இந்தியா அறிவியல் ஆய்வுகளின் மறுமலர்ச்சியைக் கண்டது, அந்த நேரத்தில் முஸ்லீம் உலகில் வேறு எங்கும் குறைந்து வந்தது. புதுமையான ஆராய்ச்சியை விட, இந்த ஆய்வுகள் இந்து பாரம்பரியத்தின் பங்களிப்புடன் ஒப்பிடும்போது, தற்போதுள்ள முஸ்லீம் அறிவியல் பாரம்பரியத்தை மறுசீரமைப்பதாகும். ஒரு முக்கிய முடிவு முக்கியமான சமஸ்கிருத-பாரசீக தொழில்நுட்ப அகராதிகள் (காசாரி , ஸ்பீசியேல், 2001) தயாரிக்கப்பட்டது. கணிதத்திற்கு,லிலவதி (1587, எண்கணிதத்தில், ஃபெசி எழுதியது) , பிஜகாசிதா (1635, இயற்கணிதத்தில், ʿAṭāʾ-Allāh Rašidi எழுதியது), இருவரும் சமஸ்கிருத படைப்புகள் பாஸ்கராவின் (12 ஆம் நூற்றாண்டு). வானவியலைப் பொறுத்தவரை, சமஸ்கிருதத்திலிருந்து ஒரு சில மொழிபெயர்ப்புகளை விட முக்கியமானது ஜிஜ் இலக்கியம். மிகப் பழமையான இந்தோ-பாரசீக ஜிஜ் (சுல்தான் நெய்ர்-அல்-தின் ம *ud* முத், 1246-1265 க்காக எழுதப்பட்ட ஜிஜ் -இ நெய்ரி) நைர்-அல்-தின் யூசியின் அறிஞர்கள் குழு (1271) தொகுத்த புகழ்பெற்ற ஜிஜ்-இ இலினியை விடவும் முந்தையது. இருப்பினும் மிகவும் பிரபலமான இந்திய ஜிஜ் பிற்கால ஜிஜ்-இ மொஸம்மத்-அஹி ஆகும்(1728), அம்பர்

மகாராஜா ஜெய் சிங்கின் வழிகாட்டுதலின் கீழ் தயாரிக்கப்பட்டு, மத்திய ஆசியாவில் பரவலாக பரவியது. மருத்துவத்திலும் பாரசீக மொழியில் குறிப்பிடத்தக்க அளவு இலக்கியங்கள் தயாரிக்கப்பட்டன. யுனானி (கிரேக்க) மருத்துவம் என்று அழைக்கப்படுபவரின் முதல் அறியப்பட்ட உரை, இலுட்மேயின் கீழ் க of னின் அபுபக்கர் ஓமான் எழுதிய பிருனியின் மருந்தக கிதாப் அல்-சய்தானாவின் பாரசீக மொழிபெயர்ப்பாகும். யூசோப்பின் வசனங்களில் உள்ள மருத்துவ நூல்கள் b. பாபூர், ஹோமே-யூனின் கீழ் பணிபுரிந்த மொஸம்மத் நன்கு அறியப்பட்டவர். ஜஹானின் கீழ் மிகப் பெரிய வளர்ச்சி அடைந்தது. Ṭebb-இ தாரா-šokuhi, இஸ்லாமிய உலகில் உணரப்பட்ட கடைசி முக்கியமான மருத்துவ கலைக்களஞ்சியம், ராஜாவின் மகனுக்காக எழுத்தாளரான ஷிராஸின் நூர்-அல்-தின் மொசம்மத்தால் அர்ப்பணிக்கப்பட்டது. புகழ்பெற்ற மருத்துவர் அக்பர் அர்சானி (Ṭebb-e akbari, 1700) அவர்களால் சிறந்த முறையான கட்டுரைகளும் எழுதப்பட்டன.

இந்திய-பாரசீக இலக்கியங்களின் அறிவும் பகுப்பாய்வும் இந்திய நூலகங்களில் பாதுகாக்கப்பட்டுள்ளன.ஏராளமான கையெழுத்துப் பிரதிகளை அணுகுவதில் உள்ள சிரமங்களால் இன்னும் கடுமையாக வரையறுக்கப்பட்டுள்ளன. மேலும், ஒப்பீட்டளவில் குறைந்த எண்ணிக்கையிலான ஆய்வுகள் மட்டுமே இந்தோ-பாரசீக இலக்கிய தலைப்புகளுக்கு அர்ப்பணிக்கப்பட்டுள்ளன, குறிப்பாக இலக்கியத்தின் அளவோடு ஒப்பிடும்போது., பாரசீக இலக்கிய வரலாற்றில் இந்திய பங்களிப்பின் அசல் தன்மை , முக்கியத்துவம் குறைவானது இது இலக்கிய உற்பத்தியின் ஒவ்வொரு கிளையிலும் காணப்பட வேண்டியது, மேலும் முழுமையான ஆராய்ச்சிகளுக்குத் தகுதியானது.

# 14

## ஈரானிய கவிஞர் மொஹ்சென் எமாடியுடன் ஒரு நேர்காணல்

**பெர்சிஸ் கரீம்**: *இறுதியாக நீங்கள் ஈரானை விட்டு வெளியேறியது பற்றி கொஞ்சம் சொல்ல முடியுமா? சிறைத்தண்டனையால் அச்சுறுத்தப்பட்டீர்களா? நீங்கள் 2009 இல் வெளியேறிவிட்டீர்கள் என்று எனக்குத் தெரியும், ஆனால் உங்கள் மொழிபெயர்ப்பாளரான லின் காஃபினுடன் நீங்கள் செய்த நேர்காணலில் நீங்கள் கொஞ்சம் தெளிவற்றவராக இருந்தீர்கள். இது குறித்து நீங்கள் கொஞ்சம் விரிவாகக் கூற முடியுமா என்று எனக்கு ஆச்சரியமாக இருக்கிறது.*

**மொஹ்சென் எமாடி**: நான் ஈரானை விட்டு வெளியேற வேண்டுமா இல்லையா என்பது எனக்குத் தெரியவில்லை. நான் பல ஆண்டுகளாக எதிர்த்தேன், நாட்டிற்குள் என் எதிர்ப்பைத் தொடர முயற்சித்தேன். 1999 இல் ஈரானிய மாணவர் இயக்கம் தோல்வியடைந்த பின்னர் எனது நண்பர்கள் பலர் ஈரானை விட்டு வெளியேறினர். 2007 , 2008 ஆம் ஆண்டுகளில் ஈரானுக்கு வெளியே எனது பேச்சுக்கள், வீட்டுத் தேடல்கள் , பலவற்றைக் கேள்விக்குட்படுத்தியது போன்ற சில அச்சுறுத்தல்கள் எனக்கு இருந்தன, ஆனால் அவை தீவிரமாக இல்லை.

நான் ஷெரீப் பல்கலைக்கழகத்தில் இளம் மாணவனாக இருந்த காலத்திலிருந்தே, அந்தக் காலத்தின் பல அரசியல் , இலக்கிய இயக்கங்களில் தீவிரமாக இருந்தேன். சில மாதங்கள் சிறைக்குச் செல்வது யூகிக்கக்கூடிய ஒன்று. ஆனால் உண்மையில் வெளியேற வேண்டிய கட்டாயம் என்னவென்றால், நாடு பாழடைந்த நிலையில் உள்ளது: அறநெறி இல்லாத நிலம், நம்பிக்கை இல்லாமல், துரோகங்களால் வகைப்படுத்தப்பட்ட நிலம், பொதுத்துறையில் பணியாற்ற இயலாமை, இலக்கிய மாஃபியாக்களின் விரிவாக்கம்,

பொய்கள், மேலோட்டமான தன்மை ஒவ்வொரு அம்சத்திலும் அரசாங்கத்தின், தனிப்பட்ட தலையீடுகள் இருந்தன.பொதுவாக-ஹெர்பர்ட், மினோஸ்ஸில் நாடுகடத்தப்பட்ட பிறகு நீங்கள் காணும் அனுபவ வகை வேறுமாதிரியானது. 2009 இல் இரண்டு மாதங்களுக்கு நான் அனைத்து ஆர்ப்பாட்டங்களிலும் பங்கேற்றேன். பசுமை இயக்கம், இறந்தவர்கள், தோட்டாக்கள், கண்ணீர்ப்புகை போன்ற தெருக்களில் அரசாங்கத்தின் கொடூரத்தை நான் கண்டேன், ஆட்சி மக்களின் விருப்பத்திற்கு தலைவணங்காது என்பதில் நான் உறுதியாக இருந்தேன். எனவே நான் திரும்புவதற்கான ஒரு சிறிய நம்பிக்கையுடன் வெளியேறினேன், ஆனால் இந்த எளிய நம்பிக்கை சாத்தியமற்றது, ஏனென்றால் ஈரானில் என் அன்புக்குரியவர்களில் சிலரைக் கொன்ற பிறகு எனது எழுத்துக்கள், பேச்சுக்கள், நேர்காணல்களில் நான் மிகவும் தீவிரமானேன்.

பி.கே: நீங்கள் 2009 க்கு முன்னர் ஈரானுக்கு வெளியே ஏதேனும் நீண்ட காலத்திற்கு இருந்திருந்தால்? 2009 ஆம் ஆண்டில் நீங்கள் வெளியேறியபோது, அது நிரந்தரமாக வெளியேறுவது, நாடுகடத்தப்படுவது என்று நினைத்தீர்களா?

எம்.இ:உண்மையில், எனது முதல் புத்தகம் ஈரானில் வெளியிடப்படவில்லை. இது ஸ்பெயினிலும் ஸ்பானிஷ் மொழியிலும் 2003 இல் வெளியிடப்பட்டது. ஆகையால், நான் கவிதை விழாக்களுக்காக ஸ்பெயினுக்குச் சென்று கொண்டிருந்தேன், மேலும் சில எழுத்தாளர்களின் குடியிருப்புகளைப் பெற்றேன் (ஒவ்வொரு முறையும் ஒன்று அல்லது இரண்டு மாதங்கள்).

நான் துருக்கியையும் பார்வையிட்டேன், சில சமயங்களில் ரூமி பற்றிய எனது ஆராய்ச்சிக்காகவும், சில சமயங்களில் எனது நண்பர்களாக இருந்த சில துருக்கிய கவிஞர்களைச் சந்திக்கவும். ஆம், நான் திரும்பி வர வாய்ப்பில்லை என்று இப்போது நினைக்கிறேன். நான் நிறைய மாறிவிட்டேன்.

நான் சுயவிமர்சனத்தின் ஒரு காலகட்டத்தை கடந்துவிட்டேன், எனவே ஈரானிய கலாச்சாரம் குறித்த எனது விமர்சனங்கள் எனக்கு எதிராக நான் சமன் செய்வதைப் போலவே கடுமையானவை. இங்கே, மறைந்த ஜுவான் கெல்மனுடன் ஆழ்ந்த நட்பை வளர்த்துக் கொள்ள எனக்கு வாய்ப்பு கிடைத்தது, அவர் என்னை நிறைய பாதித்தார் என்று நினைக்கிறேன். அவர் ஒருபோதும் அர்ஜென்டினாவுக்குத் திரும்பவில்லை, கடந்த ஜனவரி மாதம் அவர் இறந்தபோது கூட, அவரது நாடுகடத்தப்பட்ட நாடான மெக்சிகோவில் உள்ள ஒரு கிராமத்தில் அவரது அஸ்தியை சிதறடித்தோம். அவர் ஒரு கல்லறை இல்லாமல், நாடுகடத்தப்பட்டார்,

**பி.கே: உலகெங்கிலும் நீங்கள் அலைந்து திரிவது ஒரு மனிதனாகவும் கவிஞனாகவும் நீங்கள் யார் என்ற உங்கள் உணர்வை எவ்வாறு பாதித்தது? நீங்கள் இறுதியாக மெக்சிகோவில் ஏன் குடியேற முடிந்தது?**

*ME:* ஒரு கவிஞனாக, நான் உலகத்தைத் தழுவ முயற்சிக்கிறேன், வெவ்வேறு மொழிகள், கலாச்சாரங்கள், புவியியல் ஆகியவற்றின் தாளங்களைக் கண்டறிய முயற்சிக்கிறேன். பின்லாந்து, செக் குடியரசு, ஸ்பெயின் ஆகியவை ஈரான் இன்னும் என் ஒரு பகுதியாக இருப்பதைப் போலவே என்னுடனும் தங்கள் வாழ்க்கையைத் தொடர்கின்றன. மற்ற அகநிலைகள், பனியின் அகநிலை, ஏரிகள், நண்பர்கள், மொழிகளின் மூலம் நான் என்னைப் பார்க்கிறேன். நான் வாழ்ந்த அனைத்து பிராந்தியங்களின் கவிதைகளையும் மொழிபெயர்க்க முயற்சித்தேன். அவர்களின் கவிதை என்னுடையது. அவை என்னுடையவை. ரூமியைப் போலவே, நான் ஹோலனை நேசிக்கிறேன். ஷாம்லூவைப் போலவே, நான் செர்னூடாவையும் இன்னும் பல கவிஞர்களையும் நேசிக்கிறேன்.

எனக்கு ஸ்பானிஷ் மொழியில் பல வெளியீடுகள் உள்ளன: சில புத்தகங்கள், அத்துடன் பல புராணக்கதைகள் , பத்திரிகை வெளியீடுகள். அமெரிக்காவை பற்றி சமீப காலம் வரை எனக்குத் தெரியாது. நான் ஆர்வமாக இருந்ததால் இங்கு வந்தேன். நான் சில லத்தீன் அமெரிக்க கவிதைகளை பாரசீக மொழியில் மொழிபெயர்த்திருந்தேன், ஆனால் அதன் உடலைத் தொட்டு அதன் கவிதைகளை வாழ விரும்பினேன். அதிர்ஷ்டவசமாக *ICORN* வதிவிட திட்டம் எனக்கு மெக்சிகோவில் ஒரு இடத்தை வழங்கியது. நான் இங்கு வந்தேன், சிறிது சிறிதாக அது என் வீடாகிவிட்டது.

**பி.கே: நீங்கள் ஸ்பானிஷ் மொழியில் மிகவும் வசதியாக இருப்பதாகத் தெரிகிறது.நீங்கள் ஸ்பானிஷ் படித்தீர்களா? புதிய அமைப்புகள், புதிய நாடுகள், புதிய மொழிகளுடன் கூட மாற்றியமைக்கும் திறனை மொழிபெயர்ப்பு உங்களுக்கு எவ்வாறு வழங்கியுள்ளது?**

*ME:* கிரனாடாவில் நடந்த ஒரு கவிதை விழாவில் அன்டோனியோ கமோனெடாவை நான் சந்திக்கும் வரை, பல ஆண்டுகளாக, நான் ஸ்பானிஷ் மொழியைக் கற்க மறுத்துவிட்டேன், அவருடைய கவிதைகளும் அவரின் இருப்பும் அதைக் கற்றுக்கொள்ள என்னைத் தூண்டின. எனக்கு சற்று முன்பே தெரியும், ஆனால் அது ஸ்பானிஷ் பேசும் உலகில் வாழ்வதற்கும் எழுதுவதற்கும் போதுமானதாக இல்லை. 2010 முதல், நான் அந்த மொழியில் வசிக்க முயற்சித்தேன். நான் மொழிகளை விரைவாகக் கற்றுக்கொள்கிறேன் என்று

நினைக்கிறேன், இப்போது நான் பிரேசிலிய போர்த்துகீசியம் கற்கிறேன், ஏனென்றால் ஆண்ட்ரேட், மெலோ நெட்டோவின் மொழிபெயர்ப்புகளை அசலில் இருந்து பெயர்க்க விரும்புகிறேன்.

**பி.கே: ஈரானின் புகழ்பெற்ற கவிஞரான மறைந்த அஹ்மத் ஷாம்லூவைப் பற்றிய அவரது பணி, அவரது பாரம்பரியத்தை பாதுகாப்பதில் அல்லது நாட்டுப்புற கவிதை, நாட்டுப்புறக் கதைகளில் உங்கள் சொந்த கவனத்தின் அடிப்படையில், அவரது படைப்புகளைப் பகிர்ந்து கொள்ள உங்களுக்கு உதவியதுடன், ஈரானுடனும் உங்களை இணைத்து வைத்திருக்கவும் உதவியது. பாரசீக மொழிக்கு?**

*ME:* ஷாம்லூ எப்போதும் என்னிடமும், வழிகாட்டியாகவும், கவிஞராகவும் வாழ்வார். நான் அவரை காதலித்தேன். அவர் ஈரானிய கவிதைகளின் மிக முக்கியமான நபர்களில் ஒருவராகவும், என் வாழ்க்கையில் நான் சந்தித்த மிக முக்கியமான நபர்களில் ஒருவராகவும் இருந்தார். எனக்கு அவர் இருப்பது கமோனேனா அல்லது கெல்மேன் இருப்பதைப் போலவே செல்வாக்கு செலுத்துகிறது. நான் இன்னும் அவரது படைப்புகளைப் மீண்டும் படிக்கிறேன், அவர் எப்போதும் என்னை ஆச்சரியப்படுத்துகிறார். நான் அவரை அறிய மிகவும் அதிர்ஷ்டசாலி. அவரது குரல், அவரது கவிதை, அவரது தன்மை ஆகியவற்றின் தீவிரம் எனது நாடு இழந்த ஆழம், மீண்டும் பெற வேண்டும் என்று நான் நம்புகிறேன்.

**பி.கே: நீங்கள் ஈரானை விட்டு வெளியேறுவதற்கு முன்பு நீங்கள் கருத்தில் கொள்ளாத உங்கள் "நாடுகடத்தலை" பற்றி உங்களை ஆச்சரியப்படுத்தும் விஷயங்கள் உள்ளனவா?**

*ME:* நான் வெளியேறும்போது எல்லாம் என்னை ஆச்சரியப்படுத்தியது, என் சொந்த கவிதை கூட. நான் பார்த்த எல்லா பொருட்களுக்கும் அல்லது நான் இருந்த இடங்களுக்கும் மேலாக, மொழியால் ஆச்சரியப்படுகிறேன், அது என்ன செய்கிறது. நான் எப்போதும் பொருள்கள், தமது பெயரிடும்-எப்படி ஒரு மரம் எனப்படும் பற்றி யோசிக்க மரம், அர்போல், அல்லது டெராக்ட் என்ன ஒரு பொருளையோ குறிப்பிடும்போது இந்த வார்த்தைகளின் அர்த்தம் படுபாதாளத்தில் உள்ளது. எனது வலிமை, பலவீனம், என் கனவுகள், என்னைப் பற்றி நான் ஒவ்வொரு நாளும் ஆச்சரியப்படுகிறேன்.

## ஆசிரியர் குறித்து

ஈரானில் பிறந்த மொஹ்சென் எமாடி நான்கு வசனத் தொகுப்புகள், ஏராளமான கவிதை மொழிபெயர்ப்புகளின்

விருது பெற்றவர்; ஜனவரி இதழின் அச்சு பதிப்பில் இடம்பெற்ற கவிதைகள் "ஸ்டாண்டிங் ஆன் எர்த்" என்ற தொகுப்பிலிருந்து வந்தவை. அஹ்மத் ஷாம்லூவின் அதிகாரப்பூர்வ வலைத்தளத்தின் நிறுவனர், மேலாளர் எமாடி, ஐநூறுக்கும் மேற்பட்ட சர்வதேச எழுத்தாளர்களைக் கொண்ட பாரசீக புராணக்கதையான தி ஹவுஸ் ஆஃப் வேர்ல்ட் கவிஞர்கள் குழுவில் உள்ளார். தற்போது மெக்ஸிகோ நகரில் வசித்து வருகிறார்.

பெர்சிஸ் கரீம் சான் ஜோஸ் மாநில பல்கலைக்கழகத்தில் ஆங்கிலம், ஒப்பீட்டு இலக்கியத்தின் கவிஞர், ஆசிரியர், பேராசிரியர் ஆவார், அங்கு அவர் உலக இலக்கியத்தையும் படைப்பு எழுத்தையும் கற்பிக்கிறார். அவரது சமீபத்திய புத்தக வெளியீடு ஈரானிய அமெரிக்க எழுத்தாளர்களின் நடுக்கம்: புதிய புனைகதை (2013) ஆகும், இது அவர் இணைந்து திருத்தியது. WLT இன் மார்ச் 2015 இதழான "ஈரானுக்கு அப்பால் எழுதுதல்" பக்கத்தின் விருந்தினராகத் திருத்தியுள்ளார்.

# 15

## ஈரானிய எழுத்தாளர் அமீர் ஹசன் செஹெல்டனுடன் நேர்காணல்

*"இலக்கியம் அரசியல், பிரதியின்பத்தை அடிப்படையாகக் கொண்டது"*

*அமீர் ஹசன் செஹெல்டன் ஈரானில் 15 ஆண்டுகளில் ஒரு நாவலை வெளியிடவில்லை. 62 வயதான எழுத்தாளர் ஈரானில் தணிக்கைத்துறை குறிப்பிடுவதைப் போல, அரசியல் அல்லது பிரதியின்பம் பற்றி எழுதுவதைத் தவிர்க்க விரும்புகிறார். ஐரோப்பாவில், இதற்கிடையில், அவரது படைப்புகள் பிரபலமடைந்து வருகின்றன. செஹெல்டனின் எட்டு புத்தகங்கள் ஏற்கனவே ஜெர்மன் மொழியில் வெளியிடப்பட்டுள்ளன. செஹெல்டனும் விமர்சகர் நஸ்ரின் பஸ்ஸிரியின் நேர்காணல் இதோ*

*திரு. செஹெல்டன், நீங்கள் ஜெர்மன் மொழி ஊடகங்களுக்காக எழுதுகிறீர்கள், ஜெர்மனியில் ஏராளமான நாவல்களை வெளியிட்டுள்ளீர்கள். ஏன்? நீங்கள் ஜெர்மனியைத் தேர்ந்தெடுத்தீர்களா அல்லது ஜெர்மனி உங்களைத் தேர்ந்தெடுத்ததா?*

*அமீர் ஹசன் செஹெல்டன்: ஜெர்மனி என்னைத் தேர்ந்தெடுத்தது. எழுத்தாளர்கள், எதிர்க்கட்சி உறுப்பினர்கள் கொலைகள் இழைக்கப்படும் ஒரு தொடர் விளைவில் - 20 ஆண்டுகளுக்கு முன்பு வெளியிடப்பட்டு முதல் - என் கட்டுரைகள் ஜெர்மன் மொழி பேசும் உலகில் துவங்கியது ஈரான். மெயின்ஸில் உள்ள கிர்ச்செய்ம் என்ற முக்கிய வெளியீட்டு நிறுவனம் எனது மொழிபெயர்ப்பாளர் சூசேன் பாகிஸ்தானியைஅணுகி எனது நாவல்களில் ஒன்றை ஜெர்மன் மொழிபெயர்ப்பில் வெளியிடுவதில் ஆர்வத்தை வெளிப்படுத்தியது.*

*நீங்கள் ஈரானில் வசிக்கிறீர்கள், ஆனால் நிறைய பயணம் செய்யுங்கள்.*

செஹெல்டன்: நான் என் மனைவியுடன் தெஹ்ரானில் வசிக்கிறேன், ஆனால் நான் அடிக்கடி பயணம் செய்கிறேன், ஜெர்மனியில் நிறைய நேரம் செலவிட்டேன். எனக்கு பயணம் பிடிக்கும். மற்ற நாடுகளில் உள்ள கலாச்சார வாய்ப்புகளை நான் மிகவும் பாராட்டுகிறேன். சர்வதேச எழுத்தாளர்கள் நாடாளுமன்றத்தின் உதவித்தொகைக்கு நன்றி, என்னால் இரண்டு ஆண்டுகள் இத்தாலியில் வாழ முடிந்தது. பின்னர் ஜெர்மன் கல்வி பரிமாற்ற சேவை *(DAAD)* எனக்கு ஜெர்மனியில் தங்குவதை சாத்தியமாக்கியது. ஹென்ரிச் போல் அறக்கட்டளையின் அழைப்பின் பேரில், லாஸ் ஏஞ்சல்ஸில் உள்ள வில்லா அரோராவில் விருந்தினராக ஆறு மாத காலம் செலவிட்டேன். பின்னர் ஜெர்மனி, ஆஸ்திரியா, சுவிட்சர்லாந்து, இத்தாலி ஆகிய நாடுகளில் சுற்றுப்பயணங்களை அமைத்து வாசிப்பதற்காக ஒதுக்கப்பட்ட குறுகிய காலங்கள் உள்ளன.

*பல ஈரானிய நாவல்கள் சமீபத்திய தசாப்தங்களில் பிற மொழிகளில் மொழிபெயர்க்கப்பட்டுள்ளன. இருப்பினும், நீங்கள் பதிவை வைத்திருப்பதாக தெரிகிறது. அது ஏன்?*

செஹெல்டன்: எனது படைப்புகளை மற்ற ஆசிரியர்களிடமிருந்து வேறுபடுத்துவது என்னவென்று சொல்வது கடினம். எனது நாவல்கள் நகர்ப்புற சூழலில் அமைக்கப்பட்டுள்ளன. எனது கதை நடை காரணமாக அவை மொழிபெயர்க்க எளிதாக இருக்கும். என் பத்திரிகையாளர் கட்டுரைகள் என் சக எழுத்தாளர்களை விட என்னை அதிகம் காணக்கூடியதாக இருந்திருக்கலாம்.

*நீங்கள் ஃபார்சியில் எழுதுகிறீர்கள், உங்கள் கதைகள் பாரசீக மொழி பேசும் உலகில் அமைக்கப்பட்டுள்ளன. ஆயினும்கூட, நீங்கள் உலக குடிமக்களை மனதில் கொண்டு எழுதுகிறீர்கள் - இந்த சமநிலைப்படுத்தும் செயலை எவ்வாறு நிர்வகிக்கிறீர்கள்?*

செஹெல்டன்: நிச்சயமாக, நான் முதன்மையாக ஈரானியன். என் மொழி பாரசீகம்; வேறு எந்த மொழியிலும் என்னால் ஒரு கதை எழுத முடியவில்லை. நான் வளர்ந்து ஈரானில் சமூகமயமாக்கப்பட்டு பாரசீக மொழியில் உலகைப் புரிந்துகொண்டேன்.

ஆனால் ஒரு எழுத்தாளராக நான் ஒரே மொழியையும் பல பொதுவான கவலைகளையும் பகிர்ந்து கொண்டாலும், எனது தோழர்களை மனதில் கொள்ளவில்லை. நீங்கள் உள்ளூரில் மட்டுமே நினைத்தால், "எங்களுக்கு" , "மற்றவர்களுக்கு" இடையே ஒரு பிளவு கோடு வரைகிறீர்கள்.

ஆயினும், நாம் எங்கிருந்து வந்தாலும், நாம் அனைவரும் கவலைகளையும் தேவைகளையும் பகிர்ந்து கொள்கிறோம். அன்பு,

தனிமை, குடியேற்றம் அல்லது பிரிவினை என்பது அனைவரையும் பாதிக்கும் பிரச்சினைகள். இது ஒரு நாட்டின் குடிமக்களை உலக உலகளாவிய குடிமக்களுடன் இணைக்கிறது. இன்று, உலகம் பொருளாதார ரீதியாக ஒன்றாக வளர்ந்தது மட்டுமல்ல; கலாச்சார ரீதியாகவும், இலக்கிய ரீதியாகவும் நம்மை இனி தனிமைப்படுத்த முடியாது. நான் என்னை உலகின் குடிமகனாக கருதுகிறேன்.

ஐரோப்பாவில் உங்கள் வாசிப்புகள் எவ்வாறு செயல்படுகின்றன? எல்லாவற்றிற்கும் மேலாக, பார்வையாளர்களுக்கு பாரசீக மொழி புரியவில்லை.

செஹெல்டன்: முதலில், ஃபார்சியில் சில வரிகளைப் படித்தேன், அசல் உரை என்னவென்று பார்வையாளர்களுக்குத் தெரியப்படுத்தியது. ஒரு நடிகர் அல்லது தொகுப்பாளர் ஜெர்மன் மொழியில் நீண்ட பத்திகளைப் படிக்கிறார், அடுத்தடுத்த விவாதம் ஆங்கிலத்தில் நடைபெறுகிறது.

ஈரானிய இலக்கியத்தில் ஆர்வம் ஐரோப்பாவில் வளர்ந்து வருகிறது. இது அரசியல் முன்னேற்றங்களுடன் தொடர்புடையது என்று நினைக்கிறீர்களா?

செஹெல்டன்: உலக மக்கள் ஈரானை ஆர்வத்துடன் பின்பற்றுகிறார்கள் என்பதில் சந்தேகமில்லை. எனது நாவல்களில் அவர்களின் கேள்விகளுக்கான பதில்களைக் கண்டுபிடிக்க விரும்பும் சிலர் இருக்கிறார்கள் என்று நினைக்கிறேன். எனது புத்தகங்களும் கட்டுரைகளும் இன்று அதிக கவனத்தை ஈர்க்க இது ஒரு காரணம்.

மொழிபெயர்ப்புகளின் சிறந்த தரமும் ஒரு பாத்திரத்தை வகிக்கிறதா? நீங்கள் ஏற்கனவே குறிப்பிட்டுள்ள சூசேன் பாகிஸ்தானி போன்ற சில சிறந்த இலக்கிய மொழிபெயர்ப்பாளர்கள் அங்கே இருக்கிறார்கள்.

செஹெல்டன்: ஆம், உண்மையில். இலக்கியத்தை மொழிபெயர்ப்பது கடினமான வேலை; செர்வாண்டஸிடமிருந்து டான் குயிக்சோட்டை மேற்கோள் காட்ட: மொழிபெயர்ப்பது பின்னால் இருந்து ஒரு கம்பளத்தைப் பார்ப்பது போன்றது.

ஆனால் நான் அதிர்ஷ்டசாலி; எனது மொழிபெயர்ப்பாளர்களான சூசேன் பாகிஸ்தானி, ஜூட்டா ஹிம்மெல்ரிச் ஆகியோர் மிகச் சிறந்தவர்கள், ஏனெனில் ஆசிரியர்களும் விமர்சகர்களும் எனக்கு உறுதியளிக்கிறார்கள். எனது சில நாவல்களை மொழிபெயர்த்த கர்ட் ஷார்ஃப் மீதும் நான் மிகவும் திருப்தி அடைகிறேன். ஏழு அல்லது எட்டு மொழிகளில் இருந்து நூல்களை மொழிபெயர்த்த

ஒரு சிறந்த மொழியியலாளர்.

**மொழிபெயர்ப்புகளை நீங்கள் சரிபார்க்கிறீர்களா?**

செஹெல்டன்: நான் ஜெர்மன் பேசமாட்டேன், ஆனால் ஒருவர் அவ்வப்போது விஷயங்களைச் சரிபார்க்க வேண்டும். பாரசீக சொற்கள் உயிரெழுத்து இல்லாமல் எழுதப்பட்டதால் டோராபி என்ற பெயர் டெராபி என்று மொழிபெயர்க்கப்பட்டது. புத்தகம் ஏற்கனவே அச்சிட சென்றபோதுதான் நான் அதை கவனித்தேன்.

பெயர் விவரிப்பாளர்களான ஹசன் சாகூ (ஹாசன் கத்தி) அல்லது ஹொசைன் ஃபெர்பெரே (வேகமான ஹொசைன்) விஷயத்தில், பண்புகளை அசல் மொழியில் விட்டுவிடுவதை விட மொழிபெயர்ப்பது நல்லது.

உங்கள் சில புத்தகங்களின் அடுக்கு கடந்த காலங்களில் பல நூற்றாண்டுகளாக அமைக்கப்பட்டுள்ளது. ஆயினும்கூட, அவர்கள் ஐரோப்பாவில் நல்ல வரவேற்பைப் பெற்றுள்ளனர். அது ஏன்?

செஹெல்டன்: எனது நாவலான "தி காலிகிராஃபர் ஆஃப் இஸ்ஃபாஹான்" 300 ஆண்டுகளுக்கு முன்பு 1722 காலகட்டத்தை அடிப்படையாக கொண்டு அமைக்கப்பட்டது, ஆனால் இந்த நாவல் ஜெர்மனியில் எனது மிக வெற்றிகரமான புத்தகம். ஈரானில் உள்ளவர்களும் உலக இலக்கியங்களைச் சேர்ந்த புத்தகங்களைப் படிப்பதை விரும்புகிறார்கள், ஆனால் வேறுபட்ட கலாச்சார அமைப்பில் விளையாடுகிறார்கள். உதாரணமாக, வெளியான உடனேயே பாரசீக மொழியில் வழக்கமாக மொழிபெயர்க்கப்பட்ட ஹருகி முரகாமியின் படைப்புகள் மிகவும் பிரபலமாக உள்ளன.

ஈரானியர்கள் இந்த கதைகளில் தங்களை பிரதிபலிப்பதைப் பார்க்கிறார்கள், அது ஒரு நாவலுக்கு முக்கியமானது. எங்கள் ஆசிரியர்கள் சிலர் இதைப் பற்றி போதுமான கவனம் செலுத்துவதில்லை. ஈரானில் எழுதப்பட்ட பல நாவல்கள் சர்வதேச பார்வையாளர்களுக்கு ஆர்வமில்லை. அவை ஈரானியர்களால் படிக்கப்பட்டு ரசிக்கப்படலாம், ஆனால் அவை உலகளாவிய வாசகரை ஈர்க்கவில்லை.

தணிக்கையை தவிர்க்க ஆசிரியர்கள் பயன்படுத்தும் உருவகங்கள் பெரும்பாலும் வாசகர்களுக்குப் புரியவைப்பது கடினம். உங்கள் புத்தகங்களை வெளிநாட்டில் வெளியிடுவதன் மூலம் தணிக்கை செய்வதைத் தவிர்க்கிறீர்கள்.

செஹெல்டன்: நான் முதலில் எனது கையெழுத்துப் பிரதிகளை ஈரானிய வெளியீட்டாளர்களுக்கு அனுப்புகிறேன். அவர்கள்

கலாச்சார அமைச்சகத்திற்கு அனுப்பி வெளியிட அனுமதி கேட்கிறார்கள். எனது முதல் நாவல் 42 ஆண்டுகளுக்கு முன்பு ஈரானில் வெளியிடப்பட்டது. அப்போதிருந்து நான் தணிக்கையாளர்களுடன் தொடர்ந்து மோதலில் ஈடுபட்டுள்ளேன்.

தணிக்கை ஈரானிய இலக்கியங்களை பாழாக்கிவிட்டது. கடந்த 15 ஆண்டுகளில் ஈரானில் ஒரு நாவலை என்னால் வெளியிட முடியவில்லை, ஏனெனில் எனக்கு தேவையான அனுமதி வழங்க அமைச்சகம் எப்போதும் மறுத்துவிட்டது.

உங்கள் சக எழுத்தாளர்கள் நிறைய சூழ்நிலைகளுக்கு ஏற்றவாறு ஈரானில் வெளியிடக்கூடிய வகையில் அவர்களின் நூல்களை எழுதுகிறார்கள்.

செஹெல்டன்: இலக்கியம் எப்போதுமே இரண்டு தூண்களை அடிப்படையாகக் கொண்டது: அரசியல், பிரதியின்பம். இந்த இரண்டையும் கதையிலிருந்து தடைசெய்தால், கிட்டத்தட்ட எதுவும் மிச்சமில்லை. ஆனால் இந்த இரண்டு கூறுகளும் தற்போதைய தணிக்கை மையமாக உள்ளன. எனக்கு ஆச்சரியமாக இருக்கிறது, ஏனென்றால் பிரதியின்பம் ஆயிரம் ஆண்டுகளாக பாரசீக இலக்கியத்தின் மையத்தில் உள்ளது, குறிப்பாக கவிதை.

இஸ்லாமிய புரட்சியின் தலைவர்: அயதுல்லா கோமெய்னியின் மதத் தலைமையின் உயர்வு ஈரானில் ஒரு ஜனநாயக விழிப்புணர்வின் அனைத்து நம்பிக்கையையும் சிதைத்தது. மாறாக, புத்திஜீவிகளையும் எதிர்ப்பாளர்களையும் திட்டமிட்டு துன்புறுத்தும் ஒரு புதிய கொடுங்கோன்மை எழுந்தது

உண்மையில், நம்மிடம் ஏறக்குறைய ஆபாசமான கவிதைகள் உள்ளன, அவை சில அநாமதேய எழுத்தாளரின் பேனாவிலிருந்து தோன்றவில்லை, ஆனால் ரூமி, ஹபீஸ், சாதி போன்ற புகழ்பெற்ற கவிஞர்களிடமிருந்து தோன்றின. எனது படைப்புகளை வெளிநாடுகளில் வெளியிடுவதற்கான வாய்ப்பு எனக்கு கிடைத்திருப்பதால், எனது நாவல்களில் பிரதியின்பம் இல்லாமல் நான் ஏன் செய்ய வேண்டும் என்பதற்கான எந்த காரணத்தையும் நான் காணவில்லை. அதனால்தான் எனது படைப்புகள் தணிக்கைக்கு பலியாகின்றன.

உங்கள் படைப்புகளைப் படிக்க முடியாவிட்டால் மற்ற ஈரானிய ஆசிரியர்களுடன் நீங்கள் எவ்வாறு தொடர்புகொள்ள முடியும்? அல்லது படிக்க அவர்களுக்கு கையெழுத்துப் பிரதிகளை கொடுக்கிறீர்களா?

செஹெல்டன்: இல்லை. என் கையெழுத்துப் பிரதிகளை

என் மனைவி, என் மகன், ஐரோப்பிய வெளியீட்டாளர்கள், மொழிபெயர்ப்பாளர்கள் தவிர வேறு யாரும் பெறவில்லை. ஈரானில், பலர் கையெழுத்துப் பிரதிகளை என்னிடம் கேட்டார்கள், ஆனால் அவ்வாறு செய்வதை நிறுத்தச் சொன்னேன். ஆயினும்கூட, எனது ஈரானிய சகாக்களுடன், குறிப்பாக இளைய எழுத்தாளர்களுடன் நான் நெருங்கிய தொடர்பில் இருக்கிறேன். நான் பல்வேறு பட்டறைகளில் படைப்பு எழுத்தை கற்பிக்கிறேன், ஈரானிய ஊடகங்களில் ஆண்டுக்கு பல முறை நேர்காணல்களை வழங்குகிறேன்.

*உங்கள் நாவல்கள் நீங்கள் சமமாக விரும்பும் குழந்தைகளைப் போன்றவையா, அல்லது உங்களுக்கு ஒரு குறிப்பிட்ட விருப்பம் இருக்கிறதா?*

செஹெல்டன்: நான் அனைவரையும் நேசிக்கிறேன், ஆனால் எனது இரண்டு நாவல்களில் நான் முழுமையாக திருப்தி அடையவில்லை. அவற்றை மீண்டும் செப்பனிட நான் விரும்புகிறேன். அனுபவம் உங்களுக்கு முன்னேற உதவுகிறது, இதன் விளைவாக உங்கள் பணி சிறப்பாகவும் சிறப்பாகவும் இருக்கும்.

*ஈரானிய புரட்சியைப் பற்றி எழுத நீங்கள் அதைப் பயன்படுத்தியதால் உங்கள் "நிலையான கிளி" புத்தகம் முக்கியத்துவம் வாய்ந்ததா?*

செஹெல்டன்: இல்லை, நான் இந்த புத்தகத்தை நீண்ட காலமாக எழுத விரும்பினேன், ஆனால் நான் அதை ஒத்திவைத்தேன். நான் எப்போதும் கற்பனை நாவல்களை விரும்புகிறேன். 2015 ஆம் ஆண்டில், பிராங்பேர்ட் புத்தகக் கண்காட்சியில் ஆண்ட்ரியாஸ் ரோட்ஸரைச் சந்தித்தேன், பின்னர் அவர் "தி ஸ்டீட்ஃபாஸ்ட் பேரட்" ஐ மேத்ஸ் & சீட்ஸில் வெளியிட்டார். அந்த நேரத்தில் நான் என்ன வேலை செய்கிறேன் என்று அவர் என்னிடம் கேட்டார். இஸ்லாமிய புரட்சி பற்றிய எனது அவதானிப்புகளை எழுதுவது பற்றி யோசித்து வருவதாக நான் சொன்னேன். ரோட்ஸர், "அவற்றை எங்களுக்காக எழுதுங்கள்" என்றார்.

நாவல் முடிவடைய பத்து மாதங்கள் ஆனது. ஆனால் இது மற்றதைப் போன்ற ஒரு வேலை மட்டுமே

**(நஸ்ரின் பசிறி நடத்திய நேர்காணல் இது)**

# 16

## எழுத்தாளர் அஹ்மத் எட்டா

அஹ்மத் எட்டா என்ற பெர்ஷிய எழுத்தாளர், அஹ்மத் மஹ்மூத் என்ற அவரது பேனா பெயரால் நன்கு அறியப்பட்டவர் ஆவார்; (டிசம்பர் 25, 1931 - அக்டோபர் 4, 2002)அவர் ஒரு முக்கிய ஈரானிய நாவலாசிரியர். அவரது படைப்புகளில் ஒன்றான தி நெய்பர்ஸ் நவீன பாரசீக இலக்கியத்தில் மிகவும் குறிப்பிடத்தக்க நாவல்களில் ஒன்றாக விளங்குகிறது. அவர் ஒரு புகழ்பெற்ற சமூக யதார்த்த எழுத்தாளராக அறியப்பட்டார்; ஈரானின் தெற்கின் நகர்ப்புற சமூகங்களில், குறிப்பாக, தொழிலாள வர்க்கம் , கீழ் வர்க்க குடும்பங்களின் வாழ்க்கையைப் பற்றிய அவரது படைப்புகளால் அறியப்படுகிறார்.

தனது இளமை பருவத்தில் தினகூலிதொழிலாளி, ஓட்டுநர், கட்டுமானத் தொழிலாளி எனப் பணியாற்றினார்.இடதுசாரி அரசியல் கருத்துக்கள், எதிர்க்கட்சி நடவடிக்கைகளுக்காக சிறைவாசம் அனுபவித்தார். அவரது முதல் கதை ஓமிட்-ஈ ஈரான் இதழில் வெளிவந்தது, 1959 இல் மஹ்மூத் முல் (தி பாரமோர்) உடன் கதைகளின் தொகுப்புகளை வெளியிடத் தொடங்கினார்.

தொடர்ந்து பிற நூல்களும் வெளியாயின: தர்யா ஹனுஸ் அராம் அஸ்ட் (கடல் இன்னும் அமைதியானது) 1960, பிஹூடேகி (பயனற்ற தன்மை) 1962, ஸாயெரி ஸிர்-இ பரன் (மழையில் ஒரு யாத்ரீகர்) 1968, பெசாரக்-இ பூமி (தி லிட்டில் நேட்டிவ் பாய்) 1971, , கரிபெஹா (அந்நியர்கள்) 1972. நவீன பாரசீக சிறுகதைகள் (1980) அவரது 1969 ஆம் ஆண்டின் "ஆஸ் டெல்டாங்கி" (ஹோம்சிக்னெஸ்) கதையின் மொழிபெயர்ப்பை ஒரு பில்கிரிம் இன் தி ரெயினில் வெளிகொண்டுள்ளது. ஹம்சயேஹா (தி நெய்பர்ஸ்) 1974 இல் வெளிவந்து அவருக்கு ஒரு நாவலாசிரியராக அந்தஸ்தைக் கொடுத்தது.

தஸ்தான்-இ யெக் ஷாஹர் (ஸ்டோரி ஆஃப் எ சிட்டி) 1981 இல் வெளியிடப்பட்டது. ஜமீன்-இ சுக்தே (தி ஸ்கார்ச் எர்த்) 1982 வசந்த

காலத்தில் வரையறுக்கப்பட்ட 11,000 பிரதிகளில் வெளியிடப்பட்டது, ஒரு வருடம் கழித்து 22,000 பிரதிகள் இரண்டாவது முறை அச்சிடப்பட்டது. மூன்று நாவல்களும் மூன்று முக்கியமான காலகட்டங்களில் குஜிஸ்தானில் தொடர்ச்சியான ஒரு தொகுப்பு ஆகும்: 1951 ஆம் ஆண்டில் எண்ணெய் தேசியமயமாக்கப்பட்ட நாட்கள், 1953 ஆகஸ்டின் பிற்பகுதியில் ஷாவை மீண்டும் அரியணைக்கு கொண்டுவந்த ஆட்சி கவிழ்ப்பு, ஈரான் மீதான படையெடுப்பு 1980 இல் நடந்த நிகழ்வுகளை அடிப்படையாக கொண்ட நாவல்கள் அவை.

1990 களின் முற்பகுதியில் மஹ்மூத் இரண்டு சிறுகதைத் தொகுப்புகளை வெளியிட்டார்: தீதர் (வருகை) 1990, கஸ்ஸே-யே அஷ்னா (பழக்கமான கதை) 1991, ஆஸ் மொசாஃபர் தா தப்கால் (பயணிகளிடமிருந்து குளிர் புண் வரை) 1992, மதரே-ஹெச் செஃப்ர் தரேஜே (ஜீரோ டிகிரி சுற்றுப்பாதை) 1993, ஆடம்-இ ஜென்டே (தி லைவ் ஹ்யூமன்) 1997, , டெராக்ட்-இ அஞ்சிர்-இ மாபெட் (கோயில்களின் அத்தி மரம்) 2000. மஹ்மூத்தின் கடைசி புத்தகம் "கோல்ஷிரியின் புத்தக பரிசை" வென்றது , அதிக பாராட்டைப் பெற்றது. ஈரான்-ஈராக் போரில் இறந்த தனது சகோதரரின் நினைவாக, அவர் "எரிந்த தரை" என்ற நூலை எழுதினார். அஹ்மத் மஹ்மூத் ஒரு யதார்த்தமான பாணியைக் கொண்டிருந்தார், அடிப்படையில் ஒரு தொழில்நுட்ப எழுத்தாளர் ஆவார். அவரது "அருகில்" புத்தகம் புரட்சிக்கு முந்தியும் தடை செய்யப்பட்டது. தற்போது புரட்சிக்கு பிந்தைய காலத்திலும் தடை செய்யப்பட்டது. ஈரானில் உள்ள பல எழுத்தாளர்களைப் போலவே, கடுமையான தணிக்கைகள் கவனமின்மை அரசாங்கம் அதன் கலைஞரை நடத்திய சிரமம், அவமரியாதை வழிகள் ஆகியவற்றால் அவரது திறனும் திறன்களும் வீணடிக்கப்பட்டன, இன்றும் அவர்களுக்கு சிகிச்சை அளித்து வருகின்றன. மஹ்மூத் "கனூன்-இ-நெவிசாண்டேகன்-இ-இரான்" உறுப்பினராகவும் இருந்தார்.மஹ்மூத் தனது 71 வயதில் தெஹ்ரானில் சுவாசக் கோளாறு காரணமாக இறந்தார்.

## படைப்புகள்

### சிறுகதைத் தொகுப்புகள்

1) முல் (தி பாரமோர்), 1957

2) தர்யா ஹனுஸ் அராம் அஸ்ட்

(கடல் இன்னும் அமைதியானது), 1960

3) (பயனற்றவர்), 1962

4) ஸாயெரி ஸிர்-இ பரன் (மழையில் ஒரு யாத்திரை), 1967

5) பெசரக்-இ பூமி (தி லிட்டில் நேட்டிவ் பாய்), 1971

6) கரிபே-ஹா (தி அந்நியர்கள்), 1971

7) திதார் (வருகை), 1990

8) கஸ்ஸே-யே அஷ்னா (பழக்கமான கதை), 1991

9) அஸ் மொசாஃபர் தா தப்கால் (பயணிகள் முதல் குளிர் புண் வரை), 1992

### நேர்காணல்கள்

"ஹெகாயத்-இ ஹால்" ("தி ஸ்டோரி ஆஃப் மை கன்டிஷன் நவ்"), திருமதி லில்லி கோல்ஸ்டன், 1995 இல் அஹ்மத் மஹ்மூத்துடன் ஒரு நீண்ட நேர்காணல்

### நாவல்கள்

ஹம்சாயே-ஹா (தி நெய்பர்ஸ்), 1974

1963 ஆம் ஆண்டில் எழுதப்பட்டு 1966 இல் அஹ்மத் மஹ்மூத் அவர்களால் வெளியிடப்பட்ட ஹம்சயேஹா ("தி நெய்பர்ஸ்") இலக்கிய யதார்த்தவாதத்தின் படைப்பு ஆகும். ஈரானின் ஆங்கிலோ-சோவியத் படையெடுப்பிற்குப் பின்னர் 1941 ல் ஈரான் வரலாற்றில் மிக முக்கியமான காலகட்டங்களில் ஒன்றான 1953 ஆம் ஆண்டு ஆட்சி கவிழ்ப்பு வரை வளர்ந்த காலித் என்ற இளைஞனின் கதைதான் "நெய்பர்ஸ்". தெற்கு ஈரானில் உள்ள அஹ்வாஸ் நகரில் அமைக்கப்பட்ட 15 வயதான காலித் தனது தாய், சகோதரி, ஏழு குடும்பங்களுடன் ஒரு வாடகை வீட்டில் வசித்து வருகிறார். ஒரு தேநீர் வீட்டில் வேலை கிடைத்த பிறகு, தேயிலை வீட்டின் உரிமையாளரான அமன் ஆகாவின் மனைவி போலூர் கானுமுடன் தனது முதல் பாலியல் சந்திப்பை அனுபவிக்கிறார். ஒரு ஜெண்டர்மேயின் வீட்டின் ஜன்னலை உடைத்த பின்னர், காலித் கைது செய்யப்பட்டு, காவல் நிலையத்திற்கு அழைத்துச் செல்லப்படுகிறார், அங்கு பெண்டர் என்ற கைதி தனது கூட்டாளியான ஷபீக்கிற்கு ஒரு செய்தியை வழங்கும்படி கேட்கிறார்.

செய்தியை வழங்க முயற்சிக்கும்போது, ஒன்று மற்றொன்றுக்கு இட்டுச் செல்கிறது, பிரிட்டன் காலனித்துவத்திற்கு எதிராக ஈரானிய மக்களை ஒன்றிணைக்கவும், எண்ணெய் தேசியமயமாக்கலை ஆதரிக்கவும் முயற்சிக்கும் ஒரு குழு ஆர்வலர்களை அவர் சந்திக்கிறார். ஒரு சட்டவிரோத அரசியல் கூட்டத்தில் பங்கேற்றதால் அவரைத்

துரத்திய ஒரு காவல்துறை அதிகாரியிடமிருந்து தப்பிக்க முயன்ற பிறகு, காலித் ஒரு வீட்டிற்குள் நுழைந்து அதன் குடியிருப்பாளரான சியா-செஷ் ("கருப்பு கண்கள்") ஐ சந்திக்கிறார், அவர் உடனடியாக காதலிக்கிறார். அரசியல் ஈடுபாடு அதிகரித்து வருவதாலும், தொடர்ந்து சிக்கல்கள் ஏற்படுவதாலும் காலித் பின்னர் மீண்டும் கைது செய்யப்படுகிறார். மீதமுள்ள கதை சிறையில் நிகழ்கிறது, காலித் விடுவிக்கப்பட்டு இராணுவத்தில் பணியாற்ற அனுப்பப்படும் போது முடிவடைகிறது.

*2)தஸ்தான்-இ யெக் ஷாஹர் (ஒரு நகரத்தின் கதை), 1981*

*3) ஜமீன்-இ சுக்தே (தி ஸ்கார்ச் எர்த்), 1982*

*4) மாதர்-இ செஃப்ர் தாராஜே (ஜீரோ டிகிரி சுற்றுப்பாதை), 1993*

*5) ஆடம்-இ ஜென்டே (தி லைவ் ஹ்யூமன்), 1997*

*6) டெராக்ட்-இ அஞ்சிர்-இ மாபெட் (கோயில்களின் அத்தி மரம்), 2000*

**விருதுகள்**

*2001 ஹூஷாங் கோல்ஷிரி இலக்கிய விருது, சிறந்த நாவல், கோயில்களின் அத்தி மரம்*

# 17

## மூன்று பொம்மைகள்

பெர்சியாவின் சுல்தான் ஒரு புத்திசாலி மனிதர் - நன்றாகப் படியுங்கள். பிரச்சினைகள், புதிர்கள், புதிர்களைத் தீர்ப்பதைத் தவிர அவர் நேசித்த எதுவும் இல்லை. ஒரு நாள், அவர் ஒரு பார்சலைப் பெற்றார்; அது யாரிடமிருந்து வந்தது என்று தெரியாது. அவர் அந்த தொகுப்பைத் திறந்து ஒரு பெட்டியைக் கண்டுபிடித்தார். அவர் பெட்டியின் மூடியைத் திறந்தபோது, உள்ளே மிக அழகாக செதுக்கப்பட்ட மூன்று மர பொம்மைகள் இருந்தன. அவர் அவற்றை ஒவ்வொன்றாக எடுத்துக்கொண்டு கைவினைத்திறனைப் பாராட்டினார், பின்னர் பெட்டியிலும் ஒரு குறிப்பு இருப்பதைக் கண்டார்...

'இந்த மூன்று பொம்மைகளையும் தவிர சொல்லுங்கள்.'

'ஆ, ஒரு சவால்' என்று சுல்தான் நினைத்தான். '... இந்த மூன்று பொம்மைகளையும் தவிர சொல்ல!'

அவர் முதல் பொம்மையை எடுத்து ஆய்வு செய்தார். முகத்தின் அம்சங்கள் அழகாக செதுக்கப்பட்டன, பட்டு உடைகள் மிகவும் பிரகாசமாக வடிவமைக்கப்பட்டன.

அவர் இரண்டாவது எடுத்தார். இது ஒரே மாதிரியாக இருந்தது, மரத்தின் சிதலங்கள் கூட; மூன்றாவது, மீண்டும் அதே போல.

'இந்த மூன்று பொம்மைகளும் ஒரே மாதிரியானவை.'

இப்போது அவர் மேலும் ஆராய்ந்தார்: 'அவை ஒரே மாதிரியாக இருக்கின்றன, ஒருவேளை அவை ஒரே மாதிரியாக இருக்காது.'

அவர் ஒவ்வொன்றையும் முனகும்போது, சந்தனத்தின் வாசனை அவரது நாசிக்கு வாழ்த்து தெரிவித்தது. 'இவை நேர்த்தியாக தயாரிக்கப்பட்டவை, அழகான பொம்மைகள்.'

அவர் முதல் பொம்மையை எடுத்து, இப்போது, 'ஒருவேளை

அது வெற்றுத்தனமாக இருக்கலாம்' என்று நினைத்தார். அவன் காதுக்கு அருகில் பொம்மையை அசைத்தான்... இல்லை, அது திடமாக இருந்தது. இரண்டாவது பொம்மை, மூன்றாவது. அவைகள் எல்லாவற்றிலும் ஒரே மாதிரியாக இருந்தார்கள், அவற்றின் எடை கூட.

புத்திசாலிகள் மன்றம் கூடியிருந்தது. இப்போது மர்மமான சுல்தானை அவர்கள் பார்த்தார்கள். தனக்குத் தெரிந்த புத்திசாலித்தனமான மனிதரை அவர் அழைத்தார்: அவர் அறிஞர். அறிய வேண்டிய அனைத்தையும் அறிந்த அறிஞர், நூலகத்தில் அவ்வளவு மணிநேரம் கழித்த அறிஞர்.

அறிஞர் ஒவ்வொரு பொம்மையையும் பார்த்தார்: அவற்றை உணர்ந்தேன், அவற்றை எடைபோட்டேன், அசைத்தேன், ஆனால் எந்த வித்தியாசத்தையும் காண முடியவில்லை. அவர் அமைதியாக நடந்து சென்றார்.

இப்போது, சிம்மாசன அறையின் கதவுகள் வழியாக, முட்டாள் ஒருவன் வெளிவந்தான். அவன் தடுமாறி மூன்று பொம்மைகளைப் பார்த்தார், அவற்றை எடுத்துக்கொண்டு அவைகளுடன் ஏமாற்றத் தொடங்கினான்... 'ஹா ஹா!' பின்னர் சலித்து, அவற்றை கீழே போட்டு விட்டு போய்விட்டான்

அறிஞருக்கு எந்த வித்தியாசத்தையும் கண்டுபிடிக்க முடியவில்லை, முட்டாளாலும் முடியவில்லை. ஆனால் இப்போது கதைசொல்லி மீண்டும் முன்னேற்றினார்.

'இந்த மூன்று பொம்மைகளையும் தவிர சொல்ல முடியுமா?'

கதைசொல்லி முதல் பொம்மையை எடுத்து கவனமாக ஆராய்ந்தார், பின்னர் திடீரென முன்னோக்கி வந்து சுல்தானின் தாடியிலிருந்து நேராக முடியைப் பறித்தார். முடியின் கடைசி தும்பை முதல் பொம்மையின் காதில் செருகினார். அது பொம்மை முழுவதுமாக மறைந்து போகும் வரை அது மேலும் மேலும் சென்றது. 'ஹம்' என்றார் கதைசொல்லி. 'இந்த பொம்மை அறிஞரைப் போன்றது: அது கேட்கும் அனைத்தும் உள்ளே சென்று உள்ளே தக்கவைக்கப்படுகின்றன.'

இப்போது, கதைசொல்லி முன்னோக்கி வந்து, சுல்தானின் தாடியிலிருந்து இரண்டாவது முடியை நிறுத்துவதற்கு முன்பே பறித்தார். அவர் அந்த முடியை இரண்டாவது பொம்மையின் காதில் வைத்தார். சுல்தான் பார்த்தபடி தலைமுடி மெதுவாக உள்ளே மறைந்து, பின்னர் தலையின் மறுபக்கத்தில் தோன்றி, மற்ற

காதில் இருந்து வெளிப்பட்டது. அது சரியாக வந்தது.

'ஏன்,' கதைசொல்லி, 'இந்த பொம்மை முட்டாள் போன்றது. அவர் கேட்கும் அனைத்தும் ஒரு காதிலும் மற்றொன்றுக்கு வெளியேயும் செல்கின்றன.'

சுல்தான் அவரைத் தடுப்பதற்கு முன்பு, மூன்றாவது தலைமுடி அவரது கன்னத்தில் இருந்து பறிக்கப்பட்டது... 'ஓவ்!'

கதைசொல்லி சுல்தானின் தாடியிலிருந்து மூன்றாவது நேரான முடியை மூன்றாவது பொம்மையின் காதில் செருகினார். அது மேலும் மேலும் உள்ளே சென்றது. அது எங்கிருந்து வரும் என்று சுல்தான் பார்த்தான். அது வெளியே வந்ததா?

இது மூன்றாவது பொம்மையின் பின்தொடர்ந்த உதடுகள் வழியாக வெளியே வந்தது. ஆனால் அது சரியாக வந்தபோது, கதைசொல்லி அதில் ஒரு திருப்பம் இருப்பதைக் கண்டார். 'ஏன், இந்த பொம்மை கதைசொல்லி. அவர் கேட்பது உள்ளே செல்கிறது, பின்னர் அது ஒரு சிறிய திருப்பத்துடன் மீண்டும் சொல்லப்படுகிறது. ஒவ்வொரு கதைசொல்லியும் கதையை தனது சொந்தமாக்குவதற்கு கொஞ்சம் மாற்றிக் கொள்கிறார்.'

# 18

## ஆசிரியர் பஹ்ரம் சதேக்கி ஒரு மேதை, காஃப்காவுக்கு ஈரானின் பதில்

*பழைய பழமொழி சொல்வது போல, பிரஞ்சு என்பது அன்பின் மொழி; ஜெர்மன் என்பது போரின் மொழி; ரஷ்யன் இரண்டுமான மொழி. இருப்பினும், பெரும்பாலான சர்வதேச மொழியியலாளர்கள் உங்களுக்குச் சொல்வார்கள், ஃபார்ஸி (பாரசீகம்) தான் கவிதை மொழி என்று.*

*ஈரானிய கவிஞர்கள், எழுத்தாளர்கள், பெரிய ஹபீஸ் முதல் ஃபெர்டோவ்ஸி வரை ஓமர் கயாம் வரை நவீன எழுத்தாளர்கள் வரை, இலக்கிய ஜாம்பவான்களான ஃபாரோ ஃபாரோகஷாத், அஹ்மத் ஷாம்லூ, சதேக் ஹெதாயத், சிமின் பெபஹானி உட்பட, ஈரானிய இலக்கிய முக்கிய நீரோட்டத்தில் நீண்டகாலமாக தங்களை இணைத்துக் கொண்ட நல்ல நூல்களை எழுதிய ஈரானியர்களின் கடந்த கால, தற்போதைய (எதிர்காலத்தில் சந்தேகமில்லை) தலைமுறையினரால் (1979 புரட்சிக்குப் பிறகும்) வணங்கப்படுகின்றன. உலகிற்கு ஈரானின் மிக முக்கியமான கலாச்சார பங்களிப்பு (ஈரானிய சினிமாவுடன்) சாதாரணமானதல்ல. உலகளாவிய அங்கீகாரத்தையும் மரியாதையையும் மெதுவாகப் பார்ஸி பெற்று வருகிறது என்பதில் சந்தேகமில்லை.*

*ஈரானிய இலக்கிய பெரியவர்களின் மேலே குறிப்பிடப்பட்ட பட்டியலில் பஹ்ரம் சதேக்கியைச் சேர்த்து பார்க்க முடியும். இருண்ட, வினோதமான சிறுகதைகள் எழுத தனது இலக்கிய வாழ்க்கையைத் தொடங்கிய மருத்துவ மாணவர் சதேக்கி, ஈரானிய காஃப்கா என்று பாராட்டப்பட்டார்.*

*மலக்கூத், பிற கதைகள், நூலை மலையாடு பப்ளிஷர்ஸ் வெளியிட அதன், மொழிபெயர்ப்பாளர் கவேஸ் பஸ்மஞ்சி இப்படி அறிமுகம் செய்து எழுதுகிறார்:*

"கேப்ரியல் கார்சியா மார்க்வெஸ் காஃப்கா தான் வேறு வழியில் எழுத முடியும் என்று எனக்கு காட்டினார் என்றார். மிலன் குண்டேராவின் வார்த்தைகளில், "வேறு வழி" என்பது நம்பத்தகுந்த தடையில் ஒரு விரிசலை வைப்பதாகும்....அது சதேக்கியின் முக்கிய சாதனை: உலகை தீவிரமாக பகுப்பாய்வு செய்வதற்கும், அதே நேரத்தில், அவரது கற்பனைக்கு உரிய ஆட்சியைக் கொடுப்பதற்கும்."

அது என்ன கற்பனை. சதேக்கியின் கதைகளைப் படிக்கும்போது, அவருடைய பல கதாபாத்திரங்கள் நம்மில் பெரும்பாலோர் அகற்றப்பட்ட உலகங்களில் வாழ்கின்றன - அல்லது வெறுமனே இல்லை என்ற உணர்வைப் பெறுகிறது. எனவே இப்படி கேள்வி கேட்கிறது: இந்த எழுத்துக்கள் பைத்தியமா? அல்லது எழுத்தாளர் தங்கள் சொந்த மனதில் மூழ்கி, அதன் மூலம் தங்கள் சொந்த அந்நியப்படுத்தப்பட்ட, வளரும் பிரபஞ்சத்தில் மூழ்கி (பேசுவதற்கு) அவர்களை வடிவமைத்துள்ளாரா?.

வாழ்க்கையின் இருண்ட, மிகவும் வெளிப்படையான பக்கத்திற்கான சதேக்கியின் ஆர்வமும் அவரது குற்ற நாவல்கள் மீதான அன்பிலிருந்து தொடங்கியது என்பதில் சந்தேகமில்லை. பாஸ்மென்ஜி விளக்குவது போல்.

"பஹ்ரம் சதேக்கி துப்பறியும் கதைகளை முடிவில்லாமல் வாசிப்பார்; குற்ற புனைகதைகளின் வேண்டுகோள், எல்லாவற்றிற்கும் மேலாக, அதன் ஆரம்பம், முடிவின் அபத்தத்தில் இருந்தது. ஒப்பந்தம் செய்யப்பட்ட புருவங்களுடன், கடைகள் அல்லது டீஹவுஸுக்கு வெளியே உட்கார்ந்து, குற்ற நாவல்களை முடித்து, ஒரு புன்னகையுடன் கூறுகிறார்: 'அதில் எதுவும் இல்லை. அவர் வியாபாரத்தை நடுவில் விட்டுவிட்டிருக்க வேண்டும். '"

தொகுப்பில் ஒரு பிடிமான சிறுகதையான "டுமாரோ இஸ் வே" இல், சதேக்கி ஒரு ஃபஸ்லியின் கொலை பற்றிய ஒரு பிஸ்ஸேர் "ஹூட்யூனிட்" கதையை நெய்கிறார், உள்ளூர்வாசிகள் அவரது நீண்டகால போட்டியாளரான கோலம் கானால் கொல்லப்பட்டதாக சந்தேகிக்கின்றனர். சதேக்கி வாசகரை ஒரு பிரமை மூலம் அழைத்துச் செல்கிறார், உண்மையில் ஃபஸ்லியை யார் கொலை செய்தார்கள் என்பதை ஒருபோதும் வெளிப்படுத்தவில்லை, இருப்பினும் அவர் கோலம்கானை பழி சுமத்துகிறார், கோலம் கான் தனது போட்டியாளரின் மறைவுக்கு அனுதாபம் தெரிவித்தபோதிலும்:

"கோலம் கான் நிறுத்தினார். மூடிய கதவைப் பார்த்தான். அவன் உதடுகள் ஒருவருக்கொருவர் அழுத்தி அவன் கண்கள் சூடாக உணர்ந்தன. தனது குழந்தையின் திருமணத்தைப் பார்க்க

ஃபஸ்லியின் தாய் எப்படி கனவு கண்டாள். கோலம் கான் அவருக்கு எவ்வளவு கடினமான நேரம் கொடுத்தார். ஆனால் எல்லாவற்றிற்கும் அவர் காரணமா? இல்லை. இது சனமின் தவறு. அது ஃபஸ்லியின் தவறு. அது அவரது சொந்த தவறு. அவர்கள் அனைவரும் குற்றவாளிகள். ”

சொந்த ஃபார்ஸி பேச்சாளருக்கு, சதேக்கியின் நேர்த்தியான சொற்களைப் படிப்பது ஈரானியர்கள் தங்கள் பொக்கிஷமான எழுத்தாளர்களுடன் நீண்டகாலமாக தொடர்புபடுத்தியிருக்கும் அழகான , கவிதை உரைநடைகளின் பழக்கமான ஒலியை ஒலிக்கும் என்பதில் சந்தேகமில்லை. பாஸ்மென்ஜியின் ஆங்கில மொழிபெயர்ப்பு (எஹ்சன் யர்ஷாதர் பொது ஆசிரியராக பணியாற்றி வருவது) சமமாக ஈர்க்கக்கூடியது, மேலும் அவர் சதேக்கியின் வலி, கோபம், , மரணம் , கொடூரத்துடன் ஊர்சுற்றுவது ஆகியவற்றின் சாரத்தை நேர்த்தியாகக் கைப்பற்றியுள்ளார்.

புத்தகத்தின் பல பிரிவுகள் சதேக்கியின் மூல திறமைக்கும் அவரது திறமையான - , நேர்மையான - வார்த்தைகளுக்கும் மரியாதை செலுத்துகின்றன:

“எனது துன்பம் இங்கேயே இருக்கிறது. அதனால்தான் நான் மரணத்தை முயற்சிக்க விரும்புகிறேன். நான் சொல்ல விரும்பவில்லை... எல்லா சாலைகளும் தடுக்கப்பட்டுள்ளன; இல்லை, அது அர்த்தமற்றது, எல்லாமே உள்ளன, தொடர்ந்து இருக்கும்; எல்லாம் கூட சரியாகிவிடும்... ஆனால் என் கடந்த காலம் மட்டுமே எனக்கு உள்ளது, இன்றும்? நான் சிக்கிக்கொள்வேன் என்று பயப்படுகிறேன். இன்றைய வலையில் நான் விழுந்தால் எனக்கு வெட்கம். வறுமையும் துயரமும் கவிதைகளில் தங்களை மறைத்துக்கொள்ளும் ஒரு நாள், இதனால் பிரபுத்துவம், நீங்கள் சொல்வது போல், கடந்த காலங்களில் இருந்த அதே கண்கவர் விஸ்டாக்களில் தன்னை நிரூபிக்க முடியும். சொற்பொழிவு சமூக அறிவியல் நிலைக்கு முன்னேறிய நாள்.”

பாரசீக இலக்கியம் ஏன் இவ்வளவு பெரிய சோகத்தில் கவனம் செலுத்தியது என்று ஒரு முறை பிரிட்டிஷ் நண்பர் என்னிடம் கேட்டார். பெரிய ஈராஜ் பெசேஷ்காட் போன்ற எப்போதாவது நையாண்டி , நகைச்சுவை எழுத்தாளரைத் தவிர, என் பிரிட்டிஷ் நண்பர் தலையில் ஆணியைத் தாக்கியுள்ளார் என்பதை நான் உணர்ந்தேன்: பெரும்பாலான ஈரானிய எழுத்தாளர்கள் வாழ்க்கையில் கொண்டு வரக்கூடிய மகிழ்ச்சியற்ற, கஷ்டங்களில் கவனம் செலுத்துகிறார்கள்.. எவ்வாறாயினும், சதேகி தனது சொந்த வகுப்பில் இருக்கிறார்: அவரது உரைநடை வேறொரு உலக,

ஒருவேளை வினோதமான, கனவானது என்று விவரிக்கப்படுகிறது, இது நவீன பாரசீக இலக்கியத்தில் ஒரு தனித்துவமான இடத்தை செதுக்கியுள்ளது. வேறு எந்த ஈரானிய எழுத்தாளரும் சதேக்கியை ஒத்திருக்கவில்லை.

ஒருவேளை பாஸ்மென்ஜி இதை மிகச் சுருக்கமாகக் கூறினார்: "சமகால பாரசீக உரைநடை, புனைகதைகளில் பஹ்ரம் சதேக்கியின் இருப்பு ஒரு தனி விண்கல் போன்றது: ஒரு கண்மூடித்தனமான ஃபிளாஷ் தோன்றும், உடனடியாக இன்னும் விரைவாக அதன் சுற்றுப்புறங்களை ஒளிரச் செய்கிறது, பின்னர் திடீரென இருளில் மங்குகிறது, முற்றிலும் அசல், மிகப்பெரிய, அற்புதமான தடத்தை மட்டுமே விட்டுச்செல்கிறது, எஞ்சியவை தனித்தனியாக அற்புதமானவை, நாங்கள் மீண்டும் மீண்டும் பார்ப்போம் என்று நம்ப முடியாது."

# 19

## சிறுகதை: ஜரிஷைக் கொல்ல வேண்டும்/ மஹ்தி மவெளசவி நெஜாத்

**நா**ங்கள் ஜரிஷை வேட்டையாடப் போகிறோம். அவர்கள் வந்து என் மார்பிலிருந்து குடிக்கும் வரை நான் அவர்களின் குகைக்கு அருகில் அமர்ந்து காத்திருக்க வேண்டும். பல வருடங்கள் கழித்து நான் வேட்டைக்காரர்களுடன் வேட்டையாட வருகிறேன். இப்போது எனக்கு தந்திரங்கள் தெரியும். கோத்திரத்தில் ஷேக்கின் ஆலோசனையை நான் மட்டுமே கடைப்பிடிக்கிறேன்; நான் கர்ப்பமாக இருக்கிறேன் அல்லது தாய்ப்பால் தருகிறேன். என் குழந்தைகளுக்கு என் மார்பகங்களிலிருந்து ஒருபோதும் உணவளிக்க மாட்டாது, இந்த பால் ஜரிஷ்களுக்கு சொந்தமானது. ஜரிஷ்கள் என் உண்மையான குழந்தையா? என் கணவர் எனக்கு ஒரு குழந்தையைக் காட்டி, "இது எங்கள் குழந்தை" என்று சொல்லும்போதெல்லாம் நான் அதைப் பற்றி நினைக்கிறேன்.

வசந்த காலம் ஜரிஷ் வேட்டையின் பருவம், மற்ற ஒன்பது மாதங்கள் என் கர்ப்பத்தின் பருவங்கள். வேட்டை சீசன் வரும்போது, வேட்டைக்காரனின் தூதர் என்னிடம் வருகிறார். அவை நிரம்பியுள்ளனவா என்று என் மார்பைச் சுற்றி கையை வைக்கிறார். அவை வழக்கமாக மிகவும் நிரம்பியுள்ளன, அவனது கை கொஞ்சம் கசக்கிப் பிழிந்து, பின்னர் அவர் என் கணவரிடம் பேசுகிறார். அவர்கள் ஒருபோதும் சத்தமாகவோ என் முன்னிலையிலோ பேசுவதில்லை.

அவர் அறையின் ஒரு மூலையில் செல்கிறார், அங்கு என் கணவர் நாள் முழுவதும் கூச்சலிடும் படி வேட்டைக்காரரின் செய்தியை அவரது காதில் கிசுகிசுக்கிறார். என் கணவரின் முகத்தில் உள்ள புன்னகையிலிருந்து, என்னால் வேட்டையாட முடியும் அல்லது செல்ல முடியாது என்று எனக்குத் தெரியும். அவர்கள் சிறிது

நேரம் பேசுகிறார்கள், கடைசியில், ஏதாவது ஒன்றை சமாதானமாக காகிதத்தில் எழுதி கைரேகைகளால் கையொப்பமிடுங்கள்.

இந்த ஆண்டு ஜரிஷ்கள் ஏராளமாக இருப்பதாக அவர்கள் கூறுகிறார்கள். தொலைதூர மலைகளில் அவர்கள் சூதாட்டப்படுவதை என்னால் காண முடிகிறது. அவர்கள் தலையில் ஒரு சிறிய கொம்புடன் ஆடுகளைப் போல இருக்கிறார்கள். எனவே வேகமான நிஃப்டி! அவை புத்திசாலித்தனமானவை, என் வெள்ளை முழு மார்பகங்களைத் தவிர வேறு எதையும் அவர்களை கவர்ந்திழுக்க முடியாது.

வேட்டைக்காரன் என் ரவிக்கை, என் பித்தளை ஆபரணம் ஆகியவற்றை எடுத்துக் கொண்டான். அரை நிர்வாணமாக அவர்கள் என்னைக் காட்டிய இடத்தில் நான் போய் உட்கார்ந்து கொள்வேன். நான் அவர்களை இயக்கும் வரை மற்றவர்கள் மறைத்து விடுவார்கள். ஒரு ஜரிஷ் வரும் வரை நான் உட்கார்ந்து மணிக்கணக்கில் காத்திருக்க வேண்டும்.

நான் கற்பாறை மீது அமர்ந்தேன். வானிலை மந்தமாகவும், மேகமூட்டமாகவும் இருக்கும். வழக்கமாக இந்த நாளில் ஜரிஷ்கள் குகையில் இல்லை. ஓரிரு மணி நேரத்தில் அவர்கள் திரும்பி வருவார்கள். பின்னர் என் வேலை தொடங்குகிறது. அவர் என் வெற்று முழு மார்பகங்களையும் வெள்ளை உடலையும் பார்க்கும்போது, அது தயக்கத்துடன் முன் வந்து, பயத்துடன் சுற்றிப் பார்க்கிறார்கள், ஒவ்வொரு அடியிலும் அது என்னை நோக்கி கைகளை எடுக்கும் போது அது நம்பிக்கையடைகிறது.

நான் என் மார்பகத்தைப் பிடித்துக் கொள்கிறேன், மறுபுறம் அதன் தலையை மென்மையாக என்னை நோக்கி இழுக்கிறேன். அது என்னைப் பற்றிக் கொண்டு நெருங்கி வருகிறது. அவ்வளவுதான், எல்லாம் முடிந்தது. இது என் மார்பகங்களில் இருந்து பால் உறிஞ்சத் தொடங்குகிறது.

என் மார்பிலிருந்து உணவளிக்கும் போது அதன் கண்கள் மிகவும் அழகாக இருக்கின்றன. அதன் பெரிய கருப்பு கண்கள் கனவாகின்றன. என் மார்பகங்களில் உள்ள விறைப்பிலிருந்து விடுவிக்கும் இனிமையான உணர்வு என் உடலில் விரைகிறது. நான் தூங்கிக் கொண்டிருக்கும் அதன் கண்களைப் பார்க்கிறேன் "ஓ அழகான சிறிய ஜரிஷே, முழு காட்டு உலகிலும் நான் மட்டுமே பெரியவன், நீ உயிருடன் இருக்கும்போது உன்னை ஈர்க்க முடியும்"

இப்போது தூறல் தொடங்குகிறது. அதன் மென்மையான நேர்த்தியான பழுப்பு நிற முடிகளில் மழை சொட்டுகள் மிகவும்

அழகாக இருக்கின்றன! நான் அதன் நெற்றியைப் பற்றிக் கொண்டு, அதன் தொண்டையில் பால் செல்லும் சத்தத்தைக் கேட்கிறேன். பான் பசி!

என் அன்பான ஜரிஷ் குடிக்கவும்! என் அன்பான தனிமையான ஜரிஷைக் குடிக்கவும்! நீங்கள் குடித்துவிட்டு என் கைகளில் தூங்கும் வரை குடிக்கவும். பின்னர் நான் எழுந்து நின்று உங்களை வேட்டைக்காரர்களிடம் ஒப்படைப்பேன்.

# 20

## சிறுகதை: குற்றம் சாட்டப்பட்டவர்

கொழுத்த போலீஸ்காரர் ஒரு கல்லறை தோட்டத்திற்க்குள் நுழைந்து, சில திகைப்பூட்டும் தருணங்களில் நடந்து, பின்னர் நீட்டிய குரலில் கூச்சலிட்டார்: “உமர் கய்யாம்!”

யாரும் பதிலளிக்கவில்லை, எனவே அவர் தனது சட்டைப் பையில் இருந்து ஒரு அழுக்கு வெள்ளை கைக்குட்டையை எடுத்து, அதன் மடிப்புகளில் தேடி, அதை பந்துவீசித்து, தனது சட்டைப் பையில் திருப்பி வைத்தார். அவர் கூச்சலிட்டார்: "உமர் கய்யாம்... உமர் கய்யாம்... நீங்கள் விசாரணையில் நிற்க விரும்புகிறீர்கள்!"

யாரும் பதிலளிக்கவில்லை. போலீஸ்காரர் கல்லறையை விட்டு வெளியேறி காவல் நிலையத்திற்கு திரும்பினார். அங்கு, அவர் நிகழ்வுகள் குறித்து ஒரு அறிக்கையை எழுதினார், உமர் கய்யாம் நீதிமன்றத்தில் ஆஜராக மறுத்ததை வலியுறுத்தினார். அவர் தனது அறிக்கையை தனது முதலாளிகளுக்கு வழங்கினார், அவர் மறுப்பு , அதிர்ச்சியில் துடித்தார். அவர்கள் உத்தரவுகளை வழங்கத் தொடங்கினர். அவர்கள் உடனடியாக ஏராளமான போலீஸ்காரர்களை கல்லறைக்கு அனுப்பி வைத்தனர், ஒவ்வொருவரும்ம் ஒரு திணி,கடப்பாரை, பிக்காக்ஸை சுமந்து சென்றனர், மேலும் போலீசார் ஓமர் கய்யாமின் கல்லறையை தோண்டினர். அவர்கள் கய்யாமை மண்ணின் அடியில் இருந்து வெளியே கொண்டு வந்தார்கள் - தூசி, தூசி, சதையை அணிந்திருந்தார் - அவரை நீதிமன்ற அறைக்கு அழைத்துச் சென்றனர், அங்கு அவர் நீதிபதி முன் ஆஜரானார்.

நீதிபதி ஒரு நிதானமான நட்பான தொனியில் கூறினார்: “நீங்கள், ஓமர் கய்யாம், புகழ்பெற்ற - , மது அருந்துமாறு அழைக்கும் கவிதைகளை எழுதியதாக குற்றம் சாட்டப்படுகிறீர்கள். நமது நாடுகள் பொருளாதார சுதந்திரத்தை எதிர்பார்க்கின்றன, இதனால் எங்கள் சட்டங்கள் வெளிநாட்டு பொருட்களை இறக்குமதி செய்வதை தடைசெய்கின்றன. எங்கள் நாடுகளுக்கு மது தயாரிக்கும் திறன் இல்லாததால், உங்கள் கவிதை வெளிநாட்டுப் பொருட்களுக்கான

தேவையைத் தூண்டுகிறது - சட்டம் தயக்கமின்றி தண்டிக்கும் ஒன்று. உங்கள் குற்றத்தை ஒப்புக்கொண்டு அங்கீகரிக்கிறீர்களா?

“நீங்கள் ஏன் பதில் சொல்லவில்லை? பேச்சு! மவ்னம் ஆரோக்கியமற்றது. சரி. உங்கள் மவ்னம் நீங்கள் குற்றச்சாட்டை மறுப்பதைக் குறிக்கிறது. சரி, நீதி எங்கள் நோக்கம் என்பதால், உங்கள் குற்றமற்ற அல்லது குற்றத்தை அறிய நாங்கள் முயற்சிப்போம். இல்லையென்றால்... கவிதை எழுதுபவர் வாசிப்பதிலும் எழுதுவதிலும் தேர்ச்சி பெற்றவராக இருக்க வேண்டும். நீங்கள் படிப்பதிலும் எழுதுவதிலும் நல்லவரா?

“இதை நீங்கள் மறுக்கிறீர்களா? பின்னர் நாங்கள் சாட்சிகளை அழைப்போம்.”

முதல் சாட்சி (ஒரு புத்தகக் கடை உரிமையாளர்): “குற்றம் சாட்டப்பட்டவர் எனது புத்தகக் கடையிலிருந்து ஏராளமான புத்தகங்களை வாங்கினார்.”

நீதிபதி: "அவர் எந்த வகையான புத்தகங்களை வாங்கினார்?"

முதல் சாட்சி: "அவர் பல்வேறு வகையான புத்தகங்களை வாங்கினார், ஆனால் அவருக்கு பிடித்தது அன்பைப் பற்றி பேசும் புத்தகங்கள்."

நீதிபதி: “ஹா! எனவே அவர் செக்ஸ் புத்தகங்களை விரும்பினார் ?! “நல்ல ஒழுக்கங்களுக்கு கடவுள் கருணை காட்டுகிறார்! சொல்லுங்கள், அவர் அரசியல் புத்தகங்களை வாங்கவில்லையா?”

முதல் சாட்சி: “அரசியல் புத்தகங்கள் ?! ஒருபோதும், ஒரு நாள் கூட, என் கைகள் அரசியல் புத்தகத்தைத் தொட்டதில்லை என்று சத்தியம் செய்கிறேன். ஒருவேளை அவர் அவற்றை வேறு புத்தகக் கடையிலிருந்து வாங்கிக் கொண்டிருக்கலாம்.”

நீதிபதி: "எனவே, அவர் புத்தகங்களை வாங்கிக் கொண்டிருந்தார்."

முதல் சாட்சி: "அவர் வெள்ளை காகிதம் , பேனாக்களையும் வாங்கினார்."

நீதிபதி: “கடவுள் பெரியவர்! பொய்மை தோற்கடிக்கப்படுகிறது, சரியானது மேலோங்குகிறது. குற்றம் சாட்டப்பட்டவருக்கு வாசிப்பதும் எழுதுவதும் தெரியாது, ஆனால் அவர் பேனாக்கள், காகிதம், புத்தகங்களுக்கு பணம் செலவிட்டார். ”

இரண்டாவது சாட்சி (ஒரு வயதான பெண்): “குற்றம் சாட்டப்பட்டவரைப் பற்றி எனக்குத் தெரிந்ததெல்லாம் அவர்

வார்த்தைகளைத் தவிர வேறு எதையும் நேசிக்கவில்லை என்பதுதான். ஒரு பெண் என்னிடம் சொன்னாள், அவள் அவனை நேசித்தாள், உலகின் மிக அழகான பெண்ணை விட அவன் வார்த்தைகளை நேசிக்கிறான் என்று அவளுக்குக் காட்டினான். "

நீதிபதி: "அவர் வார்த்தைகளை நேசிக்கிறார் ?! ஓ, அவர் ஒரு வக்கிரமானவர்! ஒரு ஆரோக்கியமான குடிமகன் தனது தாயையும் அரசாங்கத்தையும் மட்டுமே நேசிக்கிறான். "

மூன்றாவது சாட்சி (ஒரு பத்திரிகையாளர்): "நான் குற்றம் சாட்டப்பட்டவரின் கவிதைகளைப் பார்த்தேன், அரசாங்கத்தின் நன்மைக்காக அவர்களுக்கு எந்தவிதமான புகழும் இல்லை என்பதைக் கண்டேன்."

நீதிபதி: "குற்றம் சாட்டப்பட்டவர் மக்களை நேசிப்பதில்லை என்பதற்கு இது தீர்க்கமான சான்று."

நான்காவது சாட்சி (நீண்ட தாடியுடைய ஒரு மனிதன்): "நான் கடவுளால் சத்தியம் செய்கிறேன், என் இரண்டு காதுகளால் (இது என் மரணத்திற்குப் பிறகு புழுக்களால் உண்ணப்படும்), குற்றம் சாட்டப்பட்டவர் மது சோகத்தைத் தோற்கடிப்பதாக நான் கேள்விப்பட்டேன் என்று சத்தியம் செய்கிறேன். "

நீதிபதி: "இந்த சாட்சியம் மிகவும் தீவிரமானது, ஏனெனில் மக்கள் மத்தியில் சோகம் பரவுகிறது என்பதை நீதிமன்றத்திற்கு நிரூபிக்கிறது."

ஐந்தாவது சாட்சி (காவல் நிலையத்தின் தலைவர்): "இந்த சோகத்தால் கூறப்படும் அழிவுகரமான செயல்களைப் பற்றி பல அறிக்கைகள் எங்களிடம் திருப்பி அனுப்பப்பட்டன, ஆனால், இப்போது வரை, அவரைக் கைது செய்ய முடியவில்லை, எங்கள் விசாரணை இன்னும் நடந்து கொண்டிருக்கிறது. "

ஆறாவது சாட்சி (ஒரு கைதி): "சோகம் ஒரு சுதந்திர வாழ்க்கையை கோருவதால் என்னை கவர்ந்தது."

ஏழாவது சாட்சி (ஒரு கைதி): "சோகம் என்னை அரசாங்கத்தை சபிக்க கட்டாயப்படுத்தியது."

எட்டாவது சாட்சி (ஒரு கைதி): "சோகம் ஒரு ஆர்ப்பாட்டத்தில் பங்கேற்க என்னைத் தூண்டியது."

ஒன்பதாவது சாட்சி (ஒரு கைதி): "சிறையிலிருந்து தப்பிக்க முயற்சிக்க சோகம் என்னைத் தூண்டியது."

பத்தாவது சாட்சி (ஒரு கைதி): "சோகம் என்னை போலிஸை வெறுக்க வைத்தது."

நீதிபதி: "சாட்சிகளின் வாக்குமூலங்கள் ஓமர் கயாமின் கவிதைகள் வெளிப்படையாக மது, வெளிநாட்டுப் பொருட்களை இறக்குமதி செய்வதற்கு அழைப்பு விடுப்பது மட்டுமல்லாமல், கலவரத்தைத் தூண்டும் நோக்கில் ஒரு சந்தேகத்திற்கிடமான திட்டத்தையும் செயல்படுத்துகின்றன என்பதை நிரூபிக்கின்றன. சாட்சிகளின் வாக்குமூலங்கள் ஓமர் கயாம் சோகத்தை ஆதரிக்கின்றன என்பதையும் நிரூபிக்கிறது, அதாவது நீதிமன்றம் கூறுகிறது, பாதுகாப்பைத் தொந்தரவு செய்வதற்கும் அமைதியின்மையைத் தூண்டுவதற்கும் நமது எதிரிகளுக்கு சேவை செய்யும் ஐந்தாவது நெடுவரிசை உளவாளியைத் தவிர வேறொன்றுமில்லை."

சிறிது நேரம், நீதிபதி அமைதியாக இருந்தார், அவரது பார்வை ஆறுதலும் ஆனந்தமும் நிறைந்தது. பின்னர் அவர் தனது உரையை மீண்டும் தொடங்கினார், மேலும் உமர் கய்யாமுக்கு கவிதை எழுதுவதற்கு முற்றிலும் தடை விதித்தார்.

காவல்துறையினர் உமர் கய்யாமை அவரது கல்லறைக்கு அழைத்து வந்து, அவரை தனது துளைக்குத் திருப்பி, அவர் மீது மண்ணைக் குவித்தனர். பின்னர் அவர்கள் பேனாக்கள், காகிதங்களுக்கு சொந்தமானவற்றை அழித்தனர். ஆனால் அவரது அழிவு நடவடிக்கைகளைத் தொடர சோகம் சுதந்திரமாக இருந்தது.

இக்கதையை எழுதிய ஜகாரியா டேமர் 1931 இல் டமாஸ்கஸில் பிறந்தார். அவர் தனது குடும்பத்தை ஆதரிக்க 13 வயதில் பள்ளியை விட்டு வெளியேறினார், பின்னர் படித்தார். அவர் நையாண்டி செய்தித்தாள் பத்திகள் முதல் குழந்தைகள் புத்தகங்கள் வரை பல்வேறு வடிவங்களில் எழுதியுள்ளார், ஆனால் அவர் நன்கு அறியப்பட்ட வகையானது அல்-கிஸ்ஸா அல்-காசிரா ஜிஜிதான், மிக முக்கியமான சிறுகதை. கலாச்சார அமைச்சினால் வெளியிடப்பட்ட அல்-மரிஃபா பத்திரிகையின் முன்னாள் ஆசிரியர், சுதந்திர சார்பு உள்ளடக்கத்தை வெளியிட்டதற்காக 1980ல் நீக்கப்பட்டார். அவர் சிரியாவிலிருந்து நாடுகடத்தப்பட்டு, இன்று அவர் வசிக்கும் இங்கிலாந்துக்கு குடிபெயர்ந்தார்.

# 21

# நவீன பெர்ஷிய கவிதை

### மற்றொரு பிறப்பு

**ஃபாரோகஷாத்**

**மொழிபெயர்த்தவர்: கரீம் எமாமி**

என் முழு இருப்பு ஒரு இருண்ட மந்திரம்

இது உங்களைச் சுமக்கும்

உங்களை நிலை நிறுத்துகிறது

நித்திய வளர்ச்சிகள் மலர்களின் விடியலுக்கு

இந்த மந்திரத்தில் நான் பெருமூச்சு விட்டேன்

இந்த மந்திரத்தில்

நான் உங்களுக்கு கற்பித்தேன் மரத்தை நீருக்கடியில் தீபிடிக்க வைப்பது எப்படி என்று.

வாழ்க்கை ஒருவேளை

ஒரு நீண்ட தெரு வழியாக ஒரு பெண்

ஒரு கூடையை வைத்துக்கொண்டு ஒவ்வொரு நாளும் கடந்து செல்வதை

வாழ்க்கை ஒருவேளை

ஒரு மனிதன் ஒரு கிளையில் ஒருகயிற்றில் தன்னைத் தொங்கவிடும் போது

வாழ்க்கை என்பது பள்ளியிலிருந்து வீடு திரும்பும் குழந்தை.

வாழ்க்கை ஒரு சிகரெட்டை ஒளிரச் செய்கிறது

இரண்டு காதலுக்கு இடையிலான போதைப்பொருள் இடைவெளியில்

அல்லது வழிப்போக்கரிடம் இல்லாத பார்வை

அவர் தனது தொப்பியை வேறொரு வழிப்போக்கரிடம் இருந்து எடுத்துச் செல்கிறார்

அர்த்தமற்ற புன்னகையுடனும், காலை வணக்கத்துடனும்.

வாழ்க்கை ஒருவேளை அந்த மூடப்பட்ட தருணம்

என் பார்வை உங்கள் கண்களின் மாணவனுக்குள் தன்னை அழித்துக் கொள்ளும் போது

அது உணர்வில் உள்ளது

நான் சந்திரனின் தோற்றத்தில் வைப்பேன்

இரவின் கருத்தை

தனிமை போன்ற பெரிய அறையில்

என் இதயம்

இது காதல் போன்று பெரியது

அதன் மகிழ்ச்சியின் எளிய சாக்குப்போக்குகளைப் பார்க்கிறது

குவளை பூக்களின் அழகான சிதைவில்

எங்கள் தோட்டத்தில் நீங்கள் நடப்பட்ட மரக்கன்றுகளில்

கேனரிகளின் பாடல்

இது ஒரு சாளரத்தின் அளவிற்கு பாடுகிறது.

ஆ

இது எனக்கு நிறைய தருகிறது

இது எனக்கு நிறைய

எனக்கு நிறைய உள்ளது

திரைச்சீலை சொட்டாக எடுத்துச் செல்லப்படும் வானம்

பயன்படுத்தப்படாத படிக்கட்டுகளின் விமானத்தில் எனக்கு நிறைய இருக்கிறது

உடலின் வேரில் உள்ள ஏக்கம் எதையாவது மீட்டெடுக்க

என் நிறைய நினைவுகளின் தோட்டத்தில் ஒரு சோகமான ஊர்வலம்

என்னிடம் சொல்லும் ஒரு குரலின் துக்கத்தில் இறப்பது
நான் நேசிக்கிறேன்
உன்னுடைய கைகளை.
நான் என் கைகளை தோட்டத்தில் நடவு செய்வேன்
நான் வளருவேன், எனக்குத் தெரியும் என்று எனக்குத் தெரியும்
 விழுங்குவது முட்டையிடும்
என் மை படிந்த கைகளின் வெறுமை.
நான் அணிவேன்
ஒரு ஜோடி இரட்டை செர்ரிகளில் காது வளையங்களாக
நான் என் விரல் நகங்களில் டேலியா இதழ்களை வைப்பேன்
ஒரு நட்பு உள்ளது
என்னை காதலித்த சிறுவர்கள்
அதே தடையற்ற கூந்தலுடன் இன்னும் மெதுவாக
மெல்லிய கழுத்துகள், எலும்பு கால்கள்
ஒரு சிறுமியின் அப்பாவி புன்னகையைப் பற்றி சிந்தியுங்கள்
ஒரு நாள் இரவு காற்றினால் வீசப்பட்டவர்.
ஒரு சந்தில் இருந்து
என் குழந்தை பருவத்தின் தெருக்களில் இருந்து இதயம் திருடப்பட்டது
காலத்தின் வரிசையில் ஒரு வடிவத்தின் பயணம்
படிவத்துடன் நேரக் கோட்டைப் பரப்புதல்
ஒரு உருவத்தை உணர்ந்த ஒரு வடிவம்
ஒரு கண்ணாடியில் ஒரு விருந்திலிருந்து திரும்பி வருவது.
அது இந்த வழியில் உள்ளது
யாரோ இறந்துவிடுவார்கள் என்று
யாரோ வாழ்கிறார்கள்.
எந்தவொரு மீனவரும் ஒரு சிறிய ஓரத்தில் ஒரு முத்துவைக் கண்டுபிடிக்க மாட்டார்கள்

இது ஒரு குளத்தில் காலியாகிறது.
எனக்கு ஒரு சோகமான சிறிய தேவதையை தெரியும்
அவள் ஒரு கடலில் வாழ்கிறாள்
எப்போதும் மென்மையாக
அவளுடைய இதயம் ஒரு மாய புல்லாங்குழலாக விளையாடுகிறது
ஒரு சோகமான சிறிய தேவதை
ஒவ்வொரு இரவும் ஒரு முத்தத்துடன் இறப்பவள்
ஒவ்வொரு விடியலிலும் ஒரு முத்தத்துடன் மறுபிறவி எடுக்கிறாள்.

# 22

## சிமின் தனேஸ்வர்

சிமின் தனேஸ்வர் (28 ஏப்ரல் 1921 - 8 மார்ச் 2012) ஒரு ஈரானிய கல்வியாளர், நாவலாசிரியர், புனைகதை எழுத்தாளர், மொழிபெயர்ப்பாளர் ஆவார், பெரும்பாலும் ஈரானிய முதல் பெண் நாவலாசிரியராக அவர் கருதப்படுகிறார். 1948 ஆம் ஆண்டில், அவரது பாரசீக சிறுகதைத் தொகுப்பு ஈரானில் முதன்முதலில் வெளியிடப்பட்டது. ஒரு ஈரானிய பெண்ணின் முதல் நாவல் என்று அவரது சவுஷுன்."

சியோவாஷின் துக்கம்", அழைக்கப்படுகிறது.இது ஒரு பாரசீக ரெக்விம் என்றும் அழைக்கப்படுகிறது, (1966), இது ஒரு சிறந்த விற்பனை நாவலாக மாறியது. தனேஷ்வரின் பிளேஹவுஸ், ஐந்து கதைகள் , இரண்டு கதைகளின் தொகுப்பு,சுயசரிதை துண்டுகள், ஈரானிய பெண் எழுத்தாளரால் மொழிபெயர்க்கப்பட்ட கதைகளின் முதல் தொகுதி என்று பல படைப்புகள் பிரபலமானவை. பிரபல ஈரான் எழுத்தாளர் ஜலால் அல்-அஹ்மதின் மனைவியாக இருந்த அவர், அவரது எழுத்தில் ஆழமான தாக்கத்தை ஏற்படுத்தியதால், தனது கணவரின் நினைவாக "ஜலால் விடியல்" என்ற புத்தகத்தை எழுதினார். சிமின் ஒரு நல்ல மொழிபெயர்ப்பாளராகவும் இருந்தார், அவரது மொழிபெயர்ப்புகளில் அன்டன் செக்கோவின் "தி செர்ரி பழத்தோட்டம்" , நதானியேல் ஹாவ்தோர்னின் "தி ஸ்கார்லெட் கடிதம்" என்று பெயரிடலாம். அவரது கடைசி புத்தகம் தற்போது இல்லை."இழந்த தீவு" உடன் தொடங்கிய அவரது முத்தொகுப்பின் கடைசி புத்தகமாக அது இருக்க வேண்டும். அல்-அஹ்மத் , தனேஷ்வருக்கு குழந்தை இல்லை.

சிமின் தனேஸ்வர் ஏப்ரல் 1921, 28 அன்று பிறந்தார். பிறந்த இடம் ஷிராஸ் ஆகும். அவரது தந்தை முகமது அலி தனேஸ்வர் ஒரு மருத்துவர். அவரது தாயார் ஒரு ஓவியர். தனேஷ்வர் மெஹ்ர் ஐன் என்ற ஆங்கில இரு மொழிப் பள்ளியில் பயின்றார். தனேஷ்வர் 1938 இலையுதிர்காலத்தில் தெஹ்ரான் பல்கலைக்கழகத்தில் பாரசீக இலக்கியத் துறையில் நுழைந்தார். 1941 ஆம் ஆண்டில், அவரது

மூன்றாம் ஆண்டு பல்கலைக்கழகத்தில், அவரது தந்தை இறந்தார், மேலும் தன்னை ஆதரிப்பதற்காக ரேடியோ தெஹ்ரானுக்கு "பெயர் இல்லாத ஷிராஜி" என்று துண்டுகள் எழுதத் தொடங்கினார். அவர் சமையல், உணவு, பிற விஷயங்களைப் பற்றி எழுதினார். தெஹ்ரானில் ஒரு செய்தித்தாளின் வெளிநாட்டு விவகாரப் பிரிவிற்கும் அவர் ஆங்கிலத்திலிருந்து மொழிபெயர்க்க முடியும் என்பதால் எழுதத் தொடங்கினார்.

1948 ஆம் ஆண்டில், அவருக்கு 27 வயதாக இருந்தபோது, அவர் அடாஷ்-இ கமூஷ் (தணித்த நெருப்பு) என்ற படைப்பை வெளியிட்டார். இது ஈரானில் ஒரு பெண்மணி வெளியிட்ட முதல் சிறுகதைத் தொகுப்பாகும், மேலும் இது அவருக்கு பெரிய அளவிலான புகழைக் கொடுத்தது, ஆனால் பிற்காலங்களில் தானேஷ்வர் இந்த படைப்பை மீண்டும் வெளியிட மறுத்துவிட்டார், ஏனெனில் அவர் எழுத்தின் இளமைத் தரத்தால் வெட்கப்பட்டார். தனேஷ்வர் பல்கலைக்கழகத்தில் தொடர்ந்து படித்து வந்தார். அவரது பி.எச்.டி. "பாரசீக இலக்கியத்தில் அழகு போன்ற அழகு" என்ற ஆய்வுக் கட்டுரை 1949 இல் பேராசிரியர் பதியோஸ்மான் ஃபாரூசான்ஃபரின் மேற்பார்வையில் அங்கீகரிக்கப்பட்டது. 1950 ல் தனேஷ்வர் பிரபல ஈரானிய எழுத்தாளர் ஜலால் அல் இ அஹ்மத்தை மணந்தார். 1952 ஆம் ஆண்டில், அவர் ஃபுல்பிரைட் ஃபெலோவாக அமெரிக்கா சென்றார் ஸ்டான்போர்ட் பல்கலைக்கழகம் கொண்டு வாலஸ் ஸ்டெக்னர் அங்கு இருந்தபோது, அவர் ஆங்கிலத்தில் எழுதி இரண்டு சிறுகதைகளையும் வெளியிட்டார். அவர் ஈரானுக்குத் திரும்பியபோது, தெஹ்ரான் பல்கலைக்கழகத்தில் ஆசிரியப் பணியில் சேர்ந்தார்.

அவர் ஒரு விதிவிலக்கான ஆசிரியராக இருந்தபோதிலும், சவாக் அவளை எப்போதும் பேராசிரியர் அந்தஸ்தை அடைவதைத் தடுத்தார். அவள் வீட்டுக்கு ஆதரவாக பல புத்தகங்களை மொழிபெயர்க்க வேண்டியிருந்தது, பெரும்பாலும் ஜலலை விட அதிகமாக சம்பாதித்துக் கொண்டிருந்தாள். 1961 ஆம் ஆண்டில் அவர் தனது முதல் சிறுகதைத் தொகுப்பிற்கு பன்னிரண்டு ஆண்டுகளுக்குப் பிறகு "ஷாஹ்ரி சுன் பெஹெஸ்ட்" (சொர்க்கம் போன்ற ஒரு நகரம்) வெளியிட்டார். 1963 ஆம் ஆண்டில், ஹார்வர்ட் பல்கலைக்கழக சர்வதேச கோடைகால அமர்வில், உலகெங்கிலும் இருந்து 40 உறுப்பினர்களைக் கொண்ட ஒரு கருத்தரங்கில் கலந்து கொண்டார். 1968 இல், அவர் ஈரானிய எழுத்தாளர்கள் சங்கத்தின் தலைவரானார். 1969 ஆம் ஆண்டில், அவரது நாவலான சுவாஷூன் வெளியிடப்பட்டது. அதே ஆண்டில் அவரது கணவர் காஸ்பியன் கடலில் உள்ள அவர்களின் கோடைகால வீட்டில்

இறந்தார். அவர்களுக்கு குழந்தைகள் இல்லை. தனேஷ்வர் 1981ம் ஆண்டு ஓய்வு பெற்றார், அப்போதிருந்து, அவர் எழுத்தில் தன்னை அர்ப்பணித்தார்.

2005 ல் கடுமையான சுவாசக் கோளாறு காரணமாக தானேஷ்வர் தெஹ்ரானில் மருத்துவமனையில் அனுமதிக்கப்பட்டார். ஆகஸ்ட் 2005 இல் ஒரு மாதத்திற்குப் பிறகு அவர் விடுவிக்கப்பட்டார். இன்ஃப்ளுயன்ஸா நோயால் பாதிக்கப்பட்டு மார்ச் 8, 2012 அன்று தெஹ்ரானில் உள்ள அவரது வீட்டில் இறந்தார். அவரது உடல் மார்ச் 11 அன்று பெஹெஸ்ட்-இ சஹ்ராவில் அடக்கம் செய்யப்பட்டது. (அவரது உடல் அவரது கணவர் ஜலால் அல்-இ- அஹ்மதிற்கு அடுத்த ரேயில் உள்ள ஃபிரூசாபாதி மசூதியில் அடக்கம் செய்யப்படும் என்று அறிவிக்கப்பட்டது, ஆனால் இது பின்னர் மறுக்கப்பட்டது.)

ஒரு எழுத்தாளர் , மொழிபெயர்ப்பாளர் என்ற முறையில், ஈரானிய பெண்களின் வாழ்க்கையைப் பற்றி தனேஷ்வர் உணர்ச்சிவசமாக எழுதினார். தனேஷ்வரின் மிக வெற்றிகரமான படைப்பான சவுஷூன், அவரது சொந்த ஊரான ஷிராஸிலும் அதைச் சுற்றியுள்ள குடியேறிய பழங்குடி வாழ்க்கையைப் பற்றிய ஒரு நாவல் 1969 இல் வெளியிடப்பட்டது. சிறந்த விற்பனையான பாரசீக நாவல்களில் ஒன்றான இது பதினாறுக்கு மேற்பட்ட மறுபதிப்புகளும் , பல மொழிகளில் மொழிபெயர்க்கப்பட்டுள்ளது.

1981 ஆம் ஆண்டில், ஜரால் அல்-இ அஹ்மத், கோரூப்-இ ஜலால் (ஜலாலின் நாட்களின் சூரிய அஸ்தமனம்) ஆகியவற்றில் ஒரு மோனோகிராஃப் ஐ முடித்தார்.

தனேஷ்வரின் கதைகள் கற்பனையை விட யதார்த்தத்தை பிரதிபலிக்கின்றன. குழந்தை திருட்டு, விபச்சாரம், திருமணம், பிரசவம், நோய், மரணம், தேசத்துரோகம், லாபம், கல்வியறிவு, அறியாமை, வறுமை , தனிமை போன்ற கருப்பொருள்கள் அவற்றில் உள்ளன. அவர் கையாளும் பிரச்சினைகள் 1960கள், 1970களின் சமூகப் பிரச்சினைகள் ஆகும். அவை வாசகருக்கு உடனடி நம்பகத்தன்மையைக் கொண்டுள்ளன. அவருடைய எழுத்தின் உத்வேகம் தன்னைச் சுற்றியுள்ளவர்களிடமிருந்து பெறப்படுகிறது என்று அவர் கூறினார். "எளிமையான மனிதர்களுக்கு நிறைய சலுகைகள் உள்ளன, அவர்களுக்கு சுதந்திரத்தையும் மன அமைதியையும் கொடுக்க முடியும். நாமும் அதற்கு பதிலாக, நம்முடைய சிறந்த திறன்களுக்கு அவர்களுக்கு கொடுக்க வேண்டும். நாம், நம்முடைய இதயத்தை அவர்களுக்கு உண்மையிலேயே தகுதியானதைப் பெற அவர்களுக்கு உதவ முயற்சி செய்யவேண்டும்."

# 23

## நீங்கள் செல்லத் தயாரா?
## – சிவா மோகன்லூ

**நா**ன் ஒப்புக்கொள்கிறேன்: நீங்கள் எனக்கு விசுவாசமாக இருந்தீர்கள் என்று விசுவாசம், பொறுமை, மவ்னம், மனநிறைவான பிற நற்பண்புகளுடன். சீரான உறவுக்கு சகிப்புத்தன்மை, மவ்னம், மனநிறைவு பொருத்தமானதல்ல. ஆனால் அதில் உள்ள கொடுமைப்படுத்துதல் என்னுடையது மட்டுமே. சகிப்புத்தன்மையின் நுகத்தை எடுத்துக்கொள்வது உங்களுடையது; அவை பொருத்தமானவை. எனக்கு உன்னை எப்போது வேண்டுமானாலும் தரலாம்.நான் உங்களிடம் வந்தபோது என் இதயத்தில் சுமை கிடைத்தது, அது உங்கள் இதயம் பெரிதாகி பெரிதாகி என் விருப்பங்களையும் வலியையும் வைத்திருக்கிறது... ஆனால் மற்ற நேரத்தில், நான் உன்னை தனியாக விட்டுவிட்டேன். நான் உன்னைப் பார்க்கவில்லை, நீங்கள் நன்றாக இருக்க வேண்டும். உங்கள் இருப்புக்காக நான் பழகிவிட்டேன், யாரையும் மாற்றுவது கடினம். உங்கள் இதயத்தின் இரகசியங்களை எவ்வாறு வைத்திருக்கிறார்கள் என்று தெரியாத நபர்களை ஆச்சரியப்படுத்தும் உங்கள் சிறிய அளவில் அவரது உடலுக்கு போதுமான திறன் உள்ளது என்பதை எவ்வாறு புரிந்து கொள்ள முடியும். இந்த நபர்கள் உங்கள் வியாபாரத்தில் மூக்கை நுழைக்க முடியாது, ஆச்சரியப்படும் விதமாக "இதுதானா?" என்று கேட்கிறேன். நான் "மிகுந்த பெருமையுடனும் அமைதியுடனும் பதிலளிக்கிறேன்: ஆம், இந்த ஒருவருடன்". உங்களுடன் ஓ என் அன்பே சிறிய சூட்கேஸ்.

சூட்கேஸ்கள் , பயண வழக்குகள் ஒரு பயணத்தின் ரகசியங்களின் மறைக்கப்பட்ட ஆல்பங்கள் போன்றவை, வீட்டிலிருந்து கசப்பான இனிமையான இடங்கள். பேருந்துகள், பார் பிரிவு அல்லது விமான நிலையங்களின் இரயில் பட்டியில் இருளில் சிறைவாசம் அனுபவிக்கும் போது கோழைத்தனமான வேலைநிறுத்தத்தின்

நினைவுச்சின்னமே அவர்களின் உடலில் உள்ளன. ஏதேனும் பாதிப்பு , கீறல்... அவற்றின் ஜிப்ஸின் தவறான வடிவம் எங்கள் பயணத்தின் முந்தைய அமைதியின்மையைக் காட்டுகிறது அவற்றை வாங்கலாம்... அவற்றை வாங்க விரும்பும்போது, மலிவான விலையில், பயணத்தின் போதும் தேடுகிறோம்; அதிக எடையுள்ள பொருட்களைத் தாங்குவதற்கும், தாங்குவதற்கும் அதிசயத்தைத் தேடுகிறோம்... குழாய் பதிக்கப்பட்ட பேன்ட், நொறுக்கப்பட்ட பிளவுசுகள், சரியான காலணிகள் இல்லாத காலணிகள், அழகுசாதனப் பொருட்களின் பைகள், அன்றாட வாழ்க்கையின் ஒரே மாதிரியாக இருக்க ஆர்வமுள்ள சமையல். நாங்கள் எங்கள் அடையாளத்தை எங்கள் சாக்ஸில் அடைக்கிறோம், அதை மற்ற நிலத்தில் திறக்கிறோம்,... புதுப்பித்தல், புதுப்பித்தல்... சில சமயங்களில், வீட்டில் ஒருபோதும் பயன்படுத்தப்படாத ஒன்றை நாங்கள் வைக்கிறோம், ஆனால் அவை எக்ஸைலில் தேவை என்று நாங்கள் அஞ்சுகிறோம். சூட்கேஸ்களின் உள்ளடக்கங்கள் அவற்றில் பயனற்ற தன்மை இல்லாமல், பிற நிலத்தில் நாம் தொலைந்து போகிறோம். நாங்கள் மறந்து விடுகிறோம்: பேக் செய்யப்பட்ட சாக்ஸ் என்ற பொருள் முகப்பில் இருக்கிறது.

எங்களிடம் இரண்டு சூட்கேசுக்குள் உத்தரவாதங்களும் உள்ளன: முதலாவதாக, எங்கள் இலக்குக்கு மகிழ்ச்சி. சூட்கேஸ் அவற்றைக் கட்டாத சிலவற்றைக் கண்டுபிடிக்க முடியும், அவற்றைக் கண்டறியவும். இரண்டாவதாக, நம்பிக்கைக்குரியது, வீட்டிற்கு மீண்டும் வணக்கம் சொன்னதற்காக, எக்ஸைலின் சூட்கேஸில் எங்களால் பேக் செய்ய முடியாத அழகான விஷயங்களை நாங்கள் பார்வையிடுகிறோம். ஆனால் பயணம் ஒன்-வே என்றால்... திரும்புவதில்லை... உங்களிடம் ஒரு சிறிய சூட்கேஸ் இருந்தால், பேக் செய்யப்பட்ட விஷயங்கள் இருந்தால், கடைசியாக நீங்கள் உங்கள் நண்பரின் இதயத்தை ஜிப் செய்து, ஆடைகள், புத்தகங்கள், உங்களுக்கு அடையாளத்தைத் தரும் நினைவுச் சின்னங்கள்... இவற்றில் நீங்கள் எதைத் தேர்ந்தெடுப்பீர்கள்? எந்த படச்சட்டம்? எந்த மலர் பானை? அல்லது முற்றத்தில் உள்ள மரம் நீங்கள் இல்லாமல் வாடிவிடக்கூடாது? உங்கள் அன்பான மக்களை நீங்கள் தொகுக்க முடியுமா? நீங்கள் என்னை பேக் செய்ய முடியுமா?அல்ல்து என்னை தங்க வைக்க போகிறீர்களா?

கலங்கரை விளக்கம் நூலிலிருந்து

# 24

## ஷிரின் எபாடி

ஷிரின் எபாடி (Širin Ebādi; பிறப்பு 21 ஜூன் 1947) ஒரு ஈரானிய அரசியல் ஆர்வலர், வழக்கறிஞர், முன்னாள் நீதிபதி, மனித உரிமை ஆர்வலர், ஈரானில் மனித உரிமை மையத்தின் பாதுகாவலர் ஆவார். அக்டோபர் 10, 2003 அன்று, ஜனநாயகம், மனித உரிமைகள், குறிப்பாக பெண்கள், குழந்தைகள், அகதிகள் உரிமைகளுக்கான குறிப்பிடத்தக்க, முன்னோடி முயற்சிகளுக்காக எபாடிக்கு அமைதிக்கான நோபல் பரிசு வழங்கப்பட்டது. பரிசு பெற்ற முதல் ஈரானிய முதல் முஸ்லீம் பெண் இவர் ஆவார், அவர் பரிசை வென்றார் என்ற செய்தியைப் பெற்று பாரிஸிலிருந்து திரும்பியபோது விமான நிலையத்தில் ஆயிரக்கணக்கானோர் அவரை வரவேற்றனர். ஈரானில் விருதுக்கான பதில் கலவையாக இருந்தது - அவர் திரும்பி வந்ததும் ஆர்வமுள்ள ஆதரவாளர்கள் விமான நிலையத்தில் அவரை வரவேற்றனர், பழமைவாத ஊடகங்கள் அதைக் குறைத்து மதிப்பிட்டன, பின்னர் ஈரானிய ஜனாதிபதி முகமது கட்டாமி அதை அரசியல் என்று விமர்சித்தார். ஷிரின் எபாடி ஈரான் மீதான "அதிகபட்ச அழுத்தம்" கொள்கையின் ஆதரவாளர் ஈரானுக்கு எதிரான மேற்கத்திய பொருளாதாரத் தடைகளுக்கு பலமுறை அழைப்பு விடுத்துள்ளார். ஈரானுக்கான உணவுக்கான எண்ணெய் திட்டத்திற்கு ஈபாடி ஆதரவளிக்கிறது, இதில் ஈரான் வெளியில் இருந்து உணவு , மருந்துகளை மட்டுமே பெற முடியும்.

2009 ஆம் ஆண்டில், நார்வே வெளியுறவு மந்திரி ஜோனாஸ் கஹ்ர் ஸ்டேர், ஈபாடியின் அமைதிக்கான நோபல் பரிசு ஈரானிய அதிகாரிகளால் பறிமுதல் செய்யப்பட்டதாகவும், "இது அமைதிக்கான நோபல் பரிசு தேசிய அதிகாரிகளால் பறிமுதல் செய்யப்பட்ட முதல் முறையாகும்" என்றும் அறிக்கை ஒன்றை வெளியிட்டது. ஈரான் குற்றச்சாட்டுகளை மறுத்தது.

எபாடி தெஹ்ரானில் வசித்து வந்தார், ஆனால் தற்போதைய

ஆட்சியை விமர்சிக்கும் ஈரானிய குடிமக்களை துன்புறுத்துவதன் அதிகரிப்பு காரணமாக அவர் ஜூன் 2009 முதல் இங்கிலாந்தில் நாடுகடத்தப்பட்டுள்ளார். 2004 ஆம் ஆண்டில், ஃபோர்ப்ஸ் பத்திரிகை அவரை "உலகின் 100 சக்திவாய்ந்த பெண்களில்" ஒருவராக பட்டியலிட்டது. "எல்லா காலத்திலும் மிகவும் செல்வாக்கு மிக்க 100 பெண்கள்" வெளியிடப்பட்ட பட்டியலிலும் அவர் சேர்க்கப்பட்டுள்ளார்.

அக்டோபர் 10, 2003 அன்று, ஜனநாயகம் , மனித உரிமைகள், குறிப்பாக பெண்கள் , குழந்தைகளின் உரிமைகளுக்காக அவர் மேற்கொண்ட முயற்சிகளுக்காக எபாடிக்கு அமைதிக்கான நோபல் பரிசு வழங்கப்பட்டது.தேர்வுக் குழு அவரை ஒரு "தைரியமான நபர்" என்று புகழ்ந்தது, அவர் "தனது சொந்த பாதுகாப்புக்கான அச்சுறுத்தலை ஒருபோதும் கவனிக்கவில்லை". என்று புகழ்ந்தது. இப்போது அவர் மேற்கில் விரிவுரை செய்ய வெளிநாடு செல்கிறார். கட்டாய ஆட்சி மாற்றத்தின் கொள்கைக்கு அவர் எதிரானவர்.

நோபல் குழுவின் முடிவு உலகளவில் சில பார்வையாளர்களை ஆச்சரியப்படுத்தியது. போப் II ஜான் பால் அவர் மரணத்தை நெருங்குகிறார் என்ற ஊகங்களுக்கு மத்தியில் அமைதி பரிசை வெல்வார் என்று கணிக்கப்பட்டது. சில பார்வையாளர்கள் எபாடியின் தேர்வை லெக் வ சா , மிகைல் கோர்பச்சேவ் ஆகியோரின் தேர்வின் அடிப்படையில் கணக்கிடப்பட்ட , அரசியல் ஒன்றாக கருதினர். மேலும், ஆல்பிரட் நோபல் முதலில் வெளிப்படுத்தியபடி எபாடியின் நடவடிக்கைகள் பரிசின் குறிக்கோள்களுடன் நேரடியாக தொடர்புபடுத்தப்படவில்லை என்று அவர்கள் பரிந்துரைத்தனர்.

நவீன ஈரானில் ஜனநாயகம், மனித உரிமைகள் , இஸ்லாம் என்ற தலைப்பில் ஒரு புத்தகத்தை அவர் வழங்கினார் : உளவியல், சமூக, கலாச்சார முன்னோக்குகள் நோபல் குழுவுக்கு. 2,500 ஆண்டுகளுக்கு முன்பு சைரஸ், டேரியஸிடமிருந்து ஜனநாயகம், மனித உரிமைகளின் வரலாற்று, கலாச்சார அடிப்படையை இந்த தொகுதி ஆவணப்படுத்துகிறது, எண்ணெய் தொழில்துறையை தேசியமயமாக்கிய நவீன ஈரானின் பிரதமர் முகமது மொசாடெக் வரை அந்த நூல் ஆவணப்படுத்தியது.

ஈரானில், இஸ்லாமிய குடியரசின் அதிகாரிகள் எபாடியைத் தேர்ந்தெடுப்பதை மவ்னமாக விமர்சித்தனர், இது ஒரு மேற்கத்திய சார்பு நிறுவனத்தின் அரசியல் செயல் என்று கூறியதுடன், நோபல் விருது வழங்கும் விழாவில் எபாடி தனது தலைமுடியை மறைக்காதபோது விமர்சன ரீதியாகவும் இருந்தனர். நோபல் குழுவின் முடிவைப் புகாரளிக்க மாலை செய்தித்தாள்கள் , ஈரானிய அரசு

ஊடகங்கள் மணிநேரம் காத்திருந்தன என்று ஐஆர்என்ஏ சில வரிகளில் தெரிவித்தது பின்னர் வானொலி செய்தி புதுப்பிப்பின் கடைசி செய்தியாக சீர்திருத்தவாத அதிகாரிகள் "பொதுவாக இந்த விருதை வரவேற்றனர்" என்று கூறப்படுகிறது, ஆனால் "அவ்வாறு செய்ததற்காக தாக்குதலுக்கு உள்ளாகிறார்கள்." சீர்திருத்தவாத ஜனாதிபதி முகமது கட்டாமிதிருமதி எபாடியை அதிகாரப்பூர்வமாக வாழ்த்தவில்லை, விஞ்ஞான நோபல்கள் முக்கியமானவை என்றாலும், அமைதி பரிசு "மிக முக்கியமானது அல்ல" என்றும் "முற்றிலும் அரசியல் அளவுகோல்களின்" அடிப்படையில் எபாடிக்கு வழங்கப்பட்டது என்றும் கூறினார். ஆரம்பத்தில் எபாடியை வாழ்த்திய ஒரே அதிகாரி துணை ஜனாதிபதி முகமது அலி அப்தாஹி ஜனாதிபதியை ஆதரித்தார், "திருமதி எபாடியைப் பற்றிய ஜனாதிபதியின் வார்த்தைகளை துஷ்பிரயோகம் செய்வது அரசியல் பரிசீலிப்புகளுக்காக அவருக்கு வழங்கப்பட்ட பரிசை துஷ்பிரயோகம் செய்வதற்கு ஒப்பாகும்" என்று கூறினார்.

## வெளியிடப்பட்ட புத்தகங்கள்

*ஈரான் விழிப்புணர்வு: தனது வாழ்க்கையையும் நாட்டையும் மீட்டெடுப்பதற்கான ஒரு பெண்ணின் பயணம் (2007)* ஐ.எஸ்.பி.என் 978-0-676-97802-5

*ஈரானில் அகதிகள் உரிமைகள் (2008)ISBN 978-0-86356-678-3*

*கோல்டன் கேஜ்: மூன்று சகோதரர்கள், மூன்று தேர்வுகள், ஒரு விதி (2011)ISBN 978-0-9798456-4-2*

*நாங்கள் சுதந்திரமாக இருக்கும் வரை (2016)ISBN 9780812998870*

# 25

## காமின் முகமதியின் தரவரிசையில் முதல் பத்து ஈரானிய புத்தகங்கள்

*10 ஆம் நூற்றாண்டின் காவியங்கள் முதல் 21 ஆம் நூற்றாண்டு கிராஃபிக் நாவல்கள் வரை, மேற்கில் அதிகம் அறியப்படாத ஒரு நாட்டை மிகச் சிறப்பாக வெளிச்சம் போட்டுக் காட்டும் புத்தகங்களை ஆசிரியர் தேர்வு செய்கிறார்.*

காமின் முகமதி 1969 இல் ஈரானில் பிறந்தார், 1979 இல் இங்கிலாந்திற்கு நாடுகடத்தப்பட்டார். அவர் ஒரு பத்திரிகையாளர், பயண எழுத்தாளர்,ஒளிபரப்பாளர், ஈரானுக்கு தி லோன்லி பிளானட் கையேடு இணை எழுத்தாளர் ஆவார். அவர் தற்போது இத்தாலியில் வசித்து வருகிறார். சைப்ரஸ் மரம் அவரது முதல் புத்தகம், 20 ஆம் நூற்றாண்டின் ஈரானின் கதையை மூன்று தலைமுறை ஈரானிய பெண்கள் வாயிலாக - காமின், அவரது தாய், அவரது பாடகபுசீஸ்கி சொல்கிறது.

ஈரானிய இலக்கியம் நமது ஆயிரக்கணக்கான பழைய கலாச்சாரத்தைப் போலவே மாறுபட்டது, ஆனால் இன்று மேற்கில் ஒரு சில ஈரானிய படைப்புகள் மட்டுமே அறியப்படுகின்றன, குறிப்பாக நமது நவீன இலக்கியத்திற்கு வரும்போது. உண்மையில், அலமாரிகளில் தேட கடினமாக உள்ளது ஈரானின் பயங்கரவாத அச்சுறுத்தலைப் பற்றி பரபரப்பான பிளாக்பஸ்டர்கள் இன்னும் நுணுக்கமான அல்லது உண்மையான எதையும் பெறலாம் - எனது புத்தகத்தை எழுதுவதற்குப் பின்னால் உள்ள உந்துதல்களில் இதுவும் ஒன்று.

"சைப்ரஸ் மரத்தில், நான் வளர்ந்த அழகான நாட்டின் கதைகளை விவரிக்க விரும்பினேன், மேற்கத்திய கலாச்சாரத்தில் மிகவும் செல்வாக்கு செலுத்திய ஒரு வளமான வரலாறு, காதல், தொப்பை சிரிப்புகள் ஏராளமாக இருந்தன, அங்கு டர்க்கைஸ் ஓடுகள் சுவர்களில் பளபளத்தன, தென்றல், ரூபி-சிவப்பு துண்டுகள்

கொண்ட மாதுளை துண்டுகளில் மல்லிகை இருந்தது, அத்தைகளின் இராணுவத்தால் அன்பாக உரிக்கப்பட்டது.

"சிறைவாசம், அடிதடி, மிருகத்தனம், அறியாமை பற்றிய பழக்கமான கணக்குகளுக்கு நான் ஒரு சிறிய சமநிலையை வழங்க விரும்பினேன் - இது ஈரானில் வாழ்க்கையின் ஒரு சிறிய (பயங்கரமானதாக இருந்தாலும்) ஒரு பகுதியாகும், மேலும் எனது நாட்டின் உண்மையான, மேன்மையான சித்திரத்தை வரைவதற்கு முயற்சித்தேன். எங்கள் நவீன வரலாறு. கீழேயுள்ள புத்தகங்கள் ஈரானிய இலக்கியங்களின் தேர்வுகள் - ஈரானியர்களால் அல்ல, ஆனால் ஈரானை ஒளிரச் செய்யும், நம் நாட்டைப் புரிந்துகொள்வதில் முக்கியத்துவம் வாய்ந்த சில புத்தகங்களுடன் - அவை நமது மிகப் பெரிய கவிஞர்களுக்கும் புத்தகங்களுக்கும் நியாயம் செய்யத் தொடங்கவில்லை என்றாலும், மேலும் அறிய ஆர்வமுள்ளவர்களுக்கு அவை ஒரு தொடக்க புள்ளியாகும்."

### 1. அபுல்ல்காசெம் ஃபெர்டோவ்ஸி எழுதிய ஷாஹ்நாமே (கிங்ஸ் ஆஃப் கிங்ஸ்)

10 ஆம் நூற்றாண்டில் எழுதப்பட்ட, இது எங்கள் இலியாட் , ஒடிஸி ஒன்றாகும். எழுத்தில் 30 ஆண்டுகளுக்கும் மேலாக, இந்த காவியக் கவிதையில் 60,000 வசனங்கள் உள்ளன, மேலும் ஈரானின் புராண, உண்மையான வரலாற்றை, படைப்பு முதல் 7 ஆம் நூற்றாண்டில் ஈரானை முஸ்லீம் கைப்பற்றும் வரை சொல்கிறது. இந்த வேலை ஈரானிய தேசிய அடையாளத்தை சேமித்து பதிவுசெய்தது, மேலும் நமது மொழியையும் கலாச்சாரத்தையும் அரேபியர்களிடமிருந்து வேறுபடுத்துவதற்கு பொறுப்பாக இருந்தது. இது போரின் வீரக் கதைகள் மட்டுமல்ல, காதல் கதைகள், தத்துவப் பகுதிகளையும் கொண்டுள்ளது. அரபிக்கு முந்தைய எல்லா விஷயங்களுக்கும் இது எங்கள் குறிப்பு - அத்துடன் குழந்தையின் பெயரைக் கண்டுபிடிக்க பிடித்த இடம் இதுதான்.

### 2. பெர்செபோலிஸ்: ஒரு குழந்தைப் பருவத்தின் கதை, பெர்செபோலிஸ் 2: மர்ஜனே சத்ராபி எழுதிய கதை

இந்த கிராஃபிக் கதைகள் அற்புதமானவை - அவற்றின் ஏமாற்றும் எளிய கருப்பு, வெள்ளை வரைபடங்களில் மட்டுமல்ல, ஈரானில் ஏற்பட்ட புரட்சியின் கதையையும் அதன் அடுத்தடுத்த நாடுகடத்தலையும் சொல்லவும், கலகக்கார குழந்தையின் பொருத்தமற்ற பார்வையில் இருந்து திரும்பவும் சத்ராபி நிர்வகிக்கும் விதத்தில் இருந்தது. தனது புத்தகத்தில் வழங்கப்பட்ட ஈரானின் வரலாறு சரியாக புறநிலை அல்ல, ஆனால் பரவாயில்லை, இந்த புத்தகங்கள் வேடிக்கையானவை, நகரும்.

### 3. நபியின் கவசம்: ஈரானில் மதம் , அரசியல் ராய் மொட்டாஹேடே

*1985 ஆம் ஆண்டில் முதன்முதலில் வெளியிடப்பட்ட ஹார்வர்ட் பேராசிரியர் மொட்டாஹெடேவின் புத்தகம் அயதுல்லா கோமெய்னி, புரட்சியின் வேர்கள், இஸ்லாமிய குடியரசின் தோற்றம் ஆகியவற்றில் ஆர்வமுள்ள எவரும் கட்டாயம் படிக்க வேண்டியது, ஆனால் ஒரு நல்ல நாவலின் ரசிகர்களுக்கும் கூட - இது கட்டாயமாக எழுதப்பட்டுள்ளது ஒரு நல்ல திரில்லர். ஈரானிய மத சிந்தனையின் பின்னணியில் கோமெய்னியின் வாழ்க்கை வரலாற்றை அவர் அமைத்துள்ளார், ஜோராஸ்டர் முதல் நவீன இஸ்லாமிய சிந்தனையாளர்கள் வரை, நமது நவீன வரலாற்றை சூழ்நிலைப்படுத்துகிறார் - மேலும் அவரது பாணியில் வாசிப்பதில் மகிழ்ச்சி ஏற்படுகிறது.*

### 4. பறவைகளின் மாநாடு ஃபரீத் அத்தார்

*ஈரானில் ரூமி, ஹபீஸ், சாதி, கயாம் - ஒவ்வொருவரும் ஒரு இடைக்கால இடைக்கால கவிஞர்கள், சிந்தனையாளர்கள் உள்ளனர் - ஒவ்வொன்றும் ஒரு ஷேக்ஸ்பியரைத் தாங்களே சொந்தமாகக் கொண்டுள்ளனர், எனவே ஒன்றை மட்டும் தேர்ந்தெடுப்பது கடினம். பறவைகளின் மாநாடு 12 ஆம் நூற்றாண்டின் தலைசிறந்த படைப்பாகும், இது மற்றொரு பாரசீக சூஃபி எழுதியது. இது ஒரு நியாயமான ஆட்சியாளரைக் கண்டுபிடிக்க உலகின் அனைத்து பறவைகளும் கூடிவந்த கதையைச் சொல்லும் ஒரு உருவகமான 4,500-வரி கவிதை. சரணத்தில் ஜோடிகளில் சூஃபித்துவத்தின் மாயக் கோட்பாட்டை அமைப்பது, இது ஒரு ஆழமான ஆன்மீகப் படைப்பாகும், இது தூய இலக்கியமாகவும் அனுபவிக்க முடியும்.*

### 5. நிஜாமி எழுதிய லெய்லா, மஜ்னுனின் கதை

*ஒரு பிரபலமான காதல் கதையின் மிகவும் பிரபலமான கதை, இந்த 12 ஆம் நூற்றாண்டின் காவியம் ஷேக்ஸ்பியர் (ரோமியோ, ஜூலியட்) முதல் டெரெக் , டொமினோஸ் வரை அனைவருக்கும் ஊக்கமளித்ததாக கருதப்படுகிறது (அவர்கள் தங்கள் ஆல்பத்திற்கு லெயிலாவின் பெயரை சூட்டினர்). நிச்சயமாக, பெரிய ஈரானிய மாய மரபில், இது ஆத்மா கடவுளைத் தேடுவதற்கான ஒரு உருவகமாகும்.*

### 6. பாவம்: ஃபோர்க் ஃபாரோக்சாத்தின் தேர்ந்தெடுக்கப்பட்ட கவிதைகள்

*1950/60 களில் ஈரானில் தனது கவிதைகளை - சிற்றின்பம், ஆசை , ஏக்கம் நிறைந்த - தனது கவிதைகளை வெளியிடத் தொடங்கியபோது மரபுகளையும் தடைகளையும் உடைத்த எங்கள்*

மிக முக்கியமான பெண் கவிஞர். அவளுடைய வெளிப்படையான பேச்சுக்காக அவள் அவதிப்பட்டாள் - அவளுடைய ஒரே குழந்தை அழைத்துச் செல்லப்பட்டு அவள் மனநல நிறுவனங்களில் நேரத்தை செலவிட்டாள்.

### 7. சாடேக் ஹெதாயத் எழுதிய குருட்டு ஆந்தை

நவீன பாரசீக இலக்கியத்தின் ஒரு உன்னதமான, ஹெடயாட்டின் சிறிய நாவல் கனவு போன்றது, அதன் ஹீரோ சிதைந்த மாயை. பாரசீக இலக்கியம் எப்போதுமே உருவகத்தை சார்ந்துள்ளது, ஆனால் நிஜாமி போன்ற கவிஞர்கள் மக்களை கடவுளிடம் கொண்டு செல்வதற்கான வழிமுறையாக இதைப் பயன்படுத்திக்கொண்டிருந்தாலும், நவீன ஈரானிய எழுத்தாளர்கள் அதைப் பயன்படுத்தி அரசின் தண்டனையிலிருந்து தங்களைக் காப்பாற்றிக் கொள்கிறார்கள். இந்த புத்தகத்தை *(1937*, ரெசா ஷாவின் கீழ்) ஹெதாயத் எழுதும் போது இது இன்றும் இருந்தது.

### 8. ஆல் ஷா ஆண்கள்: ஸ்டீபன் கின்சர் எழுதிய ஒரு அமெரிக்க சதி, மத்திய கிழக்கு பயங்கரவாதத்தின் வேர்கள்

*1953* ஆம் ஆண்டில் ஈரானில் சிஐஏ-திட்டமிட்ட ஆட்சி கவிழ்ப்பு பற்றிய கின்சரின் சுலபமான கணக்கு, இது எண்ணெய் தொழிற்துறையை தேசியமயமாக்கிய பின்னர் அன்பான பிரதம மந்திரி மொசாடெக்கை தூக்கியெறிந்தது, பல மேற்கத்தியர்களுக்கு தெரியாத ஈரானிய நவீன வரலாற்றின் மிக முக்கியமான பகுதியை வெளிச்சம் போட்டுக் காட்டுகிறது. இந்த அத்தியாயத்தில் ஷா ஆட்சியின் ஊழலின் வேர்கள், ஈரானின் அமெரிக்காவின் காலனித்துவம் பெயரைத் தவிர மற்ற அனைத்தையும் உள்ளடக்கியது, இறுதியில் புரட்சியின் வேர்கள், இது முக்கியமான நூலாகும்.

### 9. ஷாஹின் ஷா ரைஸ்ஸார்ட் கபுசீஸ்கி

புகழ்பெற்ற போலந்து வெளிநாட்டு நிருபர் கபுசீஸ்கி புரட்சி காலம் முழுவதும் ஈரானில் இருந்தார், அந்த நாட்களின் நிகழ்வுகள் குறித்த அவரது விவரமான விவரணை நுண்ணறிவுடையது. அவருக்கு அபரிமிதமான புரிதலும், கொடூரமான கதையை மிக அழகாக சொல்லும் திறனும் உள்ளது, அதே நேரத்தில் அபத்தத்தின் மகிழ்ச்சியான உணர்வையும் பாதுகாக்கிறது. அவர் ஒரு ஓரியண்டலிசக் கண்ணோட்ட குழுசேரவில்லை என்பதில் அவர் அசாதாரணமானவர் - ஆகவே அன்றைய நிகழ்வுகள், ஈரானிய தன்மை, அமைப்பின் தனித்தன்மை குறித்து புறநிலைத்தன்மையுடன் - பாசத்துடன் கூட கருத்துத் தெரிவிக்க முடிகிறது - ஆனால் வழக்கமான மறைமுக உணர்வு இல்லாமல் ஈரானைப் பற்றி எழுதும் போது மேற்கத்திய

எழுத்தாளர்கள் நழுவும் இடம் இவரிடம் இல்லை

## 10. ஈ.ராஜ் பெஷேஷ்காட் எழுதிய டேய் ஜான் நெப்போலியன் (என் மாமா நெப்போலியன்)

1973 ஆம் ஆண்டில் தெஹ்ரானில் முதன்முதலில் வெளியிடப்பட்ட இந்த நாவல் தொலைக்காட்சித் தொடராக மாற்றப்பட்டபோது தேசிய ஆன்மாவுக்குள் நுழைந்தது. இரண்டாம் உலகப் போரின்போது ஈரானின் நேச நாட்டு ஆக்கிரமிப்பின் போது அமைக்கப்பட்ட இது, ஒரு பழைய குடும்ப கலவையில் வாழும் ஒரு நீட்டிக்கப்பட்ட குடும்பத்தின் செயல்களில் கவனம் செலுத்துகிறது, இது ஒரு சித்தப்பிரமை ஆணாதிக்க மாமாவால் ஆளப்படுகிறது. உயிரோட்டமான, வேடிக்கையான, நாவல் பெரும்பாலும் ஈரானில் நடக்கும் எல்லாவற்றிற்கும் பின்னால் பிரிட்டிஷாரை நினைக்கும் ஈரானிய போக்கைக் கொண்டுள்ளது.

# 26

## மொழிபெயர்ப்பாளருடன் உரையாடல்

சமகால பாரசீக இலக்கியங்களை இன்று வாசகர்களிடம் கொண்டு வரும் ஒரு சில மொழிபெயர்ப்பாளர்களில் சாரா கலிலியும் ஒருவர். அவரது மொழிபெயர்ப்புகளில் ஷாஹ்ரியர் மந்தானிபூர் , கோலி தராகி ஆகியோரின் படைப்புகள் அடங்கும். பல வருடங்கள் அவரது மொழிபெயர்ப்புகளைப் படித்து, அவருடன் மின்னஞ்சல் மூலம் தொடர்புகொண்ட பிறகு, நான் இறுதியாக சில மாதங்களுக்கு முன்பு *PEN* உலக குரல்கள் நிகழ்வில் அவரைச் சந்தித்தேன், அதில் அவர் மொழிபெயர்த்த மற்றொரு ஈரானிய எழுத்தாளர் ஹொசைன் அப்கேனர் குறித்து விளக்கினார். சாராவை சந்திப்பது, என்னைப் பொறுத்தவரை, ஒரு அன்புள்ள ஆன்மாவை சந்திப்பதைப்

போன்றது; அவர் ஒரு அமைதியான இருப்பைக் கொண்டிருக்கிறார், பல இலக்கிய மொழிபெயர்ப்பாளர்களைப் போலவே, இது எப்படி அவருக்கு அன்பின் உழைப்பு என்பதை ஒருவர் உணர முடியும். மூன் புரோ வெளியானதைத் தொடர்ந்து, ரெஸ்ட்லெஸ் புத்தகங்களுடன் வெளிவந்த மந்தனிபூரின் நாவல் குறித்தெல்லாம், நாங்கள் இந்த நேர்காணலை நடத்தினோம். மந்தானிபூருடன் பணிபுரியும் தனித்தன்மையையும், பாரசீக மொழிபெயர்ப்பாளராக அவர் பணியாற்றியதன் பெரிய சூழலையும் பற்றி அவர் எங்களிடம் பேசுகிறார்.

பூபே மிசாகி (பி.எம்): நீங்கள் எவ்வாறு மொழிபெயர்ப்பாளராக ஆனீர்கள் என்ற கதையை எங்கள் வாசகர்களுடன் பகிர்ந்து கொள்வீர்களா? மொழிபெயர்ப்பாளராக உங்களுக்கு மிகப்பெரிய வெகுமதி எது?

சாரா கலிலி (எஸ்.கே): பெரும்பாலான இலக்கிய மொழிபெயர்ப்பாளர்கள் தங்கள் பணி என்பது அன்பின் உழைப்பு என்று உங்களுக்குச் சொல்வார்கள். இது எனக்கும்

பொருந்தும். இலக்கியத்தில் பணியாற்றுவதில் எனக்கு மிகுந்த திருப்தி கிடைக்கிறது. எனது பாரம்பரியம், கலாச்சாரத்தைப் பற்றி ஆழ்ந்த பெருமிதம் கொள்கிறேன், ஈரானின் இலக்கியக் கலையை ஒரு ஆங்கில வாசிப்பு பார்வையாளர்களுக்கு அறிமுகப்படுத்த எனது சொந்த சிறிய வழியில் உதவுகிறேன் என்பது மகிழ்ச்சியையும் வெகுமதியையும் தருகிறது.

வர்த்தகம், பயிற்சியின் மூலம் நான் ஒரு நிதி பத்திரிகையாளர், பல ஆண்டுகளாக எனது துறையில் பணியாற்றினேன். மறைந்த கரீம் எமாமி நான் என் நேரத்தை வீணடிக்கிறேன் என்றும், நான் என் வேலையை விட்டுவிட்டு இலக்கியத்தை மொழிபெயர்க்க வேண்டும் என்றும், அதற்கான ஒரு திறமை எனக்கு இருக்கிறது என்றும் சொல்லும் சந்தர்ப்பங்களில் மட்டுமே நான் மொழிபெயர்ப்பைப் பற்றி நினைத்தேன். அன்பான நண்பரும் நெருங்கிய உறவினருமான கரீம், பாரசீக இலக்கிய மொழிபெயர்ப்பாளர்களில் ஒருவராகவும், புகழ்பெற்ற ஆசிரியர், இலக்கிய விமர்சகராகவும் இருந்தார். சமகால ஈரானிய இலக்கியத்தின் ஒரு புராணக்கதையை PEN வெளியிடுகிறது என்றும், அவர் மொழிபெயர்க்கும்படி கேட்கப்பட்ட சிறுகதையில் நான் அவருடன் பணியாற்ற வேண்டும் என்றும் 2004 ஆம் ஆண்டில் அவர் என்னிடம் அழைப்பு விடுக்கும் வரை முன்னும் பின்னுமாக பல ஆண்டுகளாக பேசினார். அந்தக் கதையில் நாங்கள் பணியாற்றும்போது, கரீம் எனக்கு வழிகாட்டி, இலக்கிய மொழிபெயர்ப்புக் கலையைப் பற்றி எனக்குக் கற்றுக் கொடுத்தார். நான் இணைந்துவிட்டேன்.

பல வாரங்களுக்குப் பிறகு, இன்னும் சில கதைகளை நான் சொந்தமாக மொழிபெயர்க்கலாமா என்று ஆந்தாலஜி ஆசிரியர் நஹித் மொசாஃபரியிடன் கேட்டேன். நிச்சயமாக, நான் விரும்புகிறேன்! என்றார். இதன்

மூலம், அவற்றில் ஷாஹ்ரியர் மந்தானிபூர் எழுதிய "கல் பல் சிதறல்" இருந்தது. இவரது படைப்புகள் ஆங்கிலத்தில் வெளியானது இதுவே முதல் முறை.

பி.எம்: ஷாஹ்ரியர் மந்தானிபூரின் மிக சமீபத்திய புத்தகம் மூன் புரோ பல அடுக்குகள், பார்வைகளின் புத்தகம். அந்த படைப்பை மொழிபெயர்ப்பதில் உங்கள் மிகப்பெரிய சவால் என்ன?

எஸ்.கே: ஷாஹ்ரியரின் உரைநடை எப்போதும் மொழிபெயர்க்க ஒரு சவால். மூன் புரோவில் புருவம், பல உறுப்புகள் கூட பெரிய சவாலாக்கியது. கதாநாயகனின் (அமீர்) உள் பிரதிபலிப்புகள் குறிப்பாக கடினமாக இருந்தன, ஏனெனில் அவை ஒரு ஷெல் ஷாக் பாதிக்கப்பட்டவரின் மனதைக் கவரும் சிதைந்த, குழப்பமான

எண்ணங்களும் நினைவுகளும் ஆகும், மேலும் பல சந்தர்ப்பங்களில் ஷாஹ்ரியர் உரைநடை அல்லது சிக்கலான நாடக கவிதைகளாக எழுதியுள்ளார் சொற்கள், மொழி அவற்றின் சாரத்தை கைப்பற்றுவது ஷாஹ்ரியரின் இசையமைப்பின் நுணுக்கம், கட்டமைப்பு, மீட்டரை ஆங்கிலத்தில் தக்கவைத்துக்கொள்வது கடினம். இதற்கு ஒரு எடுத்துக்காட்டு, நாவலின் இரண்டு பகுதி முன்னுரை, இது அவிழ்க்கப்பட வேண்டும், மொழிபெயர்க்கப்பட வேண்டும், பின்னர் அதன் அசல் வடிவத்தில் மீண்டும் மாற்றப்பட வேண்டும்.

மற்றொரு திருப்பம் என்னவென்றால், இந்த நாவலில் இரண்டு கதைகள் உள்ளன-அமீரின் வலது, இடது தோள்களில் தேவதை எழுத்தாளர்கள்-ஒவ்வொருவரும் தங்களது தனித்துவமான ஆளுமையும் பேச்சு முறையும் கொண்டவர்கள். ஒன்று சுத்திகரிக்கப்பட்ட கவிதை, மற்றொன்று தைரியமான, துணிச்சலான. அவர்களின் தொனியும் மொழியும் அவர்களைத் தனித்து நிற்கின்றன, இது மொழிபெயர்ப்பில் தெளிவாகவும், தடையின்றி வர வேண்டும்.

பி.எம்: இந்த புதிய படைப்பை ஷஹ்ரியாரின் முந்தைய படைப்பில் இருந்து தணிக்கை செய்வதிலிருந்து வேறுபட்டது, இல்லையா, ஈரானிய காதல் கதையை தணிக்கை செய்வது எப்படி? இப்போது நீங்கள் நீண்டகால எழுத்தாளர்-மொழிபெயர்ப்பாளர் உறவைக் கொண்டுள்ளீர்கள், இதனால் அவரது பாணியை நன்கு அறிந்து கொண்டீர்கள், நீங்கள் இருவரும் மொழிபெயர்ப்பில் எவ்வாறு பணியாற்றினீர்கள்? இத்தகைய நீண்டகால ஒத்துழைப்பின் பிரத்தியேகங்கள், நன்மைகள் குறித்து நீங்கள் கொஞ்சம் பேச முடியுமா?

எஸ்.கே: ஷாரியாரும் நானும் ஒரு ஈரானிய லவ் ஸ்டோரி, மூன் புரோ ஆகிய இரண்டையும் தணிக்கை செய்தோம். அவர் எழுதியது போல் மொழிபெயர்த்தேன். அது நிச்சயமாக அதைப் பற்றிய வழக்கமான வழி அல்ல. ஆனால் அதன் சிக்கல்கள் இருந்தபோதிலும், அகழிகளில் ஒன்றாக இருப்பது போன்ற உணர்வு எங்களுக்கிடையில் ஒரு பெரிய ஒத்துழைப்பை உருவாக்கியது.

மூன் புரோவுடனான எனது அனுபவத்தில் மிகவும் தெளிவான வேறுபாடு என்னவென்றால், நாங்கள் ஒருவரையொருவர் நன்றாக அறிந்திருந்தோம், அவருடைய பாணி, அவரது மொழி, அவரது உரைநடைக்கான அடிப்படை நோக்கம் பற்றிய எனது புரிதலிலும் விளக்கத்திலும் நான் அதிக நம்பிக்கையுடன் இருந்தேன். அவரது சிக்கலான கட்டுமானங்களால் நான் குறைவாகவே இருந்தேன். அடுக்குகளை உரித்தல், அவர் நெசவு செய்யும் வலைகளை அகற்றுவது ஓரளவு எளிதாகிவிட்டது.

என்னைப் பொறுத்தவரை, ஷாஹ்ரியருடனான எனது நீண்டகால உழைக்கும் உறவின் மிக மதிப்புமிக்க பரிசு எங்களிடையே வளர்ந்த நம்பிக்கையாகும். எங்கள் விஷயத்தில், இந்த நம்பிக்கை இன்னும் இன்றியமையாதது, ஏனென்றால் தணிக்கை அல்லது மூன் புரோ எதுவும் அவற்றின் அசல் பாரசீக மொழியில் இதுவரை வெளியிடப்படவில்லை, மேலும் பிற மொழிகளுக்கான அனைத்து மொழி பெயர்ப்புகளும் எனது ஆங்கில மொழிபெயர்ப்பை அடிப்படையாகக் கொண்டவை. இது எழுத்தாளராக ஷாஹ்ரியருக்கு பங்குகளை மிக அதிகமாக்குகிறது, மேலும் மொழிபெயர்ப்பாளராக எனக்கு பொறுப்பின் எடை மிக அதிகம்.

ஷாஹ்ரியார் எழுதுவது போல் இன்று நான் நினைக்கிறேன், ஆங்கிலத்தில் அவரது படைப்புகளை மீண்டும் உருவாக்க முடியுமா என்று அவர் கவலைப்படுவதில்லை. நான் அவருடைய பணியை நீதிச் செய்கிறேனா என்ற கவலையுடன் குறைவாக மொழிபெயர்க்கிறேன். நிச்சயமாக, எங்களிடம் இன்னும் நீண்ட விவாதங்களும் அவ்வப்போது வாதங்களும் உள்ளன, ஆனால் ஒவ்வொன்றும் நம்முடைய சொந்த வழியில், மற்றவரின் வேலைகள், மற்றவர்கள் எடுக்கும் தேர்வுகள், முடிவுகளில் எங்களுக்கு அதிக நம்பிக்கையும் நம்பிக்கையும் உள்ளது.

பி.எம்: ஈரானிய எழுத்தாளர்களின் கோலி தாரகி , யாகூப் யாதலி உள்ளிட்ட புனைகதை படைப்புகளையும், ஃபோரோ ஃபாரோக்சாத், சிமின் பெபஹானி, பிறரின் கவிதைகளையும் மொழிபெயர்த்துள்ளீர்கள். உரைநடை, கவிதை மொழிபெயர்ப்பிற்கான உங்கள் உறவைப் பற்றி சொல்ல முடியுமா? எதை நீங்கள் அதிகமாக உணர்கிறீர்கள்? உங்களுக்காக ஒவ்வொன்றையும் செய்வதில் சில சந்தோஷங்கள் என்ன?

எஸ்.கே: நான் சந்தேகமின்றி, உரைநடைக்கு அதிகம் ஈர்க்கப்பட்டேன். நான் மொழிபெயர்த்த கவிதையின் கடைசி தொகுதி 2009 இல் வந்தது. உண்மையைச் சொல்வதானால், உரைநடை பற்றி ஏன் அல்லது என்னவென்று என்னால் உண்மையில் விளக்க முடியவில்லை. நான் சொல்வது எதுவும் வெறுமனே ஏதாவது சொன்னதற்காகவே இருக்கும். நன்றாக எழுதப்பட்ட ஒரு நல்ல கதையை நான் விரும்புகிறேன்.

பி.எம்: ஈரானிய இலக்கியம் குறித்த சிறப்பு அம்சங்களை வெவ்வேறு பத்திரிகைகளில் சேகரிக்கும் ஆசிரியராகவும் பணியாற்றியுள்ளீர்கள். சமகால ஈரானிய இலக்கியத்தின் சில முக்கிய பண்புகள் என்ன?

எஸ்.கே: அற்புதமான இலக்கிய படைப்புகளைத் தயாரிக்கும் சில திறமையான இளம் ஈரானிய எழுத்தாளர்கள் உள்ளனர்.

ஈராக் உடனான எட்டு ஆண்டுகால யுத்தத்தின் புரட்சியும் எடையும் அவர்கள் சுற்றியுள்ள உலகத்தை அவதானிக்கும் விதத்தை மாற்றிவிட்டன. சமீபத்திய ஆண்டுகளில், பாரம்பரிய நம்பிக்கைகள் , கருத்தியல் இலக்கியங்களிலிருந்து ஒரு பற்றின்மை வடிவம், மொழியைப் பரிசோதிப்பதில் அதிக ஆர்வம் உள்ளது.

இந்த தலைமுறை எழுத்தாளர்கள் புதிய சமூகப் பிரச்சினைகளை ஆராய்ந்து, வெளிப்படையாக ஆராயப்படாத பழையவற்றை மறுபரிசீலனை செய்கிறார்கள். புதிய வகைகள் உருவாகியுள்ளன. உதாரணமாக, மிகவும் சுவாரஸ்யமான ஒன்று, சிறுகதை எழுத்தின் புதிய பாணி "அபார்ட்மென்ட் கதைகள்" என்று அறியப்படுகிறது. பொதுவான நூல் என்னவென்றால், அவை அடுக்குமாடி குடியிருப்புகள் அல்லது அடுக்குமாடி கட்டிடங்களின் எல்லைகளில் நிகழ்கின்றன, அவை கதைகள், எழுத்தாளரை ஆய்வு, தணிக்கைக்கு உட்படுத்தக்கூடிய அந்தச் சுவர்களுக்கு அப்பால் உள்ள தலைப்புகள், கருப்பொருள்கள், கூறுகளிலிருந்து பாதுகாக்கப்படுகின்றன.

இன்றைய இலக்கியத்தில் மிகப்பெரிய மாற்றங்களில் ஒன்று, பெண்களின் உருவங்கள் மறுவரையறை செய்யப்பட்டு மறுபரிசீலனை செய்யப்படுவது. நிச்சயமாக, இளம் பெண்கள் எழுத்தாளர்கள் இலக்கியக் காட்சியில் வளர்ந்து வருவதோடு, அவர்களின் படைப்புகளின் வகைகளிலும் கருப்பொருள்களிலும் ஏராளமான வேறுபாடுகள் உள்ளன. அவர்களின் எழுத்தில் ஒரு குறிப்பிடத்தக்க அம்சம் உள்நாட்டுத்தன்மையின் பிரதிநிதித்துவம், வீடு, சமூகம், நாட்டின் அமைப்புகளில் அவர்கள் தங்களை எவ்வாறு கவனிக்கிறார்கள் என்பதுதான்.

*பி.எம்: ஈரானிய எழுத்தாளர்களின் படைப்புகளை ஆங்கில மொழி வாசகர்களிடம் கொண்டு வருவதில் நீங்கள் என்ன வகையான சவால்களை எதிர்கொண்டீர்கள்? நம் காலத்தின் சமூக-அரசியல் நிலைமைகள் காரணமாக இந்த நாட்களில் பாரசீக மொழியில் இருந்து ஒரு மொழிபெயர்ப்பாளரின் பணி மிகவும் முக்கியத்துவம் வாய்ந்ததாக நீங்கள் கருதுகிறீர்களா?*

*எஸ்.கே:* புரட்சிக்குப் பின்னர் ஈரானில் உயிர்வாழவும் வளரவும் முடிந்த சினிமாவின் கலையைப் போலல்லாமல், இலக்கியங்கள் நாட்டினுள் இருக்கும் சமூக-அரசியல் இயக்கவியலுக்கு அதிகமாக வெளிப்பட்டுள்ளன, மேலும் பாதிக்கப்பட்டுள்ளன. எழுத்தாளர்கள் தன்னிச்சையான தணிக்கை, அடக்குமுறை, அச்சுறுத்தலுடன் தொடர்ந்து போராடுகிறார்கள். ஆனாலும், அவர்கள் தொடர்ந்து அமைப்பை மீறி, துடிப்பான, அற்புதமான படைப்புகளை

உருவாக்குகிறார்கள். துரதிர்ஷ்டவசமாக, அவர்கள் தயாரிப்பதில் மிகக் குறைவானது மொழிபெயர்ப்பில் கிடைக்கிறது, இவர்களில் மிகக் குறைவானவர்களும் கூட மேற்கு நாடுகளில் உள்ள முக்கிய பார்வையாளர்களை அடைகிறார்கள்.

ஒரு மொழிபெயர்ப்பாளராக, ஆர்வமுள்ள வெளியீட்டாளர்களைக் கண்டுபிடிப்பதே எனது மிகப்பெரிய சவால். அமெரிக்காவில் வெளியிடப்பட்ட புத்தகங்களில் மிகக் குறைந்த சதவீதம் மொழிபெயர்ப்பில் உள்ள இலக்கியப் படைப்புகள். இவற்றில் பெரும்பாலானவை நிறுவப்பட்ட ஐரோப்பிய , லத்தீன் அமெரிக்க எழுத்தாளர்களால். ஈரான் போன்ற நாடுகளைச் சேர்ந்த இதுவரை அறியப்படாத எழுத்தாளர்களுக்கு இது மிகக் குறைவான இடத்தை விட்டுச்செல்கிறது. பாரசீக புனைகதை , கவிதைகளின் திறமையான இலக்கிய மொழிபெயர்ப்பாளர்களின் பற்றாக்குறை இது.

பத்து அல்லது இருபது அல்லது முப்பது ஆண்டுகளுக்கு முன்பு இருந்ததை விட இன்று எனது பங்கை அல்லது பாரசீக மொழியில் இருந்து வேறு எந்த மொழிபெயர்ப்பாளரின் பங்கையும் நான் காணவில்லை. ஈரானுக்கு உள்ளேயும் வெளியேயும் சாதகமற்ற சமூக-அரசியல் நிலைமைகள் நான்கு தசாப்தங்களாக உள்ளன. அவை மோசமானவையாகவும் மோசமானவையாகவும் பின்னோக்கிச் செல்கின்றன.

**********

சாரா கலிலி சமகால ஈரானிய இலக்கியத்தின் ஆசிரியர், மொழிபெயர்ப்பாளர் ஆவார். அவரது மொழிபெயர்ப்புகளில் ஷாஹ்ரியர் மந்தானிபூர் எழுதிய ஈரானிய காதல் கதையை தணிக்கை செய்தல், கோலி தரகியின் மாதுளை லேடி அண்ட் ஹெர் சன்ஸ், பரினூஷ் சானீ எழுதிய தி புக் ஆஃப் ஃபேட், யாகூப் யாதலியின் சடங்குகள். ஃபாரோ ஃபரோகூாத், சிமின் பெபஹானி, சியாவாஷ் கஸ்ராய், ஃபெரிடுன் மோஷிரி ஆகியோரின் பல கவிதைத் தொகுதிகளையும் அவர் மொழிபெயர்த்துள்ளார். அவரது சிறுகதை மொழிபெயர்ப்புகள் தி கென்யன் ரிவியூ, தி வர்ஜீனியா காலாண்டு விமர்சனம், ஈபோச், கிராண்டா, சொற்கள் இல்லாத சொற்கள், இலக்கிய விமர்சனம், பென் அமெரிக்கா, சாட்சி, விளைவு ஆகியவற்றில் வெளிவந்துள்ளன.

# 27

## போசோர்க் அலவி

போசோர்க் அலவி (பிப்ரவரி 2, 1904 - பிப்ரவரி 18, 1997) ஒரு ஈரானிய எழுத்தாளர், நாவலாசிரியர், அரசியல் அறிவுஜீவி ஆவார். அவர் 1940 களில் ஈரானின் கம்யூனிஸ்ட் துதே கட்சியின் ஸ்தாபக உறுப்பினராக இருந்தார் - 1953 இல் பிரதமர் முகமது மொசாடெக்கிற்கு எதிரான சதித்திட்டத்தைத் தொடர்ந்து - தனது வாழ்நாள் முழுவதையும் ஜெர்மனியில் நாடுகடத்தப்பட்ட சூழ்நிலையில் வாழ்ந்தார். 1952 ஆம் ஆண்டில் ஈரானில் வெளியிடப்பட்ட பின்னர் தடைசெய்யப்பட்ட செஷ்ம்ஹயாஷ் (அவரது கண்கள்) அவரது சிறந்த நாவலாகக் கருதப்படுகிறது. அலவி ஈரானின் பிரபல எழுத்தாளர் சதேக் ஹெதாயத்தின் மிக நெருங்கிய நண்பராகவும் இருந்தார்.பாரிஸில் "சாபி குழு" என்று அழைக்கப்படும் ஒரு இலக்கியக் குழுவை உருவாக்கினர். அலவி மேலும் புதிய பல புத்தகங்களை எழுதினார் செம்டன் எனும் நூல் பிராய்டின் உளவியல் செல்வாக்கின் கீழ் எழுதியது ஆகும். அவரது மற்ற நாவல்கள் மிர்சா, 53 நாஃபர், கில்மார்ட் ஈரானிய உயர்நிலைப் பள்ளி பாடப்புத்தகங்களில் பயன்படுத்தப்படுகின்றன. புரட்சிக்குப் பிறகு அவர் தெஹ்ரானுக்குத் திரும்பினார், ஆனால் அதிக நேரம் தங்கவில்லை, மீண்டும் ஜெர்மனிக்குச் செல்ல முடிவு செய்தார். ஈரானிய இலக்கியத்திற்கு போசோர்க் அலவியின் பங்களிப்பு ஆழமானது, மறக்கப்படாது.

போசோர்க் அலவி (பிறப்பு சையத் மொஜ்தாபா அலவி) ஈரானின் தெஹ்ரானில் பிறந்தார். அவர் ஆறு குழந்தைகளில் மூன்றாவது குழந்தையாக இருந்தார். அவரது தந்தை, சையத் அபோல் ஹசன் அலவி, 1906 அரசியலமைப்பு புரட்சியில் பங்கேற்றார், பின்னர் (ஹசன் தகிசாதேவுடன்) முற்போக்கான செய்திமடல் கவேவை ஜெர்மனியில் வெளியிட்டார்(காவே) அவரது தந்தைவழி தாத்தா சையத் முகமது சர்ராஃப், ஒரு பணக்கார வங்கியாளர், வணிகர்

ஆவார். அவர் ஒரு முன்னணி அரசியலமைப்புவாதி, முதல் மேஜில்ஸின் உறுப்பினராக இருந்தார். சர்ராஃப் ஹஜ் சையத் ஜாவத் கசானேவின் தம்பி, நாசர் -தின் ஷா கஜார் , மொசாஃபர் -தின் ஷா கஜார் ஆகியவற்றின் பொருளாளர் ஆவார்.போசோர்க் அலவி தனது பெரிய தாத்தா -ஹிஸ் ஆகா போசோர்க்- ஆகா சயீத் மொஜ்தாபா கன்னத், சர்க்கரை வியாபாரி, மிட்டாய், கப்பல் உரிமையாளர் ஆகியோரின் பெயரிலிருந்து 'போசோர்க்' என்ற புனைப்பெயரைப் பெற்றார்.

போசோர்க் அலவி தெஹ்ரானில் தனது முதன்மை பள்ளிப்படிப்பைப் பெற்றார். 1922 ஆம் ஆண்டில் அவர் தனது மூத்த சகோதரர் மோர்டெஸாுடன் சேர்ந்து பெர்லினுக்கு அனுப்பப்பட்டார். 1927 இல் ஈரானுக்குத் திரும்பிய அவர், முதலில் ஷிராஸிலும் பின்னர் தெஹ்ரானிலும் ஜெர்மன் மொழியைக் கற்பித்தார். இந்த ஆண்டுகளில் அவர் சதேக் ஹெதாயத்தை சந்தித்து நட்பு கொண்டார். இந்த நேரத்தில் அவர் நடத்திய கூட்டங்களில் செயல்பாட்டிற்கு வந்த டாக்டர் ஈரானி, பிரபலமான 53 நபர்கள் 1937 ஆம் ஆண்டு சிறையில் அடைக்கப்பட்டனர் யார்ரேசா ஷா கம்யூனிச நடவடிக்கைகளுக்கு எதிராக இந்த நவடடிக்கையை எடுத்தார். அந்த நேரத்தில் தான் அரசியல் ரீதியாக ஈடுபடவில்லை என்றும் வெறுமனே எழுத்தறிவுள்ள ஒரு குழுவில் இருந்ததாகவும் அலவி அவர்களே கூறிக்கொண்டார், மேலும் மற்றவற்றுடன் கம்யூனிச எழுத்துக்களைப் படித்தார். அவருக்கு 7 ஆண்டு சிறைத்தண்டனை வழங்கப்பட்டது, ஆனால் ஈரானின் நேச நாடுகளின் கட்டுப்பாட்டைத் தொடர்ந்து பொது மன்னிப்புக்குப் பின்னர் 1941 இல் 4 ஆண்டுகளுக்குப் பிறகு விடுவிக்கப்பட்டார். விடுதலையானதும் அவர் தனது சிறைச்சாலை, ஐம்பத்து மூன்று நபர்களின் ஸ்கிராப் பேப்பர்களை வெளியிட்டார், மேலும் தனது அரசியல் நடவடிக்கைகளைத் தொடர்ந்தார், ஈரானின் கம்யூனிஸ்ட் துதே கட்சியின் ஸ்தாபக உறுப்பினரானார், அதன் வெளியீடான மார்டம் (மக்கள்) இதழுக்கு ஆசிரியராக பணியாற்றினார். 1953 சதித்திட்டம் மூலம் பிரதமர் மொசாடெக்கின் அரசாங்கத்தை அகற்றியபோது அலவி ஜெர்மனியில் இருந்தார். பாரிய கைதுகள், சிறைவாசம் அப்போது நிகழ்ந்தன. அலவி கிழக்கு பெர்லினில் நாடுகடத்தப்பட்டார், ஹம்போல்ட் பல்கலைக்கழகத்தில் கற்பித்தார், பஹ்லவி வம்சத்தின் வீழ்ச்சி, 1979 ஈரானிய புரட்சி தோன்றும் வரை அங்கேயே இருந்தார்.

1979 ஆம் ஆண்டின் வசந்த காலத்தில் தான் வெளிநாட்டில் 25 ஆண்டுகளுக்கு பிறகு ஈரான் சிறிது நாள் திரும்பிய நிகழ்வு அன்புடன்

மிகுந்த வரவேற்பைப் பெற்றது. ஈரானிய எழுத்தாளர்கள் சங்கம் எழுத்தாளர்கள் / கவிஞர்கள் உட்பட அகமது சாம்லு, மஹ்மூத் தலொட்டாபாடு, சிவாஸ் கஸ்ரே, பலர் இவரை வரவேற்றனர். ஒரு வருடம் கழித்து 1980 இல் மற்றொரு குறுகிய வருகைக்காக ஈரானுக்குத் திரும்பிய அவர் புரட்சியின் அடக்குமுறை திருப்பத்தால் திகைத்தார். அவர் தொடர்ந்து பெர்லினில் வசித்து வந்தார், 1993 ல் கடைசியாக ஈரானுக்கு விஜயம் செய்தார். 1997 இல் பெர்லினில் இறந்தார்.

1936 ஆம் ஆண்டில் அவர் பிரஸ்ஸல்ஸைச் சேர்ந்த மார்கரிட்டா (கீதா) ஸ்கைன்சனை மணந்தார், பின்னர் அவர் தனது சஷ்மஹ்யாஷ் நாவலுக்கு உத்வேகம் அளித்தார். நாடுகடத்தப்படுவதற்கு முன்னர், அவர் தனது உறவினர் ஃபததமே அலவியை (நிதி அமைச்சகத்தின் பொதுச்செயலாளர் சையத் அபோல்பத் ஃபடாய் அலவியின் மகள், மெராபாக் தபதாபாய்) திருமணம் செய்து கொண்டார், அவருக்கு ஒரு மகன்.1956 ஆம் ஆண்டில், அவர் ஜெர்மனியில் கெர்ட்ரூட் பார்ஷை மணந்தார், அவர் இறக்கும் வரை அவருடன் இருந்தார்.

**முக்கிய படைப்புகள்:**

1) சாமேடன் (தி சூட்கேஸ்) (1934)
2) வராக் பரேஹா-யே ஜெண்டன் (சிறையிலிருந்து ஸ்கிராப் பேப்பர்கள்) (1941)
3) பஞ்சா-ஓ சே நாஃபர் (ஐம்பத்து மூன்று நபர்கள்) (1942)
4) 'ஹா வா தஸ்தான்ஹா-யே டிகார் (கடிதங்கள் , பிற கதைகள்) (1952)
5) செஷ்ம்ஹயாஷ் (அவரது கண்கள்) (1952)

**பிற எழுத்துக்கள்:**

1) அனிவ் (ஈரானிய அல்லாத) (1931) தொகுப்பில் டிவ்... டிவ் (அரக்கன்... அரக்கன்)
2) உஸ்பாக்கா (தி உஸ்பெக்ஸ்) (1948)
3) கோம்பெண்டஸ் ஈரான் (1955, பெர்லின்)
4) கெசிச்ட் அண்ட் என்ட்விக்லங் டெர் மாடர்ன் பெர்சிசென் லிட்டரட்டூர் (1964, பெர்லின்)
5) சலரிஹா (சலரி குடும்பம்)
6) மிர்சா

**பாரசீக மொழிபெயர்ப்பு:**

1) ஆன்டன் செக்கோவ் தி செர்ரி ஆர்ச்சர்ட்
2) ஸமுல் மர்சாக்கின் பன்னிரண்டு மாதங்கள்
3) ஜார்ஜ் பெர்னாட் ஷா, திருமதி வார்ரென்'ஸ் ப்ரொஃபெஷன்
4) ஜேபி ப்ரீஸ்ட்லீ ' ஒரு இன்ஸ்பெக்டரின் அழைப்புகள்
5) பிரெடெரிக் ஷில்லர் ஜங்க்ப்ராவ் வோன் ஆர்லியன்ஸ்

# 28

## நேர்காணல்

ஈரானிய புரட்சி அடுத்தடுத்த புலம்பெயர்ந்தோருக்கு மூன்று தசாப்தங்களுக்கும் மேலாக, ஈரானிய அமெரிக்க எழுத்து இலக்கிய அட்டவணையில் இடம் பெற தயாராக உள்ளது. இந்த விஷயத்தில் அனிதா அமீர் ரெஸ்வானி, பெர்சீஸ் கரீம் அவர்களின் புதிய தொகை நூலான நடுக்கம்: ஈரானிய அமெரிக்க எழுத்தாளர்கள் புதிய ஃபிக்ஷன்களை 27 ஆசிரியர்களிடம் இருந்து தொகுத்து தந்திருக்கிறார்.

அமிர் ரெஸ்வானி, கரீம் ஆகியோருடன் சக எழுத்தாளர்கள் சலார் அப்தொ, டாலியா சோஃபர் , மதிப்பீட்டாளர் நஹித் மொசாஃபரி ஆகியோர் ஆசியா சொசைட்டி நியூயார்க்கில் புதிய கதை குறித்த குழு விவாதத்திற்கு இணைந்தார்கள். 16 ஆம் நூற்றாண்டின் பாரசீக நீதிமன்றத்தில் அரசியல் சூழ்ச்சியின் கதையான அமிரெஸ்வானி தனது சமீபத்திய வரலாற்று நாவலான ஈக்வல் ஆஃப் தி சன் (ஸ்க்ரிப்னர்) பற்றி இதில் விவாதித்தார்,

ஈரானிய அமெரிக்க எழுத்தாளர்கள் ஆங்கிலத்தில் எழுதும் மொழித் தேர்வால் தங்கள் எழுத்தை எப்படி வரையறுக்கிறார்கள்?

எங்கள் தொகுப்பில் உள்ள அனைத்து எழுத்தாளர்களும், நடுக்கம், நூலில் ஆங்கிலத்தில் எழுதுதியிருக்கிறார்கள், ஆனால் மொழி அவர்களின் எழுத்தின் ஒரு அம்சத்தை மட்டுமே குறிக்கிறது. இந்த லேபிளைக் கொண்டு அடையாளம் காணும் பல ஈரானிய அமெரிக்க எழுத்தாளர்கள் தங்கள் வாழ்க்கையில் கணிசமான பகுதியை வட அமெரிக்காவில் கழித்திருக்கிறார்கள், படித்திருக்கிறார்கள் அல்லது வாழ்ந்திருக்கிறார்கள் என்பதை நினைவில் கொள்ளுங்கள், எனவே, ஆங்கிலத்தில் எழுதத் தேர்ந்தெடுப்பது இயற்கையான தேர்வாகும்.

நடுக்கம் தொகைநூலில் உள்ள பெரும்பாலான எழுத்துக்கள் ஈரானில் அல்லது அமெரிக்காவில் ஈரானிய கதாபாத்திரங்களின்

அனுபவங்களைப் பற்றியது, மேலும் அதில் பெரும்பாலானவை ஈரானிய புரட்சி உட்பட கடந்த சில தசாப்தங்களின் சிக்கலான வரலாற்றைக் கையாளுகின்றன, அமெரிக்காவிற்கும் ஈரானுக்கும் இடையிலான பதட்டமான உறவுகள் 1979 பணயக்கைதிகள் நெருக்கடிக்குப் பின்னர் தொடங்கியது அது கடந்த மூன்று தசாப்தங்களாக தொடர்கிறது. ஆனால் இவை இறுதியில் மனிதக் கதைகள் - அரசாங்கங்களின் விரோதமான சொல்லாட்சியைப் பயன்படுத்தும் ஊடக தலைப்புச் செய்திகளின் சராசரியாக இது இல்லை என்று நாங்கள் நம்புகிறோம்.

ஆனால் ஈரானிய பாரம்பரியத்தின் எழுத்தாளர்கள் முற்றிலும் மாறுபட்ட காரியங்களைச் செய்யத் தேர்ந்தெடுப்பார்கள் என்றும் நாங்கள் நம்புகிறோம் - ஈரானிய வரலாறு அல்லது புராணங்களின் மூலம் உத்வேகம் பெறுவதற்காக; அல்லது ஈரானைப் பற்றி எழுத வேண்டாம் என்று தேர்வு செய்ய அவர்கள் எழுதுகிறார்கள். எடுத்துக்காட்டாக, நடுக்கம் தொகை நூலின் கடைசி பகுதியில், ஈரானிய அமெரிக்க எழுத்தாளர்களின் படைப்புகளை நாங்கள் சேகரிக்கிறோம், எடுத்துக்காட்டாக, கம்போடிய அகதிகள் முகாமில் ஒரு பூர்வீக அமெரிக்க இடஒதுக்கீடு. காரணமாக ஈரானிய அமெரிக்கர் என்ற "பிறிதொருத்தன்மையால்" ஈர்க்கப்பட்டுள்ளது, இது சில எழுத்தாளர்களை மற்ற கலாச்சாரங்களை ஆராய்வதில் குறிப்பாக உணர்திறன், "வேறுபாட்டின்" வரையறைகளை ஏற்படுத்தும்.

இந்த எழுத்தாளர்களில் யாராவது மொழிகளுக்கு இடையில் நகர்ந்து, ஆங்கிலம், பாரசீக மொழிகளில் வெளியிடப்படுகிறார்களா?

சில ஈரானிய அமெரிக்க ஆசிரியர்கள் இரு மொழிகளிலும் வெளியிட போதுமான இருமொழி கொண்டவர்கள், ஆனால் ஈரானில் வெளியிடுவது பல காரணங்களுக்காக ஒரு சவாலாக உள்ளது - தணிக்கை பெரும் சவால் "சப்ஸே" இன் ஆசிரியரான ஓமிட் பல்லாஹசாத், அமெரிக்காவிற்குச் செல்வதற்கு முன்பு பாரசீக மொழியில் தனது படைப்புகளை வெளியிட்டார், மேலும் 10 ஆண்டுகளுக்கு முன்பு ஆங்கிலத்தில் எழுதத் தொடங்கினார். பல்லாஹாஸின் கதை ஒரு பஹாய் குடும்பத்தின் துன்புறுத்தல், ஈரானில் இருந்து விமானம் ஏறும் அனுபவத்தை ஆராய்கிறது - நிச்சயமாக ஈரானுக்குள் வெளியிடப்பட வாய்ப்பில்லை.

மற்ற எழுத்தாளர்கள், கவிஞர் ஷோலே வோல்பைப் போலவே, பாரசீக மொழியிலிருந்து ஆங்கிலத்திற்கு மொழிபெயர்க்கும் பணியில் பாரசீகத்தைப் பயன்படுத்துகிறார்கள்; தற்போது, வால்ட் விட்மேனை பாரசீக மொழியில் மொழிபெயர்க்க அயோவா

பல்கலைக்கழக சர்வதேச எழுதும் திட்டத்துடன் இணைந்து ஒரு திட்டத்தில் பணியாற்றி வருகிறார். இன்னும் சிலர், அமெரிக்காவில் பிறந்து வளர்ந்தவர்கள், ஆங்கிலத்தில் எழுதுவது மிகவும் வசதியாக இருக்கிறது. இரு மொழிகளிலும் சமமாக வசதியாக இருக்கும் அரி சைலெட்ஸ், அமெரிக்காவில் ஈரானியர்கள் பாரசீக மொழியின் தனித்துவமான பதிப்பை உருவாக்கும் பணியில் ஈடுபட்டுள்ளனர் இது கலாச்சாரங்களுக்கும் மொழிகளுக்கும் இடையில் நகரும் செயலிலிருந்து அதன் உணர்திறன், மொழியியல் குறிப்புகளை எடுக்கிறது.

*நடுக்கம் தொகைநூலில் உள்ள பல கதைகள் முதல் நபரின் கதைகளின் வடிவத்தை எடுத்துக்கொள்கின்றன, உண்மையில் சில சமயங்களில் அவை நினைவுக் குறிப்புகளைப் போலவே படிக்கப்படுகின்றன. ஈரானிய அமெரிக்க ஆசிரியர்கள் மற்ற வகைகளுக்குள் கிளம்புவதை நீங்கள் காண்கிறீர்களா? உதாரணமாக, அனிதாவின் புதிய நாவல் வரலாற்று புனைகதை - ஈரானிய அமெரிக்க மர்மம் / துப்பறியும் எழுத்து, அறிவியல் புனைகதை, கற்பனை என்ற வகைமாதிரி கதைகள் போல் வரலாற்று புனைகதைகளை நாம் எதிர்நோக்க முடியுமா?*

முற்றிலும் முடியும்.நியூயார்க் நகரத்தைச் சேர்ந்த எழுத்தாளர் சலார் அப்தோ ஒருவர் பல வகை கதைகளை எழுத தள்ளப்படுகிறார் என்பது ஒரு சிறந்த எடுத்துக்காட்டு ஆகும். கவிஞர்களின் விளையாட்டு, ஓபியம் ஆகிய இரண்டு திரில்லர்களை அவர் வெளியிட்டுள்ளார். அவர் தெஹ்ரான் நொயர் என்ற ஒரு தொகுப்பையும் திருத்தியுள்ளார். எங்கள் பார்வையில், ஈரானிய புரட்சி, அதன் விளைவாக வந்த புலம்பெயர்ந்தோருக்கு 34 ஆண்டுகளுக்குப் பிறகு, ஈரானிய அமெரிக்க புனைகதை எழுத்தாளர்களின் விமர்சனம் வெகுஜனரீதியாக இப்போது வெளிவந்துள்ளது, மேலும் அமெரிக்க இலக்கியக் காட்சியில் ஒரு இடத்தைப் பெறத் தொடங்குகிறது. இந்தத் தொகுப்பு ஒரு புதிய இன இலக்கியத்தின் பரிணாமம் , முதிர்ச்சியின் ஒரு பகுதியாகும், இது எதிர்காலத்தில் இன்னும் பலவகை வகைகளையும் சோதனைகளையும் உள்ளடக்கியதாக விரிவடையும். இன்று வெளியிடப்பட்ட பல ஈரானிய அமெரிக்கக் குரல்களைக் கண்டு நாங்கள் மகிழ்ச்சியடைகிறோம்.

*நடுக்கம் தொகை நூலை குறைந்தபட்சம் அதை கதைகளைத், ஒரு பாரசீகத்தில் மொழிபெயர்க்கப்பட்டு ஈரான் இல் வெளியிடுவதற்கு சாத்தியம் இருக்கிறதா?*

ஈரான் மீதான வர்த்தக தடைகள் ஈரானுடன் யாருக்கும் வியாபாரம் செய்ய இயலாது - மேலும் அதில் ஈரானிய வெளியீட்டாளர்களுடன் புத்தக ஒப்பந்தங்களை செய்ய விரும்பும் அமெரிக்க முகவர்கள் அல்லது வெளியீட்டாளர்கள் உள்ளனர். அணுசக்தி ஒப்பந்தத்தால் குறிக்கப்படும் உறவுகளில் சமீபத்திய கரைசலைக் கருத்தில் கொண்டு, வெளியீடு, மொழிபெயர்ப்பு உள்ளிட்ட கலாச்சாரப் பரிமாற்றம் சாத்தியமாகும் என்று நாங்கள் நம்புகிறோம். இலக்கியம், கலை, கலாச்சாரம் - அவர்கள் எங்கள் சிறந்த இராஜதந்திரிகள் என்று நினைக்கிறோம்.

நடுக்கம் தொகைநூல் கதைகளை பாரசீக மொழியில் மொழிபெயர்ப்பது குறித்து நாங்கள் விசாரிக்கவில்லை; பொதுவாக, இது வெளிநாட்டு வெளியீட்டாளர்களால் தொடங்கப்பட்ட பணி. யாராவது ஆர்வமாக இருந்தால் சில கதைகள் நிச்சயமாக இலக்கிய இதழ்களில் மொழிபெயர்க்கப்பட்டு வெளியிடப்படலாம். இருப்பினும், பிற கதைகளில் சவாலான அரசியல் அல்லது பாலியல் உள்ளடக்கம் கொண்டவை, அவை தணிக்கை நிலைமைகளின் கீழ் ஈரானிய வெளியீட்டாளரைக் கண்டுபிடிப்பது அவ்வளவு சாத்தியமில்லை.

நடுக்கம்: ஈரானிய அமெரிக்க எழுத்தாளர்களின் புதிய புனைகதை தொகுப்பாகும். இன்றைய அரசியல் சூழலில் ஈரானையும் ஈரானியர்களையும் பிரதிநிதித்துவப்படுத்துவதில் ஈரானிய அமெரிக்க எழுத்தாளர்களுக்கு ஒரு சிறப்பு பொறுப்பு இருப்பதாக நீங்கள் நினைக்கிறீர்களா, ஏனெனில் அவர்களின் குரல்கள் முதன்மையாக ஈரானுக்கு வெளியே கேட்கப்படுகின்றனவா?.

ஈரான், ஈரானியர்கள், ஈரானிய அமெரிக்கர்கள் என்ன, எப்படி சித்தரிக்கப்படுகிறார்கள் என்பதைப் பற்றி ஆழமாகப் பார்ப்பது இன்னும் விமர்சன ரீதியாக சிந்திப்பது எழுத்தாளர்கள், வாசகர்களின் வேலை ஆகும். உலகெங்கிலும் ஈரான், ஈரானியர்களின் பிரதிநிதித்துவங்களை பாதிக்கும் மிக சக்திவாய்ந்த கருவிகளில் இலக்கியம் ஒன்றாகும். உண்மையில், ஈரானின் இடம் என்ன, ஈரானின் கலாச்சாரம் என்ன என்பது பற்றி ஈரானியர்கள் இன்னும் சில நீடித்த ஸ்டீரியோடைப்களைக் கையாளுகின்றனர். ஈரானிய எழுத்தாளர்கள் ஈரானின் வரலாறு, அரசியல் அல்லது கலாச்சாரத்தில் ஊடக தலைப்புச் செய்திகளின் இந்த உணவைத் தவிர வேறு எந்த திறப்பும் இல்லாத பார்வையாளர்களை எதிர்கொள்கின்றனர், இது அந்த உரையாடலுக்கு வருவது மிகவும் கடினமானது என்று சொல்லலாம்.

ட்ரெமர்ஸில்(நடுக்கம்) நூலில் உள்ள ஆசிரியர்களில் ஒருவர், தனது நாவலை கிட்டத்தட்ட ஐந்து ஆண்டுகளாக ஷாப்பிங் செய்த அனுபவத்தைப் பற்றி எங்களிடம் கூறினார். ஏனென்றால் இது ஒரு தாய், மகளுக்கு இடையிலான உறவைப் பற்றியது, மேலும் மகள், அவரது தந்தைக்கு இடையே மிகவும் நேர்மறையான உறவு உள்ளது தந்தை மிகவும் அன்பான, புள்ளியிடப்பட்ட தந்தை, வெளியீட்டாளர் தந்தையின் பிரதிநிதித்துவத்தை மாற்ற பரிந்துரைத்தார். தந்தை "மிகவும் அன்பானவர்" என்றும், அவர் தனது மகளை மிகவும் கடுமையாகவும் தண்டனையாகவும் செய்ய வேண்டும் என்றும், "அவர் தனது மனைவியை அடித்து உதைத்திருக்கலாம்" என்றும் அவர்கள் ஆசிரியரிடம் சொன்னார்கள். ஈரானைப் பற்றிய வித்தியாசமான பார்வையை உறுதிப்படுத்த வெளியீட்டாளர்கள் பயப்படுகிறார்கள் என்று இது அறிவுறுத்துகிறது, ஏனெனில் இது மீண்டும் மீண்டும் எதிர்மறையான ஸ்டீரியோடைப்பிங்கிற்கு எதிராக குறிப்பாக முஸ்லீம் ஆண்கள் இப்படி இருக்கிறார்கள் என்று சொல்லப்படுவதால் பாதிப்பு தான் உருவாகும்.

மறுபுறம், ஈரானியர்கள் தங்கள் வாழ்க்கையில், தங்கள் வரலாறுகளில், மேற்கு நாடுகளின் ஒரே மாதிரியான வகைகளுக்கு உணவளிக்காத, அல்லது ஒரு பதிப்பகத்தின் நலன்களுக்கு உணவளிக்காத வழிகளில் எழுத வேதனையான அத்தியாயங்களைப் பற்றி எழுத பயப்படுகிறார்கள், ஆனால் அதுவும் சுய விமர்சனம் , சுய பகுப்பாய்வு ஆகும். உண்மையில் நல்ல எழுத்து யாரையும் கொக்கி விட்டு விடாது. இது வெளியீட்டாளர்களின் தவறு அல்லது அமெரிக்க ஊடகங்களின் தவறு என்று சொல்வது மிகவும் எளிமையானதாக இருக்கும். ஒரு வகையான நடனம் இங்கே விளையாடப்படுகிறது. ஒருவேளை தங்கள் படைப்புகளை எழுதி எழுத முயற்சிக்கும் ஈரானியர்கள் நிறைய "ஈரான் சோர்வை" சமாளிக்க வேண்டியிருக்கும். நீங்கள் அறிந்த ஒரு கதையை நீங்கள் சொன்னாலும், ஒரு கதையைச் சொல்ல பல வழிகள் உள்ளன என்பதை மக்கள் அங்கீகரிப்பது மிகவும் கடினம்.

இஸ்லாமிய புரட்சிக்குப் பின்னர் மூன்று தசாப்தங்களுக்குள் ஈரானிய அமெரிக்க எழுத்தாளர்களால் எழுதப்பட்ட உள்ளடக்கத்தின் முக்கிய மாற்றமாக நீங்கள் எதை பார்க்கிறீர்கள்?

பிரதானமாக அமெரிக்க கலாச்சாரத்தில் ஈரானியர்களின் தவறான விளக்கங்களை சரிசெய்ய வேண்டியதன் அவசியம் உள்ளது என்பதை சரிசெய்ய நடுக்கம் தொகுநூலில் உள்ள பல கதைகள் குறைவாகவே உள்ளன, ஆயினும், ஈரானிய அமெரிக்கர்கள் எழுத்தாளர்களாக மாறிக்கொண்டிருக்கும் ஒரு பிரதிநிதித்துவ ஒழுக்கம் இன்னும்

உள்ளது. எழுத்தாளர்களின் சில உத்திகள், அணுகுமுறைகள் மிகவும் விமர்சன ரீதியான, சுய-பிரதிபலிப்பு இலக்கியத்தைக் காண்பிப்பதற்காக உண்மையில் இலக்கிய நீட்சி விரிவடைந்துள்ளன - இது பாதிக்கப்பட்ட, அந்நியப்படுத்தப்பட்ட அல்லது கேட்கப்படாத உணர்விற்கு அப்பால் நகரும். எடுத்துக்காட்டாக, மெஹ்தி தவனா ஒக்காசியின் "பிற தாய்மார்கள், பிற மகன்கள்" என்ற கதை அமெரிக்காவிற்கு தனது தாயுடன் ஒற்றை அம்மாவுடன் வரும் குழந்தையின் பார்வையில் இருந்து வருகிறது. சிறுவனின் தாய் மற்ற ஈரானியர்களை நாடுகிறார், விஷயங்கள் மோசமாக செல்கின்றன. நீங்கள் ஈரானியராக இருப்பதாலும், நீங்கள் பாரசீக மொழி பேசுவதாலும், அதே இடத்திலிருந்து வந்ததாலும், உங்களுக்கு அதே அனுபவங்கள் அல்லது ஆர்வங்கள் உள்ளன என்ற இன தேசியவாத புராணத்தை ஒகாசி அடிப்படையில் திறக்கிறார். எனவே, ஒற்றுமை தானாகவே பகிரப்பட்ட தேசிய அல்லது இன ஒற்றுமைகள் மூலம் வரையறுக்கப்படுகிறது என்ற கருத்தை அவர் நிராகரிக்கிறார். இந்த குழந்தை தனது தாயுடனும், அவனது தாய் வளர்க்கும் நபர்களுடனும் இருக்கும் ஏமாற்றத்தை அவர் காட்டுகிறார்; "நாங்கள் அனைவரும் ஈரானியர்கள்", எனவே "நாங்கள் ஒன்றாக இருக்க வேண்டும்" என்ற கருத்தை அவர் விமர்சிக்கிறார்.

மக்கள் தங்கள் வரலாற்று ஏமாற்றங்களைப் பற்றி பேசுவது மற்றொரு உத்தி. மனதில் வந்த அந்த இரண்டு கதைகள் பற்றி பேசவேண்டும். ரெட் பாப்பிஸ் ஸ்கை நூலின் மூலம் ஷோரா ஹாக்ரஹ்மானி, மர்யம் மொர்தாஸ்"பால்கனி ஆஃப் டிசைர்." என்ற கதை சாவாக் பள்ளிகளில் அரசு தலையிட்டு மக்களை விசாரிக்கும் போது, அவர்களை சித்திரவதை செய்யும் போது, ஷாவின் காலகட்டத்தில் முதலாவது நடைபெறும் சம்பவத்தை அடிப்படையாக கொண்டது, மேலும் இந்த இளம்பெண் அரசியல் ரீதியாக அசிங்கத்திற்கு எதிராகவிழித்துக் கொள்கிறாள். புரட்சிக்குப் பின்னர் அமைக்கப்பட்ட மரியம் மோர்டாஸின் கதை, இஸ்லாமிய கொள்கைகளின் மூலம் ஈரானிய தேசிய அடையாளத்தை மறுசீரமைக்கும் தளமாக பள்ளி மாறும் விதம் பற்றியது. இந்த இரண்டு கதைகளும் ஈரானிய வரலாறு, தணிக்கை, கண்காணிப்பு பற்றிய விமர்சனங்களை கொண்டிருக்கிறது. இந்த வரலாற்றை மக்கள் மறக்கவோ அல்லது கம்பளத்தின் கீழ் துடைப்பதை விடவோ எதிர்கொள்ள விரும்புகிறார்கள் என்பதை இந்த ஆசிரியர்கள் காட்டுகிறார்கள். இது தைரியமான, முக்கியமானது, ஏனெனில் இது சுய பிரதிபலிப்பை உள்ளடக்கியது.

அமெரிக்க ஊடகங்கள் இன்னும் ஈரான், அரசாங்கத்தைப் பற்றிய ஒரு தனித்துவமான, எதிர்மறையான பார்வையில் கவனம்

செலுத்துகின்றன, (மேலும் பலரும், குறிப்பாக சமீபத்தில் தரகு ஒப்பந்தத்திற்குப் பிறகு) எழுத்தாளர்கள் சிக்கலான, மனிதக் கதையை ஆராய்ந்து பிரதிநிதித்துவப்படுத்துகிறார்கள். கலைஞர்கள், எழுத்தாளர்களை நாம் கேட்க வேண்டும், நாங்கள் உண்மையிலேயே எழுதுவதை செய்கிறோம். இந்தத் தொகுப்பை மக்கள் வாசிப்பதற்கான நுழைவு புள்ளியாகப் பயன்படுத்துவார்கள், மேலும் கேள்விகளைக் கேட்பார்கள் என்று நம்புகிறோம்.

இந்த நேர்காணலுக்கு அன்னே கிர்குப், பஹார் தபாய் ஆகியோர் கேள்விகளை வழங்கினர்.

# 29

## குலாம் ஹுசைன் சையதி

குலாம் ஹுசைன் சையதி ஈரானின் தப்ரீஸ் என்ற வடமேற்கு ஈரானிய பகுதியில் 1936ல்பிறந்தார்.அவரது தந்தை, சையத் மமலேக் குலத்தைச் சேர்ந்தவர், அரசாங்க நிர்வாகியாக பணியாற்றினார். குடும்ப உறவினர் வறுமையில் வாழ்ந்தது. அவரது மூத்த சகோதரி பதினொரு மாத வயதில் இறந்துவிட்டார், ஆனால் அவர் ஒரு தம்பி, சகோதரியுடன் வளர்ந்தார். 1941 ஆம் ஆண்டில், சோவியத் யூனியன் தப்ரிஸை ஆக்கிரமித்த பின்னர், அவரும் அவரது குடும்பத்தினரும் ஒரு கிராமத்திற்கு தப்பி ஓடினர். அங்கு, சையதி கிராமப்புற ஈரானின் கலாச்சாரத்தில் ஈர்க்கப்பட்டார். ஒரு சிறுவனாக அவர் குறிப்பாக அன்டன் செக்கோவின் எழுத்துக்களால் ஈர்க்கப்பட்ட ஒரு தீவிர வாசகர் ஆனார். அந்த நாட்களில் தான், பல ஆண்டுகளுக்குப் பிறகு அவர் எழுதினார், அவரது "கண்கள் திடீரென்று திறந்தன."

1945 ஆம் ஆண்டில், அவரது சொந்த மாகாணம் ஒரு தன்னாட்சி சோசலிச குடியரசாக மாறியது. பிரிவினைவாத மாநிலம் ஓராண்டே நீடித்தது என்றாலும், அது தற்காலிகமாக நிகழக்கூடியது. அசர்பாய்ஜானி போன்ற ஆட்சி மொழியில் இளம் சையதி ஈர்க்கப்பட்டார். 1949 ஆம் ஆண்டில், சட்டவிரோத பிரிவினைவாத கட்சியான அஜர்பைஜானின் ஜனநாயகக் கட்சியின் இளைஞர் அமைப்பில் சேர்ந்தார். பெரிய நில உரிமையாளர்களுக்கு எதிராக கிராமவாசிகளைத் தூண்டுவதோடு மட்டுமல்லாமல், ஃபரியத், சோயுத், ஜவானன்-இ அஸர்பைஜன் ஆகிய மூன்று பத்திரிகைகளையும் திருத்த அவர் உதவினார். 1953 ஆம் ஆண்டில், பிறகு ஆபரேஷன் அஜாக்ஸ், சிஐஏ ஜனநாயக ரீதியாக தேர்ந்தெடுக்கப்பட்ட பிரதமருக்கு எதிரான சதிக்கு முகமது மொசதாக், அவரும் அவரது தம்பியும் தப்ரிஸில் உள்ள ஷாஹர்பானி சிறையில் கைது செய்யப்பட்டு சிறையில் அடைக்கப்பட்டனர். ஈரானின் கம்யூனிஸ்ட் துதே கட்சிக்கு அவர் தனது விசுவாசத்தை கைவிட்ட போதிலும், அவர் தனது சமூக-அரசியல் விமர்சன இலக்கிய வாழ்க்கையை தொடர்ந்தார்.

சையதி தனது சிறுவயதில் எழுதத் தொடங்கினாலும், 1950 களின் முற்பகுதியில் தனது முதல் சிறுகதைகளை வெளியிடத் தொடங்கினார். அவர் தசாப்தத்தின் போக்கில் மேலும் கதைகளை வெளியிட்டார், 1957 ஆம் ஆண்டில் அவரது முதல் நாடகமான லேலாஜ்ஹா, பெண் பேனா பெயரான கோஹர் மொராட் (கோஹர் முராத் என்றும் உச்சரிக்கப்பட்டது) என்ற பெயரில் வெளியிட்டார். 1960 களின் முற்பகுதியில் தெஹ்ரானுக்குச் சென்றபின், அவரும் அவரது சகோதரர் அக்பரும் நகரத்தின் தெற்கே வறிய நிலையில் ஒரு மருத்துவ கிளினிக்கை நிறுவினர், ஈரானின் இலக்கிய புத்திஜீவிகளுடன் அவர் அறிமுகமானார். அங்கே கூடுதலாக அகமது ஷாம்லு என்ற, ஒரு புகழ்பெற்ற பாடல் கவிஞர், அவர் நண்பரானார். அவர் தெற்கு ஈரானுக்கும், குறிப்பாக பாரசீக வளைகுடா கடற்கரையின் பகுதிகளுக்கும் பயணம் செய்தார், மேலும் இனவழி பயண இலக்கியங்களை எழுதினார்.

1960 களில் கருத்துச் சுதந்திரம் ஈரானில் வெகுவாகக் குறைந்தது. 1966 ஆம் ஆண்டின் கலாச்சார, கலை அமைச்சின் கொள்கையை சையதியும் பிற புத்திஜீவிகளும் எதிர்த்தனர், அனைத்து வெளியீட்டாளர்களும் இலக்கியங்களை அச்சிட அரசு அனுமதி பெறுமாறு கட்டாயப்படுத்தினர். 1968 ஆம் ஆண்டில், அவர்களின் எதிர்ப்புகள் தோல்வியடைந்த பின்னர், சையதியும் பிற எழுத்தாளர்களும் கானுன்-இ நெவிசாண்டேகன்-ஈ ஈரானை ("ஈரான் எழுத்தாளர்கள் சங்கம்") உருவாக்கினர்.

அவரது சில படைப்புகளின் தணிக்கை தொடர்ந்தாலும், சையதி தொடர்ந்து வெளியிட்டார். நாடகங்கள், கதைகள், நாவல்கள், திரைக்கதைகள் தவிர, இலக்கிய இதழ்கள், விஞ்ஞான இதழ்கள் வெளியீட்டில் சையதி பங்கேற்றார், ஐரோப்பிய உளவியல், மருத்துவ இலக்கியங்களின் பதினைந்து மொழிபெயர்ப்புகளையும் வெளியிட்டார். 1973 இல், அமீர் கபீர் பப்ளிஷர்ஸ் காலாண்டு இலக்கிய இதழான அலெபாவின் சையதியை ஆசிரியராக்கியது. இருப்பினும், 1974 ஆம் ஆண்டில் பஹ்லவி அரசாங்கம் பத்திரிகையைத் தடைசெய்தது , அதன் ரகசிய காவல்துறையான SAVAK, சையதியைக் கைது செய்து சித்திரவதை செய்தது. ஏற்கனவே தற்கொலை எண்ணங்களின் வரலாற்றைக் கொண்ட சையதியின் மனச்சோர்வு கிட்டத்தட்ட ஒரு வருடம் கழித்து தெஹ்ரானின் பிரபலமற்ற எவின் சிறைச்சாலையிலிருந்து விடுவிக்கப்பட்ட பின்னர் தணிந்தது.

1970 களின் பிற்பகுதியிலும் 1980 களின் முற்பகுதியிலும் ஈரானில் ஜனநாயகத்தை மேம்படுத்துவதற்கான சையதியின் கடைசி முயற்சிகளைக் கண்டது. 1977 ஆம் ஆண்டில் தெஹ்ரானில் டா

ஷாப்-இ ஷெர் ("கவிதை பத்து இரவுகள்") நிகழ்ச்சியில் ஈரானிய எழுத்தாளர்கள் சங்கம் கோதே-இன்ஸ்டிடியூட்டின் ஒத்துழைப்புடன் ஏற்பாடு செய்தார். அமெரிக்க வெளியீட்டாளர்கள் சங்கத்தின் வெளியீட்டுக் குழுவின் சர்வதேச சுதந்திரம் சையதியை நியூயார்க் நகரத்திற்கு அழைத்தது, அங்கு அவர் பேசினார், அமெரிக்க நாடக ஆசிரியர் ஆர்தர் மில்லரை சந்தித்தார். புரட்சிக்குப் பின்னர் அவர் தேசிய ஜனநாயக முன்னணியில் சேர்ந்தார், அயதுல்லா கோமெய்னி தலைமையிலான இஸ்லாமிய வலதுசாரிக்கு எதிராக ஒரு இடதுசாரி இடதுசாரிக் கட்சி (மொசாடெக்கின் நினைவாக) நிறுவப்பட்டது.

தேவராஜ்ய இஸ்லாமிய குடியரசின் அஸ்திவாரம் , அவரது நண்பரான நாடக ஆசிரியர் சையத் சொல்டான்பூர் தூக்கிலிடப்பட்ட பின்னர், சையதி பாகிஸ்தான் வழியாக பிரான்சுக்கு தப்பி ஓடினார். 1982 ஆம் ஆண்டில் பாரிஸில், ஈரானிய எழுத்தாளர்கள் சங்கத்தை நாடுகடத்தலில் நிறுவி அலெபா பத்திரிகையை மீண்டும் நிறுவினார். கூடுதலாக, அவர் அன்ஜோமன்-இ டீத்ர்-ஈ ஈரான் ("ஈரானிய தியேட்டர் சொசைட்டி") உடன் இணைந்து நிறுவினார், மேலும் பல கட்டுரைகளையும் மேலதிகமாக மேலும் இரண்டு நாடகங்களையும் எழுதினார்.

இது அவரது இலக்கிய நடவடிக்கைகளை நிறுத்தவில்லை என்றாலும், நாடுகடத்தப்பட்ட வேதனை சையதி மனச்சோர்வையும் குடிப்பழக்கத்தையும் அதிகரித்தது. 1985 ஆம் ஆண்டில், கடுமையான குடியால் சில ஆண்டுகளுக்கு பிறகு, இழைநார் வளர்ச்சி என்ற நோய் இருப்பது கண்டுபிடிக்கப்பட்டது. நவம்பர் 2, 1985 அன்று பாரிஸில் உள்ள புனித அன்டோயின் மருத்துவமனையில் அனுமதிக்கப்பட்ட வரை அவர் தொடர்ந்து குடித்துக்கொண்டிருந்தார். நவம்பர் 23 அன்று, அவர் தனது மனைவி, தந்தையின் பக்கத்திலேயே இறந்தார். சில நாட்களுக்குப் பிறகு, சடெக் ஹெடயாட்டின் கல்லறைக்கு அருகிலுள்ள பெரே லாச்சைஸ் கல்லறையில், வெளிநாட்டிலுள்ள ஈரானிய எழுத்தாளர்கள் சங்கத்தால் ஏற்பாடு செய்யப்பட்ட நினைவுச்சின்னத்துடன் அவர் அடக்கம் செய்யப்பட்டார்.

1942 ஆம் ஆண்டில், சையதி பத்ர் தொடக்கப்பள்ளியில் சேர்ந்தார் அவர் 1948 இல் மன்சூர் இடைநிலைப் பள்ளியில் சேர்ந்தார். ஆனால் பின்னர் ஹெக்மத் பள்ளிக்கு மாற்றப்பட்டார். 1954 ஆம் ஆண்டில் அவர் உயர்நிலைப் பள்ளியில் பட்டம் பெற்றார், அந்த ஆண்டின் பிற்பகுதியில் தப்ரிஸ் பல்கலைக்கழகத்தில் மருத்துவப் பள்ளியில் நுழைந்தார் (இன்று மருத்துவப் பள்ளி சுயாதீனமான தப்ரிஸ் மருத்துவ அறிவியல் பல்கலைக்கழகம்). அவருடைய

ஆய்வறிக்கை "அஜர்பைஜான் உள்ள உளவியல் பகுப்பாய்வு சமுதாய காரணங்கள்" என்ற தலைப்பில் 1961ல் சமர்ப்பித்து பட்டம் பெற்றார்.அவர் சால்தனதாபாத் கார்ரிசனில் மருத்துவராக கட்டாய இராணுவ சேவையில் பணியாற்றினார் 1962 ஆம் ஆண்டில் அவர் தெஹ்ரான் பல்கலைக்கழகத்தில் சேர்ந்தார் (இன்று அதன் மருத்துவப் பள்ளி சுயாதீனமாக உள்ளதுதெஹ்ரான் மருத்துவ அறிவியல் பல்கலைக்கழகம்) ருஸ்பே மருத்துவமனையில் மனநல மருத்துவத்தில் தனது மருத்துவ நிபுணத்துவத்தை முடித்து பட்டம் பெற்றார்.

## படைப்புகள்

நாடகம்

லேலாஜ்ஹா *(1957)*

கசேத்ஹா *(1957)*

ஷபன் ஃபரிபக் *(1957)*

கர்பபக்ஹா தார் சங்கர் *(1960)*

பம்ஹா வா ஸீர்-இ பம்ஹா *(1961)*

கலாட்-இ கோல் *(1961)*

அருசி *(1962)*

ஷாஹாதத் *(1962)*

ஃபாகிர் *(1963)*

ஜியாபத், ஃபாகிர் *(1963)*

அஸ் பா நியோஃப்டாதேஹா *(1963)*

டா லால்-பாஸி *(1963)*

என்டேசர் *(1964)*

கானேஹா-ரா கராப் கோனிட் *(1964)*

பெஹ்தரின் பாபா-யே டோன்யா *(1965)*

சப் பீ-தஸ்தா-யே வரசில் *(1965)*

பஜ் நேமாயேஷ்நாமே அஸ் என்கேலாப்-இ மஷ்ருதியாத் *(1966)*

ஏ-யே பை கோலா, ஏ-யே பா கோலா *(1967)*

கானே-யே ரோஷானி *(1967)*

டிக்டே வா சேவியே (1968)

பர்வர் பந்தன் (1969)

மா நெமிஷெனவிம் (1970)

வே பார் மக்லப் (1970)

ஜனேஷின் (1970)

செஸ்ம் தார் பராபர்-இ செஸ்ம் (1971)

அக்பத்-இ கலம்-ஃபர்சாய் (1975)

ரு-இ சா (1978)

மஹ்-இ அசால் (1978)

கம்பாட் (1983)

டு நேமயேஷ்நாமே (1986)

கயாத்-இ அப்சுன் ஷோடே (1988)

மார் தார் மபாத் (1993)

லால்-பாஸிஹா (?)

கதைகள், நாவல்கள்

அப்தாப் மஹ்தாப் (1955)

மோர்க்-இ அஞ்சீர் (1956)

கானேஹா-யே ஷா-இ ரே (1957)

கானே-யே பார்ஃப் (1959)

ஷப்னேஷினி பா ஷோகு (1960)

கெடா (1962)

கோத்ராட்-இ டேஸ் (1962)

டோ பரதர் (1962)

ராஸ் (1963)

அசாதரன்-இ பேயல் (1964)

தண்டில் (1966)

ஷாஃபா-யே அஜெல் (1966)

வாகேமேஹா-யே இரு நம் வா நேஷன் *(1967)*

கோம்ஷோட்-யே லேப்-இ தர்யா *(1967)*

மஹ்தி-யே திகார் *(1967)*

தார்ஸ் வா லார்ஸ் *(1968)*

டப் *(1969)*

மக்தால் *(1970)*

குர் வா கஹ்வரே *(1973)*

பாஸி தமாம் ஷாட் *(1974)*

மட்காலி பார் யெக் தஸ்தான்-இ போலண்ட் *(1977)*

வேகன்-இ சியா *(1979)*

டார் ஆகாஸ்-இ சோஃப்ரே *(1980)*

ஹாமுக்கு ஐ-வே? *(1981)*

அசோஃப்தேல்-இ பிடர்பக்ட் *(1981)*

ஐருகேஷ்-இ சக்ஃப்-இ அஸ்மான் *(1981)*

செஜேன் *(1982)*

டார் சரச்சே-யே தபாகன் *(1983)*

கெலாஸ்-இ தார்ஸ் *(1983)*

அகர் மாரா பெசானந்த் *(1983)*

மிர்-இ மோகன்னா *(1986)*

ஷான்பே ஷோரு ஷாட் *(1986)*

தஸ்தான்-இ எஸ்மாயில் *(1986)*

மெஹ்மானி *(1988)*

சாண்ட்விச் *(1989)*

செடகுனே *(1990)*

பட்கன்-இ ககேஸ்தாரி *(1990)*

கரிப் தார் ஷாஹர் *(1990)*

மக்தால் *(1993)*

டாடர்-இ கண்டன் *(1994)*

அஷ்கல்டுனி *(?)*

திரைக்கதைகள்

ஃபாஸ்ல்-இ கோஸ்டாக்கி *(1969)*

கவ் *(1969)*

அஃபியட்கா *(1988)*

குழந்தைகள் புத்தகங்கள்

காலேபர் *(1970)*

மராண்ட் *(1970)*

கலாட்-இ நான் *(1976)*

கலாட்-இ கார் *(1978)*

யெக்கி யெக்டேன் *(1983)*

# 30

# ஈரானில் பெண்ணிய எழுத்துக்கள்

மத்திய கிழக்கின் சமகால அரசியலைப் பற்றி சிந்திக்கும்போது, நம்மில் சிலர் உடனடியாக ஈரானிய இலக்கிய உற்பத்தியின் வளமான வரலாற்றைப் பற்றி சிந்திக்கிறார்கள். இருப்பினும், நவீன ஈரான் - ஷாவின் காலம் முதல் இஸ்லாமிய அடிப்படைவாதத்தின் ஆழம், மனித உரிமைகளை அடக்குதல் வரை - பெண்களால் அதைப் பற்றிய சில சுவாரஸ்யமான நூல்களை உருவாக்கப்பட்டுள்ளது. ஈரானில் பெண்ணியம் எப்படி இருக்கும்? ஃபோர் ஃபரோக்ஷாத்தின் கவிதைகளைப் படித்து, மர்ஜனே சத்ராபி எழுதிய பெர்செபோலிஸ் என்ற கிராஃபிக் நாவலுடன் இடையில் பல்வேறு வகைகளை ஆராய்வதன் மூலம் இதுபோன்ற கேள்விக்கு நாம் பதிலளிக்க ஆரம்பிக்கலாம்.

### பெண்ணியம், எதிர்ப்பின் கவிதை

நவீன ஈரானின் வரலாற்றைப் பற்றிய மிகச் சுருக்கமான அறிமுகமாக, நாட்டிலிருந்து எழும் இலக்கியங்களை பாதித்த சில முக்கிய அரசியல் தருணங்களைப் பற்றி தெரிந்துஇருக்க வேண்டும். 1935 ஆம் ஆண்டில், ஈரான் என்ற பெயர் அதிகாரப்பூர்வமாக நாட்டின் பெயராக ஏற்றுக்கொள்ளப்பட்டது (முன்னர், பெர்சியா என). இரண்டாம் உலகப் போரின்போது தொடர்ச்சியான அரசியல் போராட்டங்களையும், அடுத்தடுத்த ஆண்டுகளையும் தொடர்ந்து, 1953 ஆட்சி கவிழ்ப்பு ஷா மீண்டும் நிறுவப்படுவதற்கு வழிவகுத்தது. நாட்டை நவீனமயமாக்குவதற்கும் மேற்கத்தியமயமாக்குவதற்கும் ஒரு வாக்குறுதியுடன், ஷாவின் கொள்கைகள் இலக்கிய உற்பத்தி வளர அனுமதித்தன.

இருபதாம் நூற்றாண்டின் மிக முக்கியமான பெண் கவிஞர்களில் ஒருவரான ஃபாரோ ஃபாரோக்சாத் தெஹ்ரானில் இருந்து கவிதை படைப்புகளை வெளியிட்டார். கவிஞர் 1950களின் நடுப்பகுதியில்

தனது கணவரை விவாகரத்து செய்தார், மேலும் அவர் தனது சொந்த நகரத்தில் எழுதத் தொடங்கினார். அவரது முதல் தொகுப்பு, தி கேப்டிவ், 1955 இல் தோன்றியது. அவரது படைப்பில் உள்ள மொழி பெண் நிறுவனம், ஏக்கத்தின் படங்களை சித்தரிக்கிறது, மேலும் ஃபாரோக்சாத்தின் வார்த்தைகள் மிகவும் பிரபலமடைந்தன. அவர் 32 வயதாக இருந்தபோது ஒரு கார் விபத்தில் சோகமாக இறந்தார், ஆனால் அவரது கவிதை, முதலில் பாரசீக மொழியில் எழுதப்பட்டது, உலகம் முழுவதும் சிதறடிக்கப்பட்ட ஆங்கில மொழிபெயர்ப்புகள் மூலம் ஒரு முக்கியமான குரலாக இருந்து வருகிறது. "குளிர் பருவத்தின் தொடக்கத்தில் நம்புவோம்" என்ற அவரது கவிதைக்கு அவர் மிகவும் பிரபலமானவர், இது இவ்வாறு தொடங்குகிறது:

பூமியின் மாசுபட்ட இருப்பு, வானத்தின் எளிய சோகமான அவநம்பிக்கை இந்த கான்கிரீட் கைகளின் இயலாமை ஆகியவற்றைப் புரிந்துகொள்ளும் ஆரம்பத்தில் ஒரு குளிர்ந்த பருவத்தின் வாசலில் நான் தனியாக ஒரு பெண்.

### புரட்சிக்குப் பிறகு

1970 களின் பிற்பகுதியில், ஈரானிய புரட்சியின் விளைவாக ஃபரோகஷாத்தின் தொகுதிகள் தடை செய்யப்பட்டன அயதுல்லா கோமெய்னியின் நிறுவனம் அதை செய்தது அடிப்படைவாத ஆட்சியின் கீழ் பெண்களின் இலக்கியக் குரல்கள் அடக்கப்பட்டாலும், புலம்பெயர்ந்தோரின் நாவலாசிரியர்கள் நாட்டில் வன்முறை வரலாற்றையும் பெண்கள் நிறுவனத்தை அடைவதற்கான வழிகளையும் ரீமேக் செய்யத் தொடங்கினர். இப்போது டெக்சாஸில் வசித்து வரும் ஈரானில் பிறந்த ஃபர்னூஷ் மோஷிரி நாவல்கள், நாடகங்கள், சிறுகதைகளை எழுதியுள்ளார், அவை அடக்குமுறைக்கு மத்தியில் பாலின சமத்துவத்தின் பிரச்சினைகளை மையமாகக் கொண்டுள்ளன. மொஷிரி புரட்சிக்கு முன்னர் தெஹ்ரானில் இலக்கிய இதழ்களுக்காக எழுதினார், ஆனால் 1983 ஆம் ஆண்டில் ஆர்வலர்கள், புத்திஜீவிகள், பெண்ணிய எழுத்தாளர்கள் கைது செய்யப்பட்ட செய்திகளுடன் நாட்டை விட்டு வெளியேறினார். அவரது நாவலான தி பாத்ஹவுஸ் (2001) ஒரு ஈரானிய சிறைக்குள் பெண்கள் குழுவின் எதிர்ப்பு முயற்சிகளை சித்தரிக்கிறது.

அயத்துல்லா கொமேனியின் கீழ் தெஹ்ரான் எழுத்தாளர் எழுதிய அரை சுயசரிதை, சமகால ஈரான் பெண்ணியத்தின் வரம்புகளை விவாதிப்பது நகைச்சுவை, சோகம் ஆகும். மற்ற சுயசரிதை நூல்கள் ஈரான் முழுவதும் தனிப்பட்ட சுதந்திரங்களின் வரம்புகளை-

குறிப்பாக பெண்களுக்கு-சித்தரிக்கின்றன. சில சந்தர்ப்பங்களில், இந்த நூல்கள் வெளியிடப்பட்டன என்பது எழுத்தாளர்களின் வாழ்க்கையை ஆபத்தில் ஆழ்த்தியது.

2007 ஆம் ஆண்டில், ஜாரா கஹ்ரராமணியின் எனது வாழ்க்கையின் துரோகம் ஈரானின் மோசமான எவின் சிறைச்சாலையில் செய்யப்பட்ட தண்டனைகளின் போது அவரும் பிற பெண்களும் அனுபவித்த வன்முறையை விவரித்தார். புலம்பெயர்ந்தோரின் மற்ற எழுத்தாளர்களைப் போலவே, கரஹ்ரமணியும் 1980 களின் முற்பகுதியில் ஈரானில் பிறந்தார். அவர் நாட்டில் தங்கியிருந்தால் அவர் சந்தித்த அபாயங்களைக் கருத்தில் கொண்டு, எழுத்தாளர் அவர் தற்போது வசிக்கும் ஆஸ்திரேலியாவுக்கு தப்பிக்க முடிந்தது. கஹர்ஹ்மானியின் நினைவுக் குறிப்பு வெளியிடப்படுவதற்கு சற்று முன்பு, ஈரானின் குறிப்பிடத்தக்க மனித உரிமை ஆர்வலர், நீதிபதி, வழக்கறிஞரான ஷிரின் எபாடி, நாட்டின் வாழ்க்கை குறித்த தனது சொந்த கணக்கை எழுதினார். இல் புரட்சி, ஹோப்புடைய மெமோர்: ஈரான் விழிப்பு(2006), எபாடி தனது கல்வி, நாட்டின் முன்னணி பெண் வழக்கறிஞர்களில் ஒருவராக அவரது பங்கு, அவரது துன்புறுத்தல் பற்றி விவாதித்தார். புத்தகம் வெளியிடப்பட்ட பிறகு, எபாடிக்கு மரண அச்சுறுத்தல்கள் வந்தன. அவர் தற்போது லண்டனில் வசிக்கிறார்.

கவிதை, புனைகதைப் படைப்புகள் முதல் பாலினம், அரசியல் சமத்துவத்திற்கான உண்மையான போராட்டங்களை சித்தரிக்கும் நினைவுக் குறிப்புகள் வரை, ஈரானில் இருந்து பெண்ணிய இலக்கியம் சமகால உலக இலக்கியத்தின் குறிப்பிடத்தக்க அங்கமாக அமைகிறது. அடக்குமுறை, அரசியல் வன்முறையால் விதிக்கப்பட்ட வரம்புகள் இருந்தபோதிலும், பெண் நிறுவனம், அதிகாரத்தின் விவாதங்கள் கற்பனையான கதைகளால் செய்யக்கூடிய நிஜ உலக வேலைகளை வெளிச்சம் போட்டுக் காட்டுகின்றன.

# 31

## ஜமால் சாதே

முகமது-அலி ஜமால்சாதே எஸ்பஹானி (ஜனவரி 13, 1892, இஸ்ஃபஹான், ஈரான் - நவம்பர் 8, 1997, ஜெனீவா, சுவிட்சர்லாந்து) 20 ஆம் நூற்றாண்டில் ஈரானின் மிக முக்கியமான எழுத்தாளர்களில் ஒருவர், மிகவும் பிரபலமானவர் அவரது தனித்துவமான நகைச்சுவை பாணி அனைவராலும் பாராட்டப்பட்டது. பாரசீக சிறுகதை எழுத்தின் மீதான அவரது பரந்த செல்வாக்கைக் கருத்தில் கொண்டு, அவர் பெரும்பாலும் ஈரானில் இந்த அங்கத வகையின் தந்தை என்று குறிப்பிடப்படுகிறார்.

ஜமால்சாதேவின் தந்தை சையத் ஜமால் அட்-தின் எஸ்பஹானி, ஒரு முற்போக்கான முல்லா, போதகராக இருந்தார், அவர் அரசியலமைப்பு புரட்சியாளராக ஆனார், பொங்கி எழும் பிரசங்கங்களை வழங்கினார், இது அவரது மகனுக்கு உத்வேகம் அளித்தது, ஆனால் அவரது வாழ்க்கையை இழந்தது; முகமது-அலி ஷா கஜரின் உத்தரவின் பேரில் 1908 ஆம் ஆண்டில் அவர் தூக்கிலிடப்பட்டார், அவர் தனது எதிரிகளில் மிகவும் ஆபத்தானவர் என்று கருதினார்.

இளம் ஜமால்சாதே ஈரானில் பன்னிரண்டு அல்லது பதின்மூன்று வயது வரை மட்டுமே வாழ்ந்தார். அதன் பிறகு, அவர் வாழ்ந்த லெபனான் அவர் பயின்ற, *Aintoura* கத்தோலிக்க பள்ளி (1908) அருகே பெய்ரூட், பிரான்சில் (1910), சுவிச்சர்லாந்து சட்டம் பயின்றார் லாசன்னே பல்கலைக்கழகத்தில், பின்னாளில் பர்கண்டி பல்கலைக்கழகம் உள்ள டிஜோன், பிரான்ஸ் ஆகியவற்றில் பயின்றார்.

அவரது தந்தையின் மரணத்திற்குப் பிறகு, ஜமால்சாதேவின் வாழ்க்கை மோசமாக மாறியது, ஆனால் பல துணை நண்பர்களுக்கும், அவ்வப்போது ஊதியம் தரும் கற்பித்தல் வேலைகளும் அவருக்கு கிடைத்தமையால் அவர் பட்டினியில் இருந்து தப்பினார். முதலாம் உலகப் போரின் போது, அவரது சிறு வயதிலேயே,

அவர் பெர்லினில் ஈரானிய தேசியவாதிகள் குழுவில் சேர்ந்தார், 1915 இல், பாக்தாத்தில் இந்த குழுவுக்கு ஒரு செய்தித்தாளை (ரஸ்தாக்கிஸ்) நிறுவினார். பாக்தாத்தில் தங்கிய பின்னர், ஜமால்சாதே கான்ஸ்டான்டினோப்பிளுக்குச் சென்றார், அங்கு அவர் ஆர்மீனிய இனப்படுகொலைக்கு சாட்சியாக இருந்தார், மேலும் அவரது பயணத்தின் போது பல சடலங்களையும் சந்தித்தார். அவர் தனது அனுபவங்கள், நேரில் கண்ட சாட்சிகளைப் பற்றி பல தசாப்தங்களுக்குப் பிறகு "கட்-இ அம்-இ ஆர்மீனியன்" (ஆர்மீனிய படுகொலைகள்), "கத்ல் ஓராட்-இ ஆர்மனே தார் டோர்கியா" (ஒட்டோமான் துருக்கியில் ஆர்மீனியர்கள் படுகொலை செய்யப்பட்டவை) என்ற இரண்டு புத்தகங்களில் எழுதினார். அவை முறையே 1972, 1963 இல் வெளியிடப்பட்டது. இந்த நேரத்தில் அவர் கோவே (1916) காலத்திலும் பணியாற்றினார். 1917 ஆம் ஆண்டில், அவர் தனது முதல் புத்தகமான கஞ்ச்-இ ஷாயேகன் (மதிப்புள்ள புதையல்) வெளியிட்டார். 20 ஆம் நூற்றாண்டின் தொடக்கத்தில் ஈரானைப் பற்றிய ஒரு கண்ணோட்டம், கஞ்ச்-இ ஷாயேகன் ஈரானின் சமூக-அரசியல், பொருளாதார சிக்கல்களைக் கையாளுகிறார், இது இலக்கியத்திற்கும் அறிவியலுக்கும் இடையிலான இடைவெளியைக் கட்டுப்படுத்தும் ஒரு முக்கிய பங்களிப்பாகும். அவரது பிற்பட்ட ஆண்டுகள், 1931 வரை அவர் ஜெனீவாவில் குடியேறி, பின்னர் சர்வதேச தொழிலாளர் அமைப்பில் பணிபுரிந்த வரை, பெர்லினில் உள்ள ஈரானிய தூதரகத்தில் ஒரு தற்காலிக வேலைகளில் செலவிட்டார்.

இந்த ஆண்டுகளில், ஜமால்சாதேக்கு ஈரானுடன் மிகக் குறைந்த தொடர்பு இருந்தது. ஆனால் அது அவருக்கு பாரசீக மொழியைக் கற்றுக்கொள்வதைத் தடுக்கவில்லை. இளம் வயதில் பெற்ற தனது அனுபவங்களை வரைந்து, சமகால ஈரானியர்களின் வாழ்க்கையைப் பற்றி எழுதினார். மொழியைப் பயன்படுத்துவதில் அவர் கொண்டிருந்த ஆர்வம், அவரது டிக்கென்சியன் எழுதும் பாணி, மறுபடியும் மறுபடியும், பெயரடைகளைக் குவித்தல், பிரபலமான சொற்றொடர்களைப் பயன்படுத்துதல் ஆகியவை ஜமால்சாதேவின் பின்னணியையும் அவரது நேர்மையான நோக்கங்களையும் விரைவாக வாசகருக்கு நினைவூட்டுகின்றன. இருப்பினும், அவரது கதைகளில் விவரிக்கப்பட்டுள்ள நிகழ்வுகளின் காட்சிகளிலிருந்து அவரது உடல் தூரம் அவரது படைப்புகளின் துல்லியத்தை ஓரளவு சமரசம் செய்கிறது.

1921 இல் பெர்லினில் வெளியிடப்பட்ட ஜமால்சாதேவின் முக்கிய படைப்பான யெக்கி பட் யெக்கி நபுத் ஒன்ஸ் அபான்

எ டைம் ஒரு வருடம் கழித்தும் ஈரானை அடையவில்லை, பொதுமக்கள், குறிப்பாக மதகுருமார்கள், ஜமால்சாதே தங்கள் நாட்டை சித்தரிப்பதை வெறுத்தனர், புத்தகத்தின் பிரதிகள் பொது சதுக்கங்களில் எரிக்கப்பட்டன. ஆறு சிறுகதைகளின் தொகுப்பு, யெக்கி பட் யேகி நபுத் 20 ஆம் நூற்றாண்டின் தொடக்கத்தில் ஈரானில் உள்ள சமூக, அரசியல் நிலைமைகளைக் கையாள்கிறது, இது எழுத்தாளர்கள், கவிஞர்களின் எல்லைக்கு வெளியே இருந்தது. மேலும், இதனுடன் பின்னிப் பிணைந்திருப்பது ஈரானில் மேற்கத்திய தலையீட்டிற்கு எதிரான கணிசமான அளவு போர்க்குணம், மத வெறியின் வெளிப்படையான கேலிக்கூத்து ஆகும். ஜமால்சாதேவின் எளிமையான, பேச்சுவழக்கு பாணி, அளவிடப்பட்ட நகைச்சுவையுடன் இணைந்து, அவரது எழுத்துக்களின் தாக்கத்தை மேம்படுத்தி, யெக்கி பட் யெக்கி நபுத், ஃபார்ஸி சேகர் அஸ்ட் (பாரசீக சர்க்கரை) போன்ற அவரது கதைகள கடுமையான முறையில் விமர்சனம் செய்கிறது. இந்த விரோதமான பொது எதிர்வினை ஜமால்சாதேவை அடுத்த இருபது ஆண்டுகளாக எந்தவொரு இலக்கிய நடவடிக்கைகளிலும் ஈடுபடுவதைத் தவிர்த்தது.

ஜமால்சாதேவின் "ஒன்ஸ் அபான் எ டைம்" இன் மிகவும் பிரபலமான சிறுகதைகளில் ஒன்று பில்-இ டிக், பில்-இ சோ ஆங்கிலத்தில் "வாட்ஸ் சாஸ் ஃபார் தி கூஸ்" என்று அழைக்கப்படுகிறது. இந்த முதல் நபரின் கதை ஐரோப்பாவில் உள்ள ஒரு ஈரானிய மனிதனின் கதையைப் பின்தொடர்கிறது, அவர் ஈரானிய குளியலறைகளை நினைவூட்டுகையில், அவர் ஒரு ஆழ்ந்த உரையாடலில் ஈடுபடும் ஒரு மனோபாவத்தை பெறுகிறார்.

ஒரு நபர் அவற்றை உடைக்க முயற்சித்த பிறகும், பெயரிடப்படாத கதை சொல்பவர் பழக்கவழக்கங்கள் , அவர்கள் திரும்புவதற்கான போக்கு பற்றிய உள் சொற்பொழிவில் உள்வாங்கப்படுவதால் கதை தொடங்குகிறது. அந்தக் கதை சொல்பவர், பழக்கத்திற்குத் திரும்புவதைப் போலவே, முன்பு வெளிப்படுத்தப்பட்ட ஏக்கம் குறித்த உணர்வுகளை பூர்த்தி செய்வதற்காக ஒரு ஹம்மாம் (குளியல் இல்லத்தில்) கலந்து கொள்ள வேண்டும் என்ற தனது திடீர் வேண்டுகோளை வெளிப்படுத்துகிறார். குளியல் இல்லத்திற்கு வந்ததும், ஐரோப்பாவின் துருக்கிய பாணியிலான குளியல் இல்லங்கள் தனக்குத் தெரிந்த , நேசித்த ஈரானிய சகாக்களுடன் பொருந்தவில்லை என்பதைக் கண்டு ஏமாற்றமடைந்தது; இருப்பினும், ஈரானிய பயிற்சி பெற்ற ஒரு மசாஜ் மூலம் மசாஜ் செய்யப்படுவதில் அவர் மகிழ்ச்சியுடன் ஆச்சரியப்பட்டார். மசாஜ் மூலம் உரையாடலில் ஈடுபடுவதன் மூலம், விவரிப்பவர் ஊழியரின் பின்னணியை

குறைத்து மதிப்பிடுகிறார், ஈரானிய சமூகம், கலாச்சாரத்தின் சில குறைபாடுகளை உணர்ந்துள்ளார். மசாஜ் செய்பவர் பல ஈரானிய அமைச்சகங்களுக்கு ஆலோசகராக இருந்தார் என்பதை அறிந்த பிறகு, கதை சொல்பவர் உடனடியாக சந்தேகம், அவநம்பிக்கையால் கடக்கப்படுகிறார். ஒரு ஆலோசகரின் பாத்திரத்தில் இடம் பெறுவது, தற்செயலாக அவர் பெற்ற மரியாதை, உயர் பதவி, ஈரானியர்களை வெளிநாட்டவரின் பார்வையில் அவர் காட்டிய நேர்மறையான தீர்ப்பை விட மசாஜ் செய்பவர் தனது கதையைத் தொடர்ந்து கூறினார். அவர் குறிப்பிடும் எதிர்மறை அம்சங்களில் ஒன்று ஈரானியர்களின் நேர்மையற்ற தன்மை, திருடர்களால் கொள்ளையடிக்கப்பட்டு வெற்று வாக்குறுதிகள் வழங்கப்பட்டவை அவரது கதையில் விளக்கப்பட்டுள்ளது. மசாஜ் செய்பவர் இதை கேட்ட பிறகு, கதை சொல்பவர் ஒரு பாரசீக பழமொழியுடன் "பில்-இ டிக், பில்-இ சோகொண்டர்" என்று பதிலளிப்பார். பழமொழியை விளக்க முயற்சிக்காத பிறகு, குளியல் இல்லத்தில் கதை சொல்லும் நேரம் உருவாக்கபடுகிறது. அவர்களின் நேரம் முடிந்துவிட்டதாக ஏமாற்றமடைந்த மசாஜ் செய்பவர் ஈரானில் அவர் சந்தித்ததை விவரிக்கும் தனது நாட்குறிப்பை அந்த மனிதரிடம் ஒப்படைக்கிறார்.

அவர் வீடு திரும்பியதும், கதை சொல்பவர் நாட்குறிப்பைப் படிக்கத் தொடங்குகிறார். டைரியில் உள்ள கதைகள் ஒரு படிக்காத மனிதனால் எழுதப்பட்டவை என்பதை அவர் விரைவாக உணருகிறார், ஈரானை முழு உலகமும் ஐரோப்பாவைப் போல இருக்க வேண்டும் என்ற பாரபட்சத்துடன் பார்க்கிறார். ஒரு கவனிப்பில், பொது வாழ்க்கையில் பெண்கள் இல்லாதது குறித்து மசாஜ் செய்பவர் கருத்துரைக்கிறார். வெளிப்படையாக, பெண்கள் உண்மையில் சமூகத்திலிருந்து வெளியேறவில்லை, ஆனால் உடல் நீளம் கொண்ட கருப்பு முக்காடுகளில் முழுமையாக மூடப்பட்டிருக்கும் பொதுவில் தோன்றும். துரதிர்ஷ்டவசமாக, உள்ளூர் கலாச்சாரத்தின் பிரத்தியேகங்களை அறிமுகப்படுத்தாததால், ஐரோப்பிய மசாஜ் செய்பவர் அவர்களை "விசித்திரமான பூசாரிகள்" என்று அழைத்துச் சென்றது.

ஈரானிய சமுதாயத்தில் உள்ள சமூக அடுக்குகளைப் பற்றியும் மசாஜ் செய்பவர் கருத்துரைக்கிறார். ஈரானில் ஆண்கள் தங்கள் தொப்பிகளின் நிறத்தால் வேறுபடுகிறார்கள் என்றும் மஞ்சள் தொப்பிகள், வெள்ளை தொப்பிகள், கருப்பு தொப்பிகள் என மூன்று குழுக்கள் உள்ளன என்றும் அவர் எழுதுகிறார். ஒவ்வொரு குழுவிற்குமான விளக்கங்களை விவரிப்பவர் தொடர்ந்து படிக்கும்போது, அவர்கள்

முறையே விவசாயிகள், மதகுருமார்கள், அரசாங்கத்தை பிரதிநிதித் துவப்படுத்துகிறார்கள் என்பதை அவர் அறிகிறார். மற்ற இரண்டு வகுப்புகளுக்குச் சொந்தமான அனைத்து பொருட்களையும் தியாகம் செய்யும் மஞ்சள் தொப்பிகள் ஏன் ஒரே நேரத்தில் அவர்களுக்கு இவ்வளவு மரியாதை வைத்திருக்கின்றன என்பதை ஐரோப்பிய பார்வையாளரால் புரிந்து கொள்ள முடியவில்லை. அவர் கூறுகிறார்: "அவர்கள் இதை மிகவும் வற்புறுத்துகிறார்கள், பெரும்பாலும் அவர்களும் அவர்களது குடும்பத்தினரும் பட்டினி கிடப்பார்கள் அல்லது குளிரில் இருந்து இறந்துவிடுகிறார்கள், மேலும் ஒரு கவசம் இல்லாமல் புதைக்கப்படுகிறார்கள், அதே நேரத்தில் கருப்பு தொப்பிகள், வெள்ளை தொப்பிகள் இவற்றிலிருந்து இவ்வளவு லாபம் ஈட்டியுள்ளன மஞ்சள் தொப்பிகள்'

ஐரோப்பிய மசாஜ் செய்பவரின் அவதானிப்புகள் அவரது அறியாமை காரணமாக அப்பாவியாகவும் மட்டுப்படுத்தப்பட்டதாகவும் வெளிவருகின்றன, ஆனால் அவை ஈரானிய சமுதாயத்தில் ஒரு நகைச்சுவையான ஆனால் கண் திறக்கும் முன்னோக்கை எடுத்துக்காட்டுவதற்கு ஒரு இலக்கிய மூலோபாயமாக ஜமால்சாதே பயன்படுத்தும் ஒரு சமூக நையாண்டியாக செயல்படுகின்றன.

கிளாஸ் வி. பீடர்சன் செய்த ஒரு அறிவார்ந்த பகுப்பாய்வில் ஜமால்சாதே தனது இலக்கியத்தில் காண்பிக்கும் நவீனத்துவக் கருத்துக்களைக் அவரது படைப்புகள் சொல்கிறது என்று கருதுகிறது. முகமது-அலி ஜமால்சாதேவின் படைப்புகள் உட்பட நவீன பாரசீக இலக்கியங்களில் மேற்கத்திய தாக்கங்கள் இருக்கிறது என்பதில் சந்தேகமில்லை, ஆனால் இந்த கதைகளில் உள்ள பல கலாச்சார, அரசியல் தாக்கங்கள் ஒரு புதிய உலகக் கண்ணோட்டத்தை பிரதிபலிக்கும் என்ற அதன் செய்தியுடன் பெரும்பாலும் கவனிக்கப்படுவதில்லை. ஜமால்சாதேவின் இலக்கியப் படைப்புகள் நிலையான உலக ஒழுங்கு இல்லாத உலகத்தைப் பற்றிய நவீனத்துவ பார்வையை வெளிப்படுத்துகின்றன, மேலும் தனிநபர் பிரபஞ்சத்தின் மையமாக இருக்கிறார், அவரின் பகுத்தறிவு, அறிவுசார் திறன்களைப் புரிந்துகொள்வதற்கும், விளக்குவதற்கும், தங்களது சுற்றியுள்ள யதார்த்தத்தை அகநிலை ரீதியாகவும் உருவாக்கும் சுதந்திரம் உள்ளது. ஒப்பீட்டளவில். இந்த யோசனைகளின் எடுத்துக்காட்டுகள் ஜமால்சாதேவின் சிறுகதையான "பித்தம் கதையில் காட்டப்பட்டுள்ளது, இது தனித்தன்மை, பகுத்தறிவுத் திறன்கள், விளக்கம், உண்மையின் சார்பியல், யதார்த்தம் குறித்த இந்தக் கருத்துக்களை நிரூபிக்கிறது. இந்த விஷயத்தை விவரிக்க ஆசிரியர் பயன்படுத்தும் ஒரு எடுத்துக்காட்டு

மொய்யெட், ஸ்ப்ராக்மேன் மொழிபெயர்ப்பில் உள்ளது: "பழக்கம் உண்மையிலேயே சமாரியாவிலிருந்து வந்த ஒரு பிச்சைக்காரன் அல்லது ஒரு செல்லப் பூனை அல்லது ஒரு யூதருக்குக் கொடுக்க வேண்டிய பணம் அல்லது ஒரு இஸ்பஹானி ஜாக்ரேக்கர் போன்றது: நீங்கள் எத்தனை முறை எறிந்தாலும் ஒரு கதவுக்கு வெளியே, அது எப்போதும் மற்றொரு வழியாக திரும்பும் ". இங்கே அவர் வழக்கமான சாதாரண பழக்கத்தைக் குறிக்கவில்லை, ஆனால் பார்வையற்றோரின் பழக்கவழக்கங்களைக் குறிப்பிடுகிறார், மேலும் உலகத்தை உண்மையிலேயே பார்க்க மக்களை அனுமதிக்கவில்லை. கதையில், விவரிப்பாளர் தனது முன்னாள் எஜமானருடன் ஈரானுக்குச் சென்ற ஒரு பிரெஞ்சு மசாஜ் சந்திக்கிறார். ஈரானைப் பற்றி மசாஜ் சொல்லும் கதையிலிருந்து, கேலிக்குரிய, மிகைப்படுத்தப்பட்ட கதை, ஈரானைப் பற்றிய தனது சொந்த புரிதல் தவறான நினைவகம், பழக்கத்தால் மேகமூட்டப்பட்டிருப்பதை விவரிக்கிறார். ஐரோப்பிய மசாஜ் புரிதல் மட்டுப்படுத்தப்பட்டதாகவும் ஓரளவு தவறாகவும் இருப்பதை அவர் உணர்ந்திருக்கிறார்.

# 32

## சதேக் ஹெதாயத்

சதேக் ஹெதாயத் (பிப்ரவரி 17, இல் 1903 தெஹ்ரான் - ஏப்ரல் 9, 1951 பாரிஸ்) ஈரானிய எழுத்தாளர், மொழிபெயர்ப்பாளர், அறிவார்ந்த நிபுணராக இருந்தார். குருட்டு ஆந்தை என்ற நாவலுக்கு பின் மிகவும் பிரபலமான இவர், ஈரானிய எழுத்தாளர்களில் ஒருவரானார், அவர் வாழ்க்கையில் இலக்கிய நவீனத்துவத்தை ஏற்றுக்கொண்டார்.

ஹெதாயத் தெஹ்ரானில் ஒரு வடக்கு ஈரானிய பிரபுத்துவ குடும்பத்தில் பிறந்தார் (அவரது தாத்தா ரெசா-கோலி கான் ஹெடாயத் ஒரு நல்ல மரியாதைக்குரிய எழுத்தாளர், அரசாங்கத்தில் பணியாற்றினார், மற்ற உறவினர்களைப் போலவே) செயின்ட் லூயிஸில் (பிரெஞ்சு கத்தோலிக்க பள்ளி), டார் ஓல்-ஃபோனூன் (1914-1916) கல்வி நிறுவனங்களில் படித்தார். 1925 ஆம் ஆண்டில், ஐரோப்பாவுக்குச் சென்ற தேர்ந்தெடுக்கப்பட்ட சில மாணவர்களில் ஒருவராக இருந்தார். அங்கு, ஆரம்பத்தில் அவர் பெல்ஜியத்தில் பொறியியல் படிக்கச் சென்றார், பிரான்சில் கட்டிடக்கலை படித்து ஒரு வருடம் கழித்து அவர் அதை கைவிட்டார். அங்கு அவர் பல் மருத்துவத்தைத் தொடர கட்டிடக்கலையை கைவிட்டார். இந்த காலகட்டத்தில் அவர் ஒரு பாரிசியரான தெரேஸுடன் பழகினார், அவருடன் அவருக்கு காதல் இருந்தது. 1927 இல் ஹெதாயத் ஒரு தற்கொலை முயற்சி மேற்கொண்டார்.பிரான்சில் நான்கு ஆண்டுகள் கழித்து, அவர் இறுதியாக தனது உதவித்தொகையை சரணடைந்து, 1930 கோடையில் பட்டம் பெறாமல் வீடு திரும்பினார். ஈரானில் அவர் குறுகிய காலத்தில் பல்வேறு வேலைகளை வகித்தார்.

ஹெடாயத் பின்னர் தனது முழு வாழ்க்கையையும் மேற்கத்திய இலக்கியங்களைப் படிப்பதற்கும் ஈரானிய வரலாறு, நாட்டுப்புறக் கதைகளைக் கற்றுக்கொள்வதற்கும் விசாரிப்பதற்கும் அர்ப்பணித்தார். ரெயினர் மரியா ரில்க், எட்கர் ஆலன் போ, பிரான்ஸ் காஃப்கா,

ஆன்டன் செக்கோவ், மாப்பசந்த் ஆகியோரை வாசித்தார். அவரது குறுகிய இலக்கிய ஆயுட்காலத்தில், கணிசமான எண்ணிக்கையிலான சிறுகதைகள், நாவல்கள், இரண்டு வரலாற்று நாடகங்கள், ஒரு நாடகம், ஒரு பயணக் கதை, நையாண்டி கேலிக்கூத்துகள், ஓவியங்களின் தொகுப்பு ஆகியவற்றை ஹெதாயத் வெளியிட்டார். இவரது எழுத்துக்களில் ஏராளமான இலக்கிய விமர்சனங்கள், பாரசீக நாட்டுப்புறக் கதைகள், மத்திய பாரசீக மொழிபெயர்ப்புகளும் அடங்கும். பாரசீக மொழியையும் இலக்கியத்தையும் சர்வதேச சமகால எழுத்தின் பிரதான நீரோட்டத்திற்கு கொண்டு வந்த பெருமைக்குரியவர். ஈரானில் உள்ள அனைத்து நவீன எழுத்தாளர்களிடமும் ஹெடாயத் மிகவும் நவீனமானவர் என்பதில் சந்தேகமில்லை. ஆயினும்கூட, ஹெடயாத்தைப் பொறுத்தவரை, நவீனத்துவம் என்பது விஞ்ஞான பகுத்தறிவின் கேள்வி அல்லது ஐரோப்பிய விழுமியங்களின் தூய்மையான பிரதிபலிப்பு மட்டுமல்ல.

அவரது பிற்காலத்தில், அக்கால சமூக-அரசியல் பிரச்சினைகளை உணர்ந்த ஹெதாயத், ஈரானின் அழிவுக்கான இரண்டு முக்கிய காரணங்களான முடியாட்சி, குருமார்கள் மீது தாக்குதல் நடத்தத் தொடங்கினார், மேலும் தனது கதைகளின் மூலம் தேசத்தின் காது கேளாமை, குருட்டுத்தன்மையை துஷ்பிரயோகங்களுக்கு உட்படுத்த முயன்றார் இந்த இரண்டு பெரிய சக்திகளில். தன்னைச் சுற்றியுள்ள அனைவராலும், குறிப்பாக அவரது சகாக்களால் அந்நியப்பட்டதாக உணர்கிறது, ஹெடாயத்தின் கடைசியாக வெளியிடப்பட்ட படைப்பு, தி மெசேஜ் ஆஃப் காஃப்கா, மனச்சோர்வு, விரக்தி, பாகுபாடு அடக்குமுறைக்கு உட்படுத்தப்பட்டவர்கள் மட்டுமே அனுபவிக்கும் அழிவு உணர்வை வெளிப்படுத்துகிறது.

ஹெடாயத் 1936 முதல் 1937 ஆம் ஆண்டின் பிற்பகுதி வரை இந்தியாவில் பயணம் செய்து தங்கியிருந்தார், பம்பாயில் அவர் விஜயம் செய்தபோது அவர் தங்கியிருந்த மாளிகை சமீபத்தில் 2014 இல் கண்டுபிடிக்கப்பட்டது. நதீம் அக்தரின் இந்தியாவில் ஹெடாயத் இந்தியாவில் சதேக் ஹெதாயத்தின் தங்குமிடம் பற்றிய விவரங்களை நமக்கு வழங்குகிறது. பம்பாயில் அவர் தனது மிக நீடித்த படைப்பான குருட்டு ஆந்தை நாவலை முடித்து வெளியிட்டார், அதன் எழுத்து 1930 ஆம் ஆண்டு பாரிஸில் தொடங்கியது. இந்த புத்தகத்தை ஹென்றி மில்லர், ஆண்ட்ரே பிரெட்டன், பலர் பாராட்டினர். இது "பாரசீக மொழியில் மிக முக்கியமான இலக்கிய படைப்புகளில் ஒன்று" என்று அழைக்கப்படுகிறது.

1950 ஆம் ஆண்டின் இறுதியில், ஹெடாயத் ஈரானிலிருந்து பாரிஸுக்கு புறப்பட்டார். அங்கு, 9 ஏப்ரல் 1951 இல், அவர் தற்கொலை செய்து கொண்டார்.அவர் தனது ஈமசடங்குக்காக (ஒரு லட்சம் பிராங்குகள்) பணத்தை (ஒரு லட்சம் பிராங்குகள்) தனது பக்க பணப்பையில் வெற்று பார்வையில் வைத்திருந்தார். அவர் பெரே லாச்சைசஸ் கல்லறையின் 85 வது பிரிவில் அடக்கம் செய்யப்பட்டார். அவரது இறுதிச் சடங்கில் ஈரானிய, பிரெஞ்சு இரு நெருங்கிய நண்பர்களும் நெருங்கிய நண்பர்களும் கலந்து கொண்டனர்.

# 33

## சமத் பெஹ்ரங்கி

*சமத் பெஹ்ரங்கி (ஜூன் 24, 1939 – ஆகஸ்ட் 31, 1967) ஈரானிய (தப்ரிஸ்) ஆசிரியர், சமூக விமர்சகர், நாட்டுப்புறவியலாளர், மொழிபெயர்ப்பாளர், சிறுகதை எழுத்தாளர் ஆவார். அவர் தனது சிறார் புத்தகங்கள் மூலம், குறிப்பாக தி லிட்டில் பிளாக் ஃபிஷுக்கு பின்னர் பிரபலமானவர். அவரது சகாப்தத்தின் ஈரானிய புத்திஜீவிகளிடையே பொதுவானதாக இருந்த இடதுசாரி சித்தாந்தங்களால் செல்வாக்கு பெற்ற அவரது புத்தகங்கள் பொதுவாக நகர்ப்புற ஏழைகளின் குழந்தைகளின் வாழ்க்கையை சித்தரித்தன, மேலும் தனிநபரை தனது சொந்த முயற்சிகளால் சூழ்நிலைகளை மாற்ற ஊக்குவிக்கும் எழுத்துக்கள் அவருடையது.*

*தாப்ரீஸ் என்ற இடத்தில் பிறந்து அஜர்பைஜானுக்கு இவரது குடும்பம் இடம்பெயர்ந்தது. எசாத், சாராவுக்கு, அவருக்கு வேறு இரண்டு சகோதரர்களும் மூன்று சகோதரிகளும் இருந்தனர். அவரது தந்தை பருவகால தொழிலாளி அவரது வருமானம் ஒருபோதும் போதுமானதாக இல்லை, அவர் காகசஸின் சிறந்த வாழ்க்கை நிலைமைகளுக்கான நடவடிக்கையில் மில்லியன் கணக்கான பிற தொழிலாளர்களைப் போல ஈரானை விட்டு வெளியேறினார், திரும்பி வரவில்லை. அவர் ஒரு ஆசிரியர் பயிற்சி பள்ளியில் சேருவதற்கு முன்பு தொடக்கப்பள்ளியையும் மூன்று ஆண்டுகள் மேல்நிலைப் பள்ளியையும் முடித்தார், 1957 இல் கல்வி திட்டத்தை முடித்தார்.*

*இவ்வாறு, சில ஆண்டு கல்வியைப் பெற்றதும், 18 வயதில், அவர் ஆசிரியரானார், தொடர்ந்து அவரது வாழ்நாள் முழுவதும் ஆசிரியராகவே பணியாற்றினார்., கிழக்கு அஜர்பைஜானில். பதினொரு ஆண்டுகளில், ஈரானிய அஜர்பைஜானின் கிராமப்புற பள்ளிகளில் பாரசீக மொழியைக் கற்பிக்கும் போது, தப்ரிஸ் பல்கலைக்கழகத்தில் ஆங்கிலத்தில் பி.ஏ பட்டம் பெற்றார். அவர் 1960 இல் கதைகளை வெளியிடத் தொடங்கினார், அவரின் முதல்*

படம் அடாட் "விருப்பம்". அவர் ஆங்கிலம், துருக்கியிலிருந்து பாரசீக மொழியையும், பாரசீக துருக்கிய மொழியையும் மொழிபெயர்த்துக் கொண்டு கதைகளை எழுதினார். பின்னர், அவர் அசாத்தியமானவர் என்று கூறி, தனது உயர்நிலைப் பள்ளி கற்பித்தல் பணியிலிருந்து நீக்கப்பட்டு ஒரு தொடக்கப் பள்ளிக்கு நியமிக்கப்பட்டார். பின்னர், அவரது கலாச்சார பணிகள் அதிகரித்தபோது, அவர் மீது குற்றம் சாட்டப்பட்டு வழக்கு தொடரப்பட்டது, கற்பித்தல் இடைநீக்கம் செய்யப்பட்டது. சிறிது நேரம் கழித்து அவரது தண்டனை ரத்து செய்யப்பட்டு அவர் பள்ளிகளுக்கு திரும்பினார். பின்னர், மாணவர் போராட்டங்களில் கலந்து கொண்டார்.

இருப்பினும், அவர் தனது படைப்புகளை அஸெரியில் வெளியிட அனுமதிக்கப்படவில்லை, எனவே அவற்றை ஈரானில் கிடைக்கச் செய்வதற்காக அவற்றை பாரசீக மொழியில் மொழிபெயர்க்க வேண்டியிருந்தது.

குழந்தைகளின் கதைகளைத் தவிர, அவர் பல கல்விக் கட்டுரைகளை எழுதி வாய்வழி அஜர்பைஜான் இலக்கியத்தின் பல மாதிரிகளை சேகரித்து வெளியிட்டார். அவரது நாட்டுப்புற ஆய்வுகள் வழக்கமாக அவரது சகாவான பெஹ்ரூஸ் தேஹானியின் உதவியுடன் வெளியிடப்பட்டுள்ளன, அவர் பெஹ்ரங்கியின் மரணத்திற்குப் பிறகு சில படைப்புகளை வெளியிட உதவினார். பாரசீக கவிதைகளிலிருந்து அஹ்மத் ஷாம்லூ, ஃபாரோ ஃபாரோக்சாத், மெஹ்தி அகவன்-சேல்ஸ் ஆகியோரின் சில அஸெரி மொழிபெயர்ப்புகளும் பெஹ்ரங்கியின் கைவசம் உள்ளன.

பெஹ்ரங்கி அராஸ் ஆற்றில் மூழ்கி இறந்ததாக அவரது மரணம் குறித்து பஹ்லவி அரசாங்கத்தின் மீது குற்றம் சாட்டப்பட்டது. நீரில் மூழ்கும்போது ஹம்ஸே ஃபராஹதி என்ற இராணுவ அதிகாரி அவருடன் காணப்பட்டார் என்று நம்பப்படுகிறது. ஆயினும் இராணுவ அதிகாரி சமத் பெஹ்ரங்கியின் நெருங்கிய நண்பராக இருந்தவர் என்றும் தனது இடதுசாரி கருத்துக்களை பகிர்ந்து கொண்டார் என்றும் சொல்லப்படுகிறது. ஆனால் சிலர், குறிப்பாக பெஹ்ரூஸ் டோவ்லட்-அபாடி, சமத் நீந்தத் தெரியவில்லை (இது ஒரு பூர்வீக ஹொசைன் ஹொசைன்-ஸாதேவால் உறுதிப்படுத்தப்பட்டது) என்றும் அதுவே அவரது மரணத்திற்குக் காரணம் என்றும் கூறினார். இதையொட்டி, எல்லோரும் பெஹ்ரூஸ் டோவ்லட்-அபாடியை மேற்கோள் காட்டுகிறார்கள், எந்த விசாரணையும் செய்யப்படவில்லை.

**அவரது சில படைப்புகள்**

தி லிட்டில் பிளாக் பிஷ்

ஈரானின் கல்வி சிக்கல்கள் பற்றிய விசாரணைகள் (کندوکاو در مسائل تربیتی)

உல்டுஸ், பேசும் பொம்மை

உல்டுஸ், காகங்கள்

டாக்கூன்

ஒரு கரை, 1000 கரைகள்

முழுமையான கதைகள்

# 34

## ஷார்னுஷ் பார்சிபூர்

**ஷா**ர்னுஷ் பார்சிபூர் (பிறப்பு பிப்ரவரி 17, 1946) பிரபலமான ஒரு ஈரானிய எழுத்தாளர் ஆவார். தெஹ்ரானில் பிறந்து வளர்ந்த பார்சிபூர் 1973 ஆம் ஆண்டில் தெஹ்ரான் பல்கலைக்கழகத்தில் சமூகவியலில் பி.ஏ. பெற்றார், 1976 முதல் 1980 வரை சோர்போனில் சீன மொழி, நாகரிகத்தைப் படித்தார். அவரது முதல் புத்தகம் துபக்-இ கெர்மெஸ் (தி லிட்டில் ரெட் பால் - 1969), கதை இளைஞர்களை பற்றியது. அவரது முதல் சிறுகதைகள் 1960களின் பிற்பகுதியில் வெளியிடப்பட்டன. அதில் ஒரு கதை ஜோங்-இ இஸ்ஃபஹானில் என்ற ஒன்று. பின்னர் (ஜூன் 1972), ஒரு சிறப்பு சிறுகதை தொகைநூல் வெளியிடப்பட்டது. இதில் எஸ்மாயில் பாசிஹ், ஹவுஷாங் கோல்ஷிரி, தாகி மொடரேசி, பஹ்ராம் சதேகி, கோலம் ஹொசைன் சாயி ஆகியோரின் கதைகளும் இடம்பெற்றன. அவரது நாவலான தஜ்ரோபேஹா-யே ஆசாத் (சோதனை சலுகைகள் - 1970) 1976 இல் வெளியிடப்பட்ட சாக் வா ஜெமேஸ்டன்-இ போலண்ட் (நாய், நீண்ட குளிர்காலம்) நாவலைத் தொடர்ந்து வந்தது. 1977 ஆம் ஆண்டில், அவிசேஹா-யே போலூர் (கிரிஸ்டல் பெண்டண்ட் காதணிகள்) என்ற சிறுகதைகளின் தொகுப்பை வெளியிட்டார்.

1980 களின் பிற்பகுதியில், பார்சிப்பூர் தெஹ்ரான் இலக்கிய வட்டாரங்களில் கணிசமான கவனத்தைப் பெற்றார் அவரது பல கதைகள், பல அறிவிப்புகளை டோனியா-யே சோகன் இதழில் அவருடன் ஒரு நீண்ட நேர்காணல் ஆகியவற்றை பிரசுரித்தது. அவரது இரண்டாவது நாவல் டூபா வா மனா-யே ஷாப் (டூபா, இரவு அர்த்தம் - 1989), இது பார்சிபூர் நான்கு ஆண்டுகள், ஏழு மாதங்கள் சிறைவாசம் செய்தபோது எழுதியது ஆகும். சிறைவாசத்திற்கு முன்னதாக, 1990 ஆம் ஆண்டில், இணைக்கப்பட்ட கதைகளின் வடிவத்தில், ஜானன் பெடுன்-இ மர்தான் (ஆண்கள் இல்லாத

பெண்கள்) என்று அழைக்கப்படும் ஒரு சிறு நாவலை வெளியிட்டார், இது 1970களின் பிற்பகுதியில் பார்சிப்பூர் எழுதி முடித்தார். முதல் அத்தியாயம் அலெபாவில் தொடங்கும்.பின்னர் (1974). ஈரானிய அரசாங்கம் தடை செய்தது.1990 களின் நடுப்பகுதியில் ஆண்கள் இல்லாத பெண்கள், அத்தகைய எழுத்தில் இருந்து விலகுமாறு ஆசிரியருக்கு அழுத்தம் கொடுத்தனர். 1990களின் முற்பகுதியில், பார்சிபூர் தனது நான்காவது நாவலை முடித்தார், அக்ல்-இ அபிராங் (நீல நிற காரணம்) என்ற பெண் டான் குயிக்சோட்டின் 450 பக்கக் கதை, இது 1992 இன் ஆரம்பத்தில் கிடைக்கவில்லை. 1994 இல் அவர் ஐக்கிய மாநிலத்திற்குச் சென்றார் , சிறைச்சாலை நினைவகம், அவர் வெவ்வேறு சிறைகளில் இருந்ததாக நான்கு வெவ்வேறு கால நினைவுகளின் 450 பக்கங்களை எழுதினார். 1996 ஆம் ஆண்டில் அவர் தனது ஐந்தாவது நாவலான சிவா என்ற அறிவியல் புனைகதையை 900 பக்கங்களில் எழுதினார். 1999 ஆம் ஆண்டில் அவர் தனது ஆறாவது நாவலான மஜெராஹாயே சாதே வா குச்சகே ருஹே டெராக்சாட் (மரத்தின் ஆவியின் எளிய, சிறிய சாகசங்களை வெளியிட்டார்), 300 பக்கங்களில். 2002 ஆம் ஆண்டில், அவர் தனது ஏழாவது நாவலான பார் பாலே பாத் நேஷஸ்தான் (காற்றின் சிறகுகளில்) 700 பக்கங்களில் வெளியிட்டார்.

2006 ஆம் ஆண்டு முதல், நெதர்லாந்தின் ஆம்ஸ்டர்டாமில் அமைந்துள்ள ரேடியோ ஐமானேவுக்காக அவர் வெவ்வேறு நிகழ்ச்சிகளை உருவாக்கி வருகிறார்.

பார்சிப்பூர் 1994 ஆம் ஆண்டில் மனித உரிமைகளுக்கான மதிப்புமிக்க ஹெல்மேன் ஹம்மெட் விருதைப் பெற்றவர், 2003 ஆம் ஆண்டில் மியாமியில் உள்ள என்சைக்ளோபீடியா ஈரானிகாகலாவில் கவுரவிக்கப்பட்டார், ஒரு நாவலாசிரியர், இலக்கிய நபராக வாழ்நாள் முழுவதும் செய்த சாதனைகளுக்காக, சர்வதேச எழுத்தாளர்கள் திட்ட பெல்லோஷிப்பின் முதல் பெறுநர் கிரியேட்டிவ் ரைட்டிங், வாட்சன் இன்ஸ்டிடியூட் ஃபார் இன்டர்நேஷனல் ஸ்டடீஸ் 2003-2004, அவர் 2010 இல் பிரவுன் பல்கலைக்கழகத்தில் கவுரவ டாக்டர் பட்டம் பெற்றார். அவர் ஈரானிய திரைப்பட இயக்குனர் நாசர் தக்வாயை மணந்தார், ஆனால் திருமணமான ஏழு ஆண்டுகளுக்குப் பிறகு விவாகரத்தில் முடிந்தது. அவர்களுக்கு ஒரு மகன் இருக்கிறார்.

# 35

## ஃபெரேஷ்டே மொலவி

ஃபெரேஷ்டே மொலவி (பிறப்பு 19 செப்டம்பர் 1953, தெஹ்ரான்) ஒரு ஈரானிய-கனடிய புனைகதை எழுத்தாளர், கட்டுரையாளர் ஆவார். மேலும் அவர் ஒரு புகழ்பெற்ற அறிஞர், மொழிபெயர்ப்பாளர் ஆவார்.

1953 ஆம் ஆண்டு ஆட்சி கவிழ்ப்புக்கு ஒரு மாதத்திற்குப் பிறகு தெஹ்ரானில் பிறந்தார், 1998 ஆம் ஆண்டு வரை எழுத்தாளர், ஆசிரியர், மொழிபெயர்ப்பாளர், ஆராய்ச்சி நூலகராக வளர்ந்தார். ஈரானில் இருந்தபோது, தணிக்கை, போர் காரணமாக தனது சில படைப்புகளை வெளியிட முடியவில்லை, அவர் தொகுத்த பாரசீக மொழியில் சிறுகதைகளின் விரிவான நூலியல் மிகவும் புகழ்பெற்ற ஒன்றாகும். ஜுவான் ரூல்போ, அர்னால்ட் ஹவுசர் உள்ளிட்ட சர்வதேச அளவில் பிரபலமான எழுத்தாளர்களின் ஏராளமான படைப்புகளையும் அவர் மொழிபெயர்த்தார். 1987ஆம் ஆண்டில் அவர் மொழிபெயர்ப்புக்கான யுனெஸ்கோ உதவித்தொகையை விருதாக ஆசிய கலாச்சார மையம் (டோக்கியோ) வென்றுள்ளது, ஆனால் அவர் உயர் கல்வி அமைச்சின் ஹரசாத்(புலனாய்வு ஏஜென்சி) அலுவலகம் மூலம் நாட்டைவிட்டு வேளியேறி பணியாற்ற தடைச் செய்யப்பட்டார். ஒரு வருடம் கழித்து, அவர் சிறந்த மொழிபெயர்ப்பு விருதை வென்றார் (குழந்தைகள், இளம் பெரியவர்களின் அறிவுசார் வளர்ச்சிக்கான நிறுவனம், தெஹ்ரான்).

1988இல் போர்நிறுத்தத்திற்குப் பிறகு, அவர் தனது முதல் நாவலான கானே-யே அப்ரோ-பேட் (தி ஹவுஸ் ஆஃப் கிளவுட் அண்ட் தி விண்ட்) வெளியிட்டார்; பின்னர் அவரது முதல் சிறுகதைத் தொகுப்பு, பரி அப்தாபி (தி சன் ஃபேரி); , ஆரஞ்சு, சுண்ணாம்பு, பாரசீக தோட்டம் ஆகிய இரண்டு புனைகதை படைப்புகள் வெளியாகின. ஆரஞ்சு, சுண்ணாம்பு குழந்தைகள் புத்தக கவுன்சிலால் (தெஹ்ரான், 1993) போற்றப்பட்டது, «லெஸ்

பிரிக்ஸ் கிராபிக்ஸ்», ஆக்டோகோனலேஸ் டு சிஜஎல்ஜே (சென்டர் இன்டர்நேஷனல் டி எடுட்ஸ் என் லிட்டரேச்சர் டி ஜீனஸ்ஸி, பாரிஸ், 1994) க்கு பரிந்துரைக்கப்பட்டது. 1998 இல் கனடாவுக்குச் சென்றபின், அவர் பல ஆண்டுகளாக பல்வேறு வேலைகளில் பணியாற்றினார். அப்போது அவருக்கு தொழில் வாழ்க்கை இருந்தது. அவர் ஸ்டெர்லிங் நூலகத்தில் (யேல் பல்கலைக்கழகம்) பாரசீக நூலியல் ஆசிரியராக இருந்தார். டொராண்டோ பல்கலைக்கழகம், யார்க் பல்கலைக்கழகத்தில் பாரசீக மொழி, இலக்கியத்தையும், செனெகா கல்லூரியில் கட்டுரை எழுதுவதையும் கற்பித்தார். PEN கனடாவின் உறுப்பினராக, அவர் மாஸ்ஸி கல்லூரியில் சக ஊழியராகவும், ஜார்ஜ் பிரவுன் கல்லூரியில் விரிவுரையாளராகவும் இருந்தார்.

கனேடிய விருது பெற்ற எழுத்தாளர் கரேன் கான்னெல்லியுடனான அவரது உரையாடலை அடிப்படையாகக் கொண்ட ஒரு சாப் புத்தகம் 2005 ஆம் ஆண்டில் PEN கனடாவால் வெளியிடப்பட்டது. மொலவி ஸ்வீடன், அமெரிக்கா, கனடாவில் வாசிப்புகளைக் கொண்டிருந்தார். அவர் பல பாரசீக, ஆங்கில நிகழ்ச்சிகளில் தோன்றியுள்ளார், அவற்றில், பேசும் மொழிகள், TOK பிரபலமானவை. 2009 முதல் அவர் இரண்டு நாவல்களையும் இரண்டு சிறுகதைத் தொகுப்புகளையும் வெளியிட்டுள்ளார். நாவல்களில் ஒன்றான டவ் பர்தே-யே பாஸ்ல் (பருவங்களின் புறப்பாடு), மெஹ்ரேகன் இலக்கிய விருது பெற்று (தெஹ்ரான், 2012) பாராட்டப்பட்டது. ஈரானில் தணிக்கை செய்யப்பட்டதன் காரணமாக, ஜோஸ்டார்ஹாவில் (அந்த ஆண்டுகள், இந்த கட்டுரைகள்) அவரது கட்டுரைகளின் தொகுப்பு சன்ஹா பாரிஸில் வெளியிடப்பட்டது. பாரசீக, ஆங்கில மொழிகளில் எழுதும், அவர் இப்போது டொராண்டோவில் வசித்து வருகிறார், மேலும் தனது நேரத்தை எழுதுவதில் செலவளிக்கிறார்,

### முக்கிய படைப்புகள்

1) ஸார்ட்-காகஸ்தாரி (மஞ்சள்-சாம்பல்), (சிறுகதைத் தொகுப்பு, 2012)

2) ஹலா கீ பனாஃப்ஷே மிக்காரி? (ஏப்ரல் முதல் பிப்ரவரி வரை கதை) நாவல், 2012)

3) கானே-யே அப்ர்-ஒ-பேட் (தி ஹவுஸ் ஆஃப் கிளவுட் அண்ட் தி விண்ட்) (நாவல், 1991. மறுபதிப்பு, 2011)

4) ஜோஸ்தர்ஹாவில் ஒரு சல்ஹா (அந்த ஆண்டுகள், இந்த கட்டுரைகள்) (தனிப்பட்ட கட்டுரைகளின் தொகுப்பு, 2010)

5) டூ-இ பர்தே-யே பாஸ்ல் (பருவங்களின் புறப்பாடு) (நாவல், 2010)

6) சாகா வா அதம்ஹா [மட்ஸ் & மென்] (சிறுகதைத் தொகுப்பு, 2010)

7) போல்போல்-இ சர்காஷ்டே [தி வாண்டரிங் நைட்டிங்கேல்] (சிறுகதைத் தொகுப்பு, 2005)

8) லீடைக் கேளுங்கள்: கரேன் கான்னெல்லி & ஃபெரெஸ்டே மொலவி இடையே ஒரு உரையாடல் 2003 , 2004 இல் இடம் பெற்றது (2005)

9) ehrest-e mostand-e asami-e mashahir va mo'alefan [ஆசிரியர்கள் , பிரபலமான நபர்களின் பெயர் அதிகாரம் பட்டியல்] (ஆசிரியர், 1997, 2 வி.)

10) பாக்-இ இரானி [தி பாரசீக தோட்டம்] (1995)

11) நரேஞ்ச்-ஓ-டோரஞ்ச் [தி ஆரஞ்சு , சுண்ணாம்பு] (1992)

12) பரி-யே அப்தாபி [தி சன் ஃபேரி] (சிறுகதைத் தொகுப்பு, 1991)

13) கெதாப்ஷெனசி-யே தஸ்தான்-இ குட்டா [சிறுகதைகளின் நூலியல்] (1991)

36

# ஈரானிய எழுத்தாளர் ஃபரிபா வாஃபியுடன் ஒரு நேர்காணல்

ஈரானின் மிகவும் பிரபலமான சமகால பெண் எழுத்தாளர்களில் ஒருவர். அவர் ஏற்கனவே பல சிறுகதைகள் , நாவல்கள் விமர்சன ரீதியான பாராட்டு பெற்றுள்ளார். மரியம் அராஸுடனான நேர்காணலில், அவர் தனது சொந்த வாழ்க்கையையும், இஸ்லாமியப் புரட்சியைத் தொடர்ந்து ஈரானில் பெண்களின் நிலைமையையும் திரும்பிப் பார்க்கிறார்.

உங்கள் நாவலான " டார்லன் என்ற இளம் கதாநாயகி எம்.எஸ். வாஃபி ஒருபுறம், இஸ்லாமியப் புரட்சிக்குப் பின்னர் விரைவில் நம்பிக்கை நிறைந்தவர், மறுபுறம், ஒரு கடினமான பொருளாதார சூழ்நிலையை எதிர்கொள்கிறார், அவர் ஒரு போலீஸ் அதிகாரியாக பயிற்சி பெறத் தொடங்குகிறார்.. பெண் போலீஸ் கேடட்களின் கவர்ச்சிகரமான, மிகவும் முரண்பாடான உலகத்தைப் பற்றி வாசகர்கள் ஒரு நுண்ணறிவைப் பெறுகிறார்கள். கதையை நீங்களே அனுபவித்தீர்களா?

ஃபரிபா வாஃபி: இல்லை, ஒரு எழுத்தாளராக நான் எனது சொந்த அனுபவங்களை மட்டுமே வரைய முடியாது. நான் ஒரு முறை அறிந்தவர்களை அடிப்படையாகக் கொண்டு கதைகளை அடிக்கடி எழுதுகிறேன். "டார்லன் இல் உள்ள முக்கிய கதாபாத்திரங்களின் நிலை இதுதான். கதைகள் பெரும்பாலும் நான் திட்டமிடாத எதிர்பாராத திருப்பங்களை எடுத்தாலும். கதாபாத்திரங்கள் தங்கள் சொந்த வாழ்க்கையை உருவாக்குகின்றன, இது என்னைக் கூட ஆச்சரியப்படுத்துகிறது. எழுத்தாளரின் குறிப்பிட்ட முன்னோக்கு இங்கே முக்கியமானது என்று நான் நினைக்கிறேன். இதற்கு என் சொந்த வாழ்க்கையும் ஊக்கமளிக்கிறது, ஆனால் நிச்சயமாக இது மிகவும் தடைசெய்யப்பட்டுள்ளது.

1979 புரட்சியின் போது நீங்கள் மிகவும் இளம் பெண்ணாக இருந்தீர்கள். அப்போதிருந்து ஈரானிய சமுதாயத்தில் பெண்களின்

*பங்கு எவ்வாறு வளர்ந்தது?*

ஃபரிபா வாஃபி : சமீபத்திய ஆண்டுகளில் ஈரானில் பெண்களின் அடையாளம் பெருமளவில் மாறிவிட்டது; அது ஈரானிய சமுதாயத்தை அறிந்த எவருக்கும் தெளிவாக இருக்க வேண்டும். இந்த மாற்றம் பல்வேறு நிலைகளில் நிகழ்ந்துள்ளது: மிகப்பெரிய மாற்றம் என்னவெனில் அநேகமாக பெண்களிடம் அதிகரித்த நம்பிக்கையாகும், இது எல்லா இடங்களிலும் உறுதியானது.

*உங்கள் சொந்த சுயசரிதை ஒரு சுவாரஸ்யமான எடுத்துக்காட்டு: நீங்கள் பள்ளி முடிந்ததும் பல்வேறு தொழிற்சாலைகளில் பணிபுரிந்தீர்கள், பின்னர் ஒரு குடும்பத்தைத் தொடங்கினீர்கள். இப்போது நீங்கள் ஈரானின் மிக வெற்றிகரமான பெண் எழுத்தாளர்களில் ஒருவராக இருக்கிறீர்கள். இது தெஹ்ரானின் கலாச்சார காட்சிக்கு பொதுவானது அல்ல அப்படித்தானே?*

ஃபரிபா வாஃபி: சரி, எழுத்தாளர்கள் எப்படி இருக்க வேண்டும் என்பது பற்றி மக்களுக்கு ஒரு தெளிவான யோசனை இருக்கிறது. அந்த எழுத்தாளர் என்ற வார்ப்பை நானே நீண்ட நேரம் பின்தொடர்ந்தேன். ஆனால் எழுதுவது என்பது ஒரு இடம்தான் என்பதை நான் உணர்ந்தேன், அதில் வார்ப்புகளுக்கு எழுத்தில் இடமில்லை.

***நீங்கள் எப்போது எழுதத் தொடங்கினீர்கள்?***

ஃபரிபா வாஃபி: நான் இளைமையாக இருந்தபோது எழுதுவதை ரசித்தேன். எனது பள்ளி கட்டுரைகளுக்கு எப்போதும் நல்ல மதிப்பெண்கள் கிடைத்தன. ஒரு நாள் எனது ஊரின் மேயர் எங்கள் பள்ளிக்குச் சென்றார், எங்கள் ஆசிரியர், ஒரு புரட்சியாளர், வருகை குறித்து ஒரு அறிக்கை எழுதச் சொன்னார். அடுத்த நாள் அந்த கட்டுரையை யார் எழுதியது என்று கேட்டார். நான் வெட்கத்துடன் கையை உயர்த்தினேன், முழு வகுப்பிலும் நான் ஒருத்தி மட்டுமே. பின்னர் நான் வகுப்பறையின் முன்புறம் சென்று, எனது அறிக்கையைப் படித்தேன், ஆசிரியர் என்னை மிகவும் பாராட்டினார். அன்று நான் எனது எழுத்தை இன்னும் தீவிரமாக எடுத்துக்கொள்ள முடிவு செய்தேன். சமத் பெஹ்ராங்கியின் புத்தகங்களையும் பல்வேறு ரஷ்ய நாவல்களையும் நான் கண்டுபிடித்த நேரத்தில் அது இருந்தது. அவர்கள் என்னை மிகவும் கவர்ந்தார்கள், மேலும் எழுதத் தூண்டினார்கள்.

***டார்லன் இல், ரெசா என்ற இளம் ஆர்வலர் தனது கதையை எவ்வாறு எழுதுவது என்பது குறித்த கதாநாயகிக்கு ஆலோசனை வழங்குகிறார். மனிதநேயம் குறித்த பொதுவான அறிக்கைகளை***

**சேர்க்குமாறு அவர் அவளிடம் கூறுகிறார். இது 1970 களின் கருத்தியல் வாசகங்கள் போலவே தெரிகிறது. இப்போது எழுதுவதற்கான வழி காலாவதியானதா?**

ஃபரிபா வாஃபி : இல்லை, மனிதநேயத்தைப் பற்றி பேசுவது ஒருபோதும் காலாவதியாகாது. ஒருவேளை மொழி உருவாகிறது, அல்லது கருத்துகளின் மக்களின் பார்வைகளுக்கு இடையிலான உறவுகள். நாம் வெளிப்படுத்தும் விதம் மாறுகிறது. கருத்துக்கள், சொற்கள் கோஷம் போன்ற சூழலில் இருந்து பிரிந்து அதிக கவனம் செலுத்துகின்றன.

**நீங்கள் ஈரானின் வடமேற்கே அஜர்பைஜானியில் உள்ள தப்ரிஸில் பிறந்து அங்கு நீண்ட காலம் வாழ்ந்தீர்கள். உங்கள் தாய்மொழி துருக்கிய மொழி அஸெரி. நீங்கள் அஸேரியிலும் எழுதுகிறீர்களா?**

ஃபரிபா வாஃபி : இதுவரை இல்லை. நான் எப்போதும் அஸேரியில் எழுத விரும்பினேன், ஒரு நாள் அவ்வாறு செய்வேன் என்று நம்புகிறேன். சில நேரங்களில் நான் பாரசீக மொழியில் எழுதும்போது, எனது சொந்த மொழியில் நான் வெளிப்படுத்தக்கூடிய சிலவற்றை என் விரல்களால் தந்திரம் செய்வதை நான் கவனிக்கிறேன். நீங்கள் மீண்டும் சொல்லும்போது அதன் ஒரு பகுதி தொலைந்து போகும் ஒரு கனவைப் போல. எப்போதும் அது காணவில்லை.

**உங்கள் பாணி பெரும்பாலும் யதார்த்தமானதாக குறிப்பிடப்படுகிறது. சிக்கலான உறவுகளை விவரிக்க நீங்கள் உங்கள் துல்லியமான மொழியைப் பயன்படுத்துவதோடு மட்டுமல்லாமல், அந்த உறவுகளில் உள்ள சிக்கல்களையும் அவற்றின் காரணங்களையும் வெளிப்படையாக அப்பாவியாக சுட்டிக்காட்டுகிறீர்கள். உங்கள் இலக்கியக் குரலை வளர்த்துக் கொள்ள நீண்ட நேரம் செலவிட்டீர்களா?**

ஃபரிபா வாஃபி : இல்லை, உண்மையில் இல்லை - நான் எப்போதும் முடிந்தவரை எளிமையாக எழுத விரும்பினேன். ஒரு எழுத்தாளரின் பாணி வாழ்க்கையைப் பற்றிய அவரது பார்வையைப் பொறுத்தது என்று நான் நினைக்கிறேன். அதனால்தான் தனிப்பட்ட முன்னோக்கு மிகவும் முக்கியமானது. ஒரு நாவலில் உருவாக்கப்பட்ட யதார்த்தத்தை கதை சொல்லப்பட்ட விதத்திலிருந்து பிரிக்க முடியாது. ஆனால் நான் எழுதும் விதத்தில் ஒரு குறிப்பிட்ட மூலோபாயம் என்னிடம் இல்லை. உலகத்தையும், சமூகத்தையும், அதிலுள்ள மக்களையும் நான் பார்க்கும் விதத்தில் எழுதுகிறேன். நிச்சயமாக மொழி மிகுந்த கவனத்துடன் திருத்தப்பட வேண்டும், அது துல்லியமாக இருக்க வேண்டும், ஒரு தோற்றத்தை கொடுக்க வேண்டும்; உருவாக்கப்பட்ட யதார்த்தத்தின் ஆழத்தை அடைய

வேறு வழியில்லை. துல்லியமான மொழி இல்லாமல், ஒவ்வொரு கதையும் மேலோட்டமான உண்மை அறிக்கையாகவே உள்ளது.

நீங்கள் முக்கியமாக குடும்ப உறவுகளைப் பற்றி எழுதுகிறீர்கள். இன்றைய ஈரானில் உள்ள குடும்பங்களைப் பார்க்கும்போது, உண்மையில் மிகவும் பாரம்பரியமானது முதல் "வெள்ளை திருமணம்" வரை அனைத்தும் திருமண சான்றிதழ் இல்லாமல் ஒன்றாக வாழ்கின்றன. உங்கள் கதைகளில் சமகால வாழ்க்கையின் எந்த யதார்த்தங்களை உருவாக்குகிறீர்கள்?

ஃபரிபா வாஃபி : எனது நாவல்கள் பாரம்பரியமாக இருந்தாலும் சரி, நவீனமாக இருந்தாலும் சரி, குடும்பத்தின் சமூக வலைப்பின்னலில் உள்ள நெருக்கடிகளை மையமாகக் கொண்டுள்ளன. ஒருவருக்கொருவர் உறவுகளை அழிக்கும் கட்டமைப்புகளில் சிக்குயிருக்கிறார்கள். நான் அவர்களின் இயல்பைப் புரிந்துகொண்டு விமர்சிக்க முயற்சிக்கிறேன். நாங்கள் குடும்பம் என்று அழைக்கும் சமூகத்திற்குள், பெண்கள் பெரும்பாலும் அடக்குமுறையையும் வன்முறையையும் எதிர்க்க முயற்சிக்கின்றனர். ஒரு சுயாதீனமான அடையாளத்தைக் கண்டுபிடிப்பதற்காக, ஏதோ ஒரு வகையில். இந்த பெண்கள் தங்களுக்கு ஒதுக்கப்பட்ட பாத்திரங்களை தெளிவாகப் பார்த்து, தங்கள் சொந்த பாத்திரங்களைத் தேர்வுசெய்ய முயற்சி செய்கிறார்கள்.

மரியம் அராஸ் நடத்திய நேர்காணலை கேட்டி டெர்பிஷையரால் ஜெர்மன் மொழியிலிருந்து மொழிபெயர்க்கப்பட்டுள்ளது.

### ஆசிரியர் பற்றிய குறிப்பு

ஃபரிபா வாஃபி 1963 இல் தப்ரிஸில் பிறந்தார். அவர் தனது முதல் சிறுகதைத் தொகுப்பான "ஆழத்தின் மேடையை 24 வயதில் வெளியிட்டார், பின்னர் திருமணமாகி இரண்டு குழந்தைகளைப் பெற்றார். 1999 ஆம் ஆண்டில் அவரது அடுத்த தொகுப்பு வந்தது, அதைத் தொடர்ந்து 2002 ஆம் ஆண்டில் அவரது முதல் நாவலான "மை பேர்ட்" ஈரானிய மிக முக்கியமான இரண்டு இலக்கிய விருதுகளை வென்றது. அவர் 2004 முதல் தவறாமல் நாவல்களையும் சிறுகதைகளையும் வெளியிட்டுள்ளார். மிகச் சமீபத்தியது ஏழாவது நாவலான "ஆஃப்டர் தி எண்ட்" (பாரசீக மொழியில் இன்றுவரை மட்டுமே கிடைக்கிறது), நாடுகடத்தப்பட்ட ஒரு ஈரானிய பெண் சொந்த நாட்டுக்குதிரும்புவதைப் பற்றியது. இவரது படைப்புகள் இத்தாலியன், நோர்வே, அரபு உள்ளிட்ட பல மொழிகளில் மொழிபெயர்க்கப்பட்டுள்ளன. வாஃபி தனது குடும்பத்துடன் தெஹ்ரானில் வசித்து வருகிறார்.

# 37

## ரேசா பராஹேனி

ரேசா பராஹேனி (1935, டாப்ரீஸ், ஈரான்), ஒரு நாடுகடத்தப்பட்ட ஈரானிய நாவலாசிரியர், கவிஞர், விமர்சகர், அரசியல் ஆர்வலர் ஆவார்.

PEN கனடாவின் முன்னாள் தலைவரான பராஹேனி கனடாவின் டொராண்டோவில் வசிக்கிறார், அங்கு அவர் டொராண்டோ பல்கலைக்கழகத்தில் ஒப்பீட்டு இலக்கிய மையத்தில் கற்பிக்கிறார்.

பாரசீக , ஆங்கில மொழிகளில் எழுதப்பட்ட கவிதை, புனைகதை, இலக்கியக் கோட்பாடு, விமர்சனம் ஆகியவற்றின் ஐம்பதுக்கும் மேற்பட்ட புத்தகங்களை எழுதியவர். இவரது படைப்புகள் ஒரு டஜன் மொழிகளில் மொழிபெயர்க்கப்பட்டுள்ளன.

அவரது புத்தகம், கிரீடம் நரமாமிசம், சில புனைகளை கொண்டிருப்பதாக குற்றம் சாட்டப்பட்டுள்ளது. மேலும், அவர் ஷேக்ஸ்பியர், குண்டேரா, மண்டேல்ஸ்டாம், ஆண்ட்ரிக், ஃபனான் ஆகியோரின் படைப்புகளை பாரசீக மொழியில் மொழிபெயர்த்துள்ளார்.

டொராண்டோ பல்கலைக்கழகம், மாஸ்ஸி கல்லூரியின் அறிஞர்கள்-இடர்-திட்ட விருது வென்றவர், பரஹேனி ஈரானின் தெஹ்ரான் பல்கலைக்கழகத்தில் கற்பித்தார் ஆஸ்டினில் உள்ள டெக்சாஸ் பல்கலைக்கழகம், இந்தியானாவின் ப்ளூமிங்டனில் உள்ள இந்தியானா பல்கலைக்கழகம், பல்கலைக்கழகம் மேரிலாந்து, பால்டிமோர் கவுண்டி, டொராண்டோ பல்கலைக்கழகம் , யார்க் பல்கலைக்கழகம். பிரிட்டனின் ஆக்ஸ்போர்டு பல்கலைக்கழகத்தின் புனித ஆண்டனி கல்லூரி, அயோவா நகரத்தின் அயோவா பல்கலைக்கழகத்தின் சக, யார்க் பல்கலைக்கழகத்தின் விண்டர்ஸ்

கல்லூரியின் சக உறுப்பினராகவும் இருந்துள்ளார்.

பராஹேனி, அவரது மறைந்த நண்பர்கள், சக எழுத்தாளர்களான ஜலால் அல்-அஹ்மத், குலாம் ஹோசீன் சாயி ஆகியோருடன் சேர்ந்து 1966 ஆம் ஆண்டில் முதல் படிகளைத் தொடங்கினார், இது அடுத்த ஆண்டில் ஈரானின் எழுத்தாளர்கள் சங்கத்தை ஸ்தாபிக்க வழிவகுத்தது. அந்த ஆண்டில் ஷாவின் பிரதம மந்திரி அமீர்-அப்பாஸ் ஹோவிடாவுடனான அவர்களின் சந்திப்பு, ஷாவின் ஆட்சியுடன் ஒரு வெளிப்படையான மோதலுக்கு வழிவகுத்தது, ஈரானின் சமகால வரலாற்றின் நிகழ்ச்சி நிரலில் உண்மையான ஜனநாயகத்தை நோக்கிய பூர்வாங்க நடவடிக்கையாக சிந்தனையை தடையின்றி பரப்புவதற்கான போராட்டத்தை முன்வைத்தது. ஈரானின் எழுத்தாளர்கள் சங்கத்தை மாற்ற நாட்டின் மிகப் பிரபலமான சில எழுத்தாளர்கள் போராடிய போதிலும் அதிகாரப்பூர்வமாக அங்கீகரிக்கப்பட்ட மனித உரிமைகள் அமைப்பை, ஷாவின் அரசாங்கம் சங்கத்தை அடக்கியது, அதன் உறுப்பினர்களில் பலரை மிரட்டியது, அதன் உறுப்பினர்களில் சிலரைக் கைது செய்து சித்திரவதை செய்தது. அவர்களில் பரஹேனி, ஒரு வருட கால கற்பித்தல் நிலை முடிந்ததும் அமெரிக்காவின் டெக்சாஸிலிருந்து திரும்பியவரை 1973 இல்,கைது செய்யப்பட்டு தெஹ்ரானில் சிறையில் அடைக்கப்பட்டார். தான் சித்திரவதை செய்யப்பட்டு 104 நாட்கள் தனிமைச் சிறையில் அடைக்கப்பட்டுள்ளதாக பராஹேனி கூறுகிறார்.

ஒரு வருடம் கழித்து அமெரிக்காவில், பராஹேனி சர்வதேச PEN இன் அமெரிக்க கிளையில் சேர்ந்தார், எட்வர்ட் ஆல்பீ, ஆலன் கின்ஸ்பெர்க், ரிச்சர்ட் ஹோவர்ட், பிறருடன் PEN இன் சுதந்திரம் எழுதும் குழுவில் மிகவும் நெருக்கமாக பணியாற்றினார்,

அதே நேரத்தில் கே பாயலுடன் இணைந்தார்.ஈரானிய எழுத்தாளர்கள், கலைஞர்களை சிறையிலிருந்து விடுவிப்பதற்கான கலை, அறிவுசார் சுதந்திரத்திற்கான குழுவின் (CAIFI) கவுரவ தலைவர் ஆனார்.அவர் தனது உரைநடை, கவிதைகளை டைம் இதழ், நியூயார்க் டைம்ஸ், நியூயார்க் ரிவியூ ஆஃப் புக்ஸ், அமெரிக்கன் கவிதைகள் விமர்சனம் ஆகியவற்றில் வெளியிட்டார்.

1976 ஆம் ஆண்டில், அவர் அமெரிக்காவில் நாடுகடத்தப்பட்ட காலத்தில், ஈரானிய எதிர்க்கட்சித் தலைவர்களை படுகொலை செய்யும் நோக்கத்துடன் ஷாவின் SAVAK முகவர்கள் அமெரிக்காவிற்கு வந்ததாக மனித உரிமை அமைப்புகள் நம்பின,அமெரிக்க PEN, ராம்சே கிளார்க்கின் உதவியுடன், ஷாவின் சதியை அம்பலப்படுத்த முடிந்தது என்று பராஹேனி கூறுகிறார்.

ஷாவின் கீழ் ஈரானில் அரசியல் கைதிகள் எவ்வாறு சித்திரவதை செய்யப்பட்டார்கள் என்று கூறி, பென்ட்ஹவுஸ் என்ற இதழின் பிப்ரவரி, 1977 பதிப்பில் பராஹேனி நான்கு பக்கக் கட்டுரையை எழுதினார். ஷாவின் கீழ் ஈரானில் அரசியல் கைதிகள், அவர்களது குடும்ப உறுப்பினர்கள் எவ்வாறு முறையாக பாலியல் பலாத்காரம் செய்யப்பட்டனர் என்று அவர் குற்றம் சாட்டினார். எவ்வாறாயினும், அவரது கூற்றுக்கள் பல ஈரானியர்களால் சர்ச்சைக்குரியவை, அவர் மேற்கில் தனது வாசகர்களின் கவனத்தை ஈர்ப்பதற்காக மிகைப்படுத்தியதாக அல்லது வெறுமனே உருவாக்கியதாகக் கூறுகிறார். ஈரானின் ஷாவுக்கு எதிராகவும், குறிப்பாக அமெரிக்காவில் உள்ள ஜனநாயகக் கட்சியினரிடையேயும் மேற்கில் மக்கள் கருத்தை திருப்புவதில் அவர் செல்வாக்கு செலுத்தினார்.

ஷா நாட்டை விட்டு வெளியேறிய நான்கு நாட்களுக்குப் பிறகு, 1979 ஆம் ஆண்டில் பரஹேனி மற்ற முப்பதுக்கும் மேற்பட்ட புத்திஜீவிகளின் நிறுவனத்தில் இணைய ஈரானுக்குத் திரும்பினார். அயதுல்லா கோமெய்னியுடன் உதவி பெற பராஹேனி மிகவும் முயன்றார். ஜனவரி 30, 1979 அன்று, அவர் எட்டெல்நாட் செய்தித்தாளில் எழுதினார், "விரைவில் [கோமெய்னி திரும்பிய பிறகு] ஈரானில் ஒரு நிரந்தர, ஆழமான ஜனநாயகம் இருக்கும், வறுமை, அடக்குமுறை, திவால்நிலை, நம்பிக்கையற்ற தன்மை, முதலாளித்துவ பேராசை ஆகியவை இருக்கும் ஒரு சகாப்தத்தில் நாம் நுழைவோம் ஈரான் பொருளாதார குழப்பம், மோசமான அரசாங்க திட்டமிடல் ஆகியவற்றிலிருந்து காப்பாற்றப்படும் ". ஆனால் கோமெய்னி பரஹேனியின் புகழ்ச்சியைப் புறக்கணித்தார்,.

பராஹேனியின் செறிவு மூன்று முக்கிய கருப்பொருள்களில் இருந்தது: 1) சிந்தனையின் தடையற்ற பரிமாற்றம்; 2) ஈரானில் ஒடுக்கப்பட்ட தேசிய இனங்களுக்கு சம உரிமைகள் ,; 3) ஆண்களுடன் பெண்களுக்கு சம உரிமை. 1981 இல் ஈரானில் புத்திஜீவிகள், தாராளவாதிகள் , இடதுசாரிகளுக்கு எதிரான ஒடுக்குமுறையின் அலையில், பரஹேனி மீண்டும் ஒரு முறை தனிமைச் சிறையில் அடைக்கப்பட்டார், இந்த முறை புதிய ஆட்சியின் கீழ். சர்வதேச அழுத்தத்தின் கீழ் 1982 குளிர்காலத்தில் சிறையில் இருந்து விடுவிக்கப்பட்ட பின்னர், அவர் தூண்டப்பட்ட குற்றச்சாட்டின் பேரில் தெஹ்ரான் பல்கலைக்கழக வளாகத்தில் எதிர் புரட்சிகர குழுக்களுடன் ஒத்துழைத்தபன் காரணமாக நீக்கப்பட்டார். பல ஆண்டுகளாக அவர் நாட்டை விட்டு வெளியேற அனுமதிக்கப்படவில்லை.

ஈரானின் எழுத்தாளர்கள் சங்கத்தின் மூத்த உறுப்பினர்களான கோமெய்னியின் மரணத்துக்கு பின் பராஹேனி, சங்கத்தை புதுப்பிக்க வேண்டும் என்று முடிவு செய்தனர். அவர்கள்

ஈரானின் எழுத்தாளர்கள் சங்கத்தின் ஆலோசனைக் கூட்டத்தை உருவாக்கி, மிக முக்கியத்துவம் வாய்ந்த இரண்டு நூல்களை எழுதினர். "134 ஈரானிய எழுத்தாளர்களின் உரை" எழுதிய சங்கத்தின் மூன்று உறுப்பினர்களில் ஒருவரான பராஹேனி ஆவார். மற்ற ஈரானிய எழுத்தாளர்களின் கையொப்பங்களைப் பெறும் வேலையை மேற்கொண்ட "எட்டுபேர் குழுவில்" அவரும் ஒருவர். வெளிநாட்டிலுள்ள அவரது தொடர்புகளுக்கு உரையை அனுப்பவும் அவர் ரகசியமாக நியமிக்கப்பட்டார். பராஹேனி உரையை ஆங்கிலத்தில் மொழிபெயர்த்து சர்வதேச PEN க்கு அனுப்பினார்.

இரண்டாவது உரை ஈரானின் எழுத்தாளர்கள் சங்கத்தின் சாசனத்தை மீண்டும் எழுதுவதாகும். பல முறை, பரஹேனி , சங்கத்தின் இரண்டு மூத்த உறுப்பினர்கள் ஈரான் இஸ்லாமிய குடியரசின் புரட்சிகர தீர்ப்பாயத்தால் அழைக்கப்பட்டனர், சங்கத்தின் தீர்மானங்களிலிருந்து தங்கள் கையொப்பங்களை திரும்பப் பெறும்படி அவர்களிடம் கேட்டுக்கொண்டார், மேலும் பரஹேனிக்கு அவர் ஒரு ஆளுமை இல்லாதவர் என்று கூறப்பட்டது. அவர் நாட்டை விட்டு வெளியேற வேண்டும் என்பது அவருக்குத் தெரியும். பராஹேனி ஸ்வீடன் நண்பர்களுடன் ஈரானை விட்டு வெளியேறி ஸ்வீடன் செல்ல ஏற்பாடு செய்தார். சர்வதேச PEN இன் "சிறைக் குழுவின் எழுத்தாளர்கள்" தலைவரான யூஜின் ஷஒல்கின், 1996 இல் PEN கனடாவின் தலைவரான ரான் கிரஹாம் ஆகியோரின் உதவியுடன், பராஹேனி கனடாவில் தஞ்சம் கோரினார். அவர் ஜனவரி 1997 இல் கனடா வந்தார். பின்னர் அவர் PEN கனடாவின் தலைவரானார் (2000-2002). பரஹேனி தனது ஜனாதிபதி காலத்தில், அனைத்து வகையான இலக்கியங்களையும் சாசனத்தில் சேர்க்க அனுமதிக்க சர்வதேச PEN இன் சாசனத்தில் மாற்றத்தை பரிந்துரைத்தார்.

அவர் இப்போது கனடாவில் வசிக்கிறார், அங்கு அவர் டொராண்டோ பல்கலைக்கழகத்தின் ஒப்பீட்டு இலக்கிய மையத்தில் வருகை பேராசிரியராகவும், ஜூன் 2001 முதல் ஜூன் 2003 வரை PEN கனடாவின் முன்னாள் தலைவராகவும் இருந்தார். ஹார்ட் ஹவுஸ் ரிவியூவின் 2007 பதிப்பில் சிறப்பு கவிஞராகவும் இருந்தார்., இதில் நாடுகடத்தப்பட்ட எழுத்தாளர்கள், கலைஞர்கள் இடம்பெற்றிருந்தனர்.

ஈரானில் ஷாவுக்கு எதிராக சிறையில் இருந்த நாட்களை விவரிக்கும் ஈரானில் தி கிரவுன் கானிபல்ஸ்: அவரது மிகவும் பிரபலமான படைப்பு ஆகும். முகமது ரெசா ஷாவின் ஆட்சியின் போது ஈரானிய புத்திஜீவிகள் தனது அஜர்பைஜான் பின்னணியை பாரபட்சமாக நடத்துவதற்கு எதிராகவும் ரேசா பராஹேனி பேசினார்.

# 38

## தெஹ்ரானில் அந்நியன் நாவலை படித்தல்

தெஹ்ரானில் "அந்நியன்" நாவலை படித்தல்: மொஹமட் ஹெக்மாத்துடன் ஒரு நேர்காணல்

ராபர்ட் சரெட்ஸ்கி மொஹமட் ஹெக்மத்தை நேர்காணல் செய்கிறார்

தி சென்ஸ் ஆஃப் எ எண்டிங், வில்லியம் மேக்ஸ்வெல்லின் சோ லாங், சீ யூ டுமாரோ, மிக சமீபத்தில், ராபர்ட் சரேட்ஸ்கியின் ஆல்பர்ட் காம்யூ: எலிமென்ட்ஸ் ஆஃப் எ லைஃப் ஆகிவற்றின் ஆசிரியரான. ராபர்ட் சரேட்ஸ்கியுடனான இந்த நேர்காணலில், ஹெக்மத் காம்யூவையும் ஈரானில் மொழிபெயர்ப்பாளர்கள் எதிர்கொள்ளும் மொழியியல், சட்ட, கலாச்சார சவால்களையும் பிரதிபலிக்கிறார்.

***ராபர்ட் ஸாரெட்ஸ்கி: காம்யூவின் ஒரு படைப்பை மொழிபெயர்க்க உங்கள் முடிவுக்கு தனிப்பட்ட காரணங்கள் வழிவகுத்ததா? அந்த காரணங்களை பகிர்ந்து கொள்ளக்கூடிய பல ஈரானியர்கள் இருக்கிறார்களா?***

மொஹமட் ஹெக்மட்: காம்யூ ஈரானில் பிரபலமான நபராக இருந்து வருகிறார், அங்கு ஒரு நீண்ட வரலாறு உள்ளது. 1950 களின் முற்பகுதியில் அந்நியன் முதன்முதலில் பாரசீக மொழியில் மொழிபெயர்க்கப்பட்டது, மேலும் அவரது பல படைப்புகள் விரைவாகப் பின்பற்றப்பட்டன. ஆரம்பகால மொழிபெயர்ப்புகள் இடதுசாரி எழுத்தாளர்கள், மொழிபெயர்ப்பாளர்களால் மொழிபெயர்க்கப்பட்டன. மிக முக்கியமாக, தி ஸ்ட்ரேஞ்சரின் முதல் மொழிபெயர்ப்புஒரு முன்னணி இடதுசாரி புத்திஜீவி, கட்டுரையாளர், நாவலாசிரியர், சிறுகதை எழுத்தாளர் ஜலால் அல்-இ-அஹ்மத் என்பவரால் பிரெஞ்சு மொழியுடன் மிகவும் பரிச்சயம் உள்ளவரால் மொழிபெயர்க்கபட்டது. மற்றொரு ஈரானிய

அறிவுஜீவி அலி அஸ்கர் கெப்ரேஷாதேவின் உதவியுடன் அவர் புத்தகத்தை மொழிபெயர்த்தார். இது சிறந்த மொழிபெயர்ப்பு அல்ல, காம்யூவின் எழுத்தில் சில முக்கிய பாணி கூறுகளை தவறவிட்டதாக நான் கருதுகிறேன். ஆயினும்கூட, ஈரானில் இலக்கிய காட்சியில் காம்யூ இருப்பதற்கான அடித்தளமாக இது அமைந்தது.

அல்-இ-அஹ்மத்தை அந்நியன் நாவலில் ஈர்த்தது எது ? பிரெஞ்சு ஏகாதிபத்தியத்திற்கான ஒரு நல்ல அர்த்தமுள்ள ஆனால் அறியப்படாத கலைஞரின் படைப்பாக இந்த நாவலைப் பார்த்த எட்வர்ட் சையிட், கொர்னர் குரூஸ் ஓ’பிரையன் ஆகியோரின் பார்வையுடன் அவரது ஆக்கம் வெளிவந்ததா?

ஒரு சுருக்கமான முன்னுரையில், அல்-இ-அஹ்மத் காம்யூவின் மரணம் , அபத்தமான கருத்தை முன்வைக்கிறார். காம்யூவின் மற்ற படைப்புகளையும் அவர் அறிந்திருந்தார் என்பதை முன்னுரை காட்டுகிறது. காம்யூவை ஏகாதிபத்தியத்திற்கான மன்னிப்புக் கலைஞராக அவர் கருதினார் என்பதற்கு எந்த ஆதாரமும் இல்லை, அல்-இ-அஹ்மத்தின் அகால மரணத்திற்குப் பிறகு ஈரானில் வெளியிடப்பட்ட ஓ’பிரையனின் புத்தகத்தை அவர் படித்திருப்பார் என்று நான் சந்தேகிக்கிறேன். அவர் பெரும்பாலும் காம்யூவை பிரெஞ்சு இலக்கியத்தில் ஒரு புதிய குரலாகப் பார்த்தார். அவர் தனது முன்னுரையில் காம்யூ "ஒரு சாதாரண எழுத்தாளர் அல்ல, அவர் தனது வாசகர்களை மகிழ்விப்பதற்காக, ஒரு பெண்ணை காதலிக்கும் ஒரு மனிதனின் வழக்கமான செய்முறையைப் பின்பற்றுகிறார், மேலும் பக்க எண்ணிக்கையை அதிகரிக்க அவர்களின் வழியில் தடைகளை உருவாக்குகிறார்."

**தெஹ்ரானில் அந்நியனை படித்தல் என்ற தலைப்பில் யாராவது ஒரு புத்தகம் எழுத வேண்டும் என்று தெரிகிறது!**

நிச்சயமாக, ஆம். நான் இன்று விக்கிப்பீடியா பர்ஸியன் மொழியை சரிபார்த்தேன். அது ஒன்பது மொழிபெயர்ப்புகளை பட்டியலிடுகிறது அந்நியன், நான்கு மொழிபெயர்ப்பு பிளேக், ஐந்து மொழிபெயர்ப்பு வீழ்ச்சி, தேசிய நூலக படி, அங்கு மேலும் பல உள்ளன. நானும், தி ஸ்ட்ரேஞ்சர் மூலம் முதலில் காம்யூவை அறிந்தேன், உடனடியாக ஒரு ரசிகன் ஆனேன். காம்யூவின் எழுத்து நடை, அவர் கேட்கும் அடிப்படை கேள்விகள் ஈரானிய வாசகர்களிடம் நன்றாக ஒத்திருக்கிறது. தெஹ்ரானில் அந்நியனை படிக்கிறீர்களா ? சரி, நீங்கள் தெஹ்ரானில் படித்தல் லொலிடாவுடன் இணையாக வரைந்தால், நான் ஆம் என்று கூறுவேன் - ஆனால் ஒரு முக்கியமான வேறுபாடு உள்ளது: லொலிடா ஈரானில் பல்வேறு காரணங்களுக்காக தடை செய்யப்பட்டுள்ளது, ஆனால்அந்நியன்

எப்போதும் கிடைக்கிறது; அந்த வகையில், அசார் நஃபிசியின் புத்தகத்திலிருந்து கதை வரி தவிர்க்க முடியாமல் வித்தியாசமாக இருக்கும். இருப்பினும், தி ஸ்ட்ரெஞ்சருக்கு அதன் புகழ், காம்யூ ஈரானில் உள்ள அறிவுசார் இயக்கங்களில் ஏற்படுத்திய தாக்கத்தின் அடிப்படையில் ஒரு வழக்கை நிச்சயமாக உருவாக்க முடியும்.

***காம்யூவை ஃபார்ஸியில் மொழிபெயர்ப்பதில் உள்ள இன்பங்களும் சிரமங்களும் என்ன? இந்த சிரமங்கள் மொழியியல் மட்டுமே, அல்லது தத்துவ, அரசியல் சவால்களும் உள்ளனவா?***

பொருள் வாசகர்களுக்கு ஆர்வமாக உள்ளது என்பதை ஒரு ப்ரியோரியை அறிவது எப்போதும் மகிழ்ச்சியாக இருக்கிறது. தி சென்ஸ் ஆஃப் எண்டிங்கை நான் மொழிபெயர்த்தபோது, எனக்கு கொஞ்சம் கவலையாக இருந்தது, ஏனென்றால் இது பாரசீக மொழியில் தோன்றிய ஜூலியன் பார்னஸின் முதல் புத்தகம், எதிர்வினை என்னவாக இருக்கும் என்று எனக்குத் தெரியவில்லை. காம்யூவின், எழுதும் பாணி மிகவும் எளிமையானது, குறிப்பாக அவரது நாவல்களில், பாரசீக மொழியில் மொழிபெயர்ப்பில் மிகவும் எளிதாக வேலை செய்ய முடியும் என்று நான் நம்புகிறேன். மொழியியல் ரீதியாக, சிரமம் அவர் பயன்படுத்தும் சில சொற்களில் உள்ளது. மற்ற மொழிபெயர்ப்பாளர்களும் போராடுவதை நான் கண்ட மிக கடினமான சொல் அபத்தமானது. அபத்தமான வார்த்தையின் நேரடி மொழிபெயர்ப்பு எதுவும் இல்லை பாரசீக மொழியில். ஈரானிய மொழிபெயர்ப்பாளர்களின் வெவ்வேறு அணுகுமுறைகளை நான் கண்டிருக்கிறேன் - சிலர் இந்த வார்த்தையின் ஒலிபெயர்ப்பைப் பயன்படுத்துகிறார்கள். அவரது மேலும் தத்துவ படைப்புகள் மொழிபெயர்க்க மிகவும் கடினமாக இருந்தன. தி மித் ஆஃப் சிசிபஸைப் படிக்க முயற்சித்தேன் பாரசீக மொழியில், புரிந்து கொள்வது மிகவும் கடினம். நவீன , மேற்கத்திய தத்துவங்களை பாரசீக மொழியில் மொழிபெயர்ப்பதில் இது ஒரு பொதுவான பிரச்சினையாக உள்ளது. சொற்களின் பற்றாக்குறை உள்ளது, , அத்தகைய பாணிக்கு எம்மிடம் பாரம்பரியம் இல்லை. புதிய சொற்களைக் கண்டுபிடிப்பதற்கு ஏராளமான முயற்சிகள் மேற்கொள்ளப்பட்டுள்ளன, அவற்றில் பல வெற்றிகரமாக ஏற்றுக்கொள்ளப்பட்டுள்ளன, ஆனால் இது நடந்துகொண்டிருக்கும் செயல். அரசியல் ரீதியாக, காம்யூவுடன் எந்த பிரச்சினையும் இல்லை என்று நான் நினைக்கவில்லை. அவரது நாவல்கள் அன்றாட அரசியலை மீறும் அடிப்படை கேள்விகளை மையமாகக் கொண்டுள்ளன. அவரது அரசியல் கருத்துக்கள் கூட ஈரானின் அரசியல் நிலையுடன் ஒத்துப்போகின்றன. மிக முக்கியமாக,

நாஜிக்கள், கம்யூனிசத்திற்கு எதிரான அவரது எதிர்ப்பு 1979 புரட்சிக்கு முன்னும் பின்னும் ஈரானில் ஏற்பட்ட அரசியல் உணர்வோடு நன்றாக ஒத்திருக்கக்கூடும்.

**பார்ன்ஸ் பற்றி என்ன நினைக்கிறீர்கள்? தி சென்ஸ் ஆஃப் எண்டிங் என்பது ஒரு குறிப்பிடத்தக்க நாவலாகும், இது பார்ன்ஸின் மரணத்தை முன்னிறுத்துவதன் மூலம் வேட்டையாடப்படுகிறது, அதே போல் மற்ற மனிதர்கள் - குறிப்பாக நமக்கு மிக நெருக்கமானவர்கள் - நம் புரிதலுக்கு முன்வைக்கும் புதிர்கள். நீங்கள் அதைப் புரிய எப்படி முயற்சித்தீர்கள்?**

புக்கர் பரிசை வென்ற சிறிது நேரத்திலேயே தி சென்ஸ் ஆஃப் எண்டிங்கைப் படித்தேன், அதன் கருப்பொருள்கள், பாணியை நான் மிகவும் விரும்பினேன். இது வெவ்வேறு வகைகளுடன் பார்ன்ஸ் மேற்கொண்ட சோதனைகளின் உச்சம் ஆகும். ஒருபுறம், வழக்கமான ஜூலியன் பார்ன்ஸ், அவரது கூர்மையான உரைநடை, நகைச்சுவை உணர்வைக் கொண்டிருக்கிறார், மறுபுறம், புத்தகம் துப்பறியும் புனைகதை போன்றது, டான் கவனாக் என்ற பெயரில் அவர் எழுதிய ஆரம்பகால நாவல்களை நினைவூட்டுகிறது. சில மாதங்களுக்குப் பிறகு, நான் ஈரானில் இருந்தபோது, பாரசீக மொழியில் ஜூலியன் பார்னஸின் படைப்புகளைத் தேடியபோது, எனக்கு ஆச்சரியமாக இருந்தது., யாரும் அதை மொழிபெயர்ப்பு செய்யவில்லை என்பதைக் கண்டேன். அப்படித்தான் தி சென்ஸ் ஆஃப் எண்டிங்கை மொழிபெயர்க்க முடிவு செய்தேன்.

பாரசீக மொழியில் ஆங்கிலத்தை மொழிபெயர்ப்பதில் பொதுவான மொழியியல் சிக்கல்கள் உள்ளன. நான் உங்களுக்கு இரண்டை சொல்கிறேன். முதலில், பாரசீக மொழியில், வினைச்சொல் வாக்கியத்தின் முடிவில் வருகிறது. இது உள்ளமைக்கப்பட்ட வாக்கியங்களை மொழிபெயர்ப்பதை எளிதாக்குகிறது, அவை ஆங்கிலத்தில் எளிதில் உருவாகின்றன, எடுத்துக்காட்டாக, பங்கேற்பு சொற்றொடர்கள் மிகவும் கடினம். ஆங்கிலத்தில், வாசகருக்கு ஆரம்பத்திலிருந்தே இறுதி நடவடிக்கை தெரியும், பாரசீக மொழியில் இது மிகவும் குழப்பமானதாக இருக்கும், மேலும் இதுபோன்ற வாக்கியங்களை பெரும்பாலும் பிரிக்க வேண்டும். இரண்டாவதாக, பாரசீகம் முற்றிலும் பாலினமற்றது, எனவே "அவன்" அல்லது "அவள்" என்ற கருத்து எதுவும் இல்லை. "அவன் அவளைப் பார்த்தான்" , "அவள் அவனைக் கண்டாள்" ஆகியவற்றின் மொழிபெயர்ப்புகள் ஒரே மாதிரியாக இருக்கும், கதாபாத்திரங்களின் பெயர்கள் மீண்டும் மீண்டும் சொல்லப்படாவிட்டால், அல்லது " அவர்" "ஆண்", "அவள்" "பெண்" என்று மாற்றப்படுகிறார். எந்த வகையிலும், அது

மீண்டும் மீண்டும் அழகற்ற நீண்டதாக இருக்கலாம்.

கலாச்சார வேறுபாடுகள் அச்சுறுத்தலாக இருக்கின்றனவா?

ஈரானியர்கள், பல கிழக்கு கலாச்சாரங்களைப் போலவே பாலியல் பற்றி பேசும்போது மிகவும் ஒதுக்கப்பட்டிருக்கிறார்கள். பாரசீக மொழி மிக நீண்ட இலக்கிய பாரம்பரியத்தைக் கொண்டுள்ளது, ஆனால் இது கிட்டத்தட்ட முற்றிலும் கவிதையாலானது. கவிதைகளில், அன்பும் பொதுவாக ஒரு ஆழ்நிலை அமைப்பைக் குறிக்கும் மாயக் கதைகளின் நெருக்கம், காதல் ஆகியவை கிட்டத்தட்ட கண்டிப்பாகப் பயன்படுத்தப்படுகின்றன. நவீன நாவல் ஈரானியர்களுக்கு 100 ஆண்டுகளுக்கு முன்பு வரை அறிமுகப்படுத்தப்படவில்லை, எனவே மேற்கத்திய நாவல்களை மொழிபெயர்ப்பதில் உள்ள சிரமத்தின் ஒரு பகுதி வெறுமனே பாரம்பரியத்தின் பற்றாக்குறை - தத்துவ நூல்களை மொழிபெயர்ப்பதில் உள்ள சிரமத்தைப் பற்றி நான் குறிப்பிட்டதைப் போன்றது. மொழி இப்போது இல்லை. ஒரு சாதாரண பாலியல் காட்சி, பாரசீக மொழியில் மொழிபெயர்க்கப்பட்டால், அது மிகவும் கவிதை அல்லது மிகவும் மோசமானதாக இருக்கும். கடந்த 100 ஆண்டுகளில் எல்லா முயற்சிகளும் இருந்தபோதிலும், இன்னும் நீண்ட தூரம் செல்ல வேண்டியிருக்கிறது, ஏனெனில் இது பாரசீக மொழி மட்டுமல்ல, இது ஈரானிய சமுதாயத்தின் பழமைவாத இயல்பு, இது இன்னும் சில விஷயங்களை தடை செய்கிறது. அதோடு, ஈரானில் உள்ள அனைத்து புத்தகங்களையும் கலாச்சார அமைச்சகம் அங்கீகரிக்க வேண்டும். வெளிப்படையான பாலியல் காட்சிகள், ஓரினச்சேர்க்கை, சில வகையான துரோகம் போன்ற சமூக தடைசெய்யப்பட்ட விஷயங்கள் அனுமதிக்கப்படாது - அல்லது, அனுமதிக்கப்பட்டால், பெரிதும் குறைக்கப்படுகின்றன. ஈரானிய எழுத்தாளர்களும் மொழிபெயர்ப்பாளர்களும் இந்த வரம்புகளை கவனமாக சொல் தேர்வு மூலம் மீறுவதில் மிகவும் ஆக்கபூர்வமானவர்கள் என்று கூறியுள்ளனர். நீங்கள் ஒரு ஈரானிய புத்தகக் கடைக்குச் சென்றால், அலமாரிகளில் உள்ள பல்வேறு வகையான புத்தகங்களைக் கண்டு நீங்கள் ஆச்சரியப்படுவீர்கள், ஆனால் அவற்றில் பல பெரிதும் தணிக்கை செய்யப்பட்டுள்ளன.

குறிப்பாக உணர்திறன் கொண்ட பார்ன்ஸ் நாவலில் குறிப்பிட்ட பத்திகளை மேற்கோள் காட்ட முடியுமா?

எடுத்துக்காட்டாக, அட்ரியன், வெரோனிகாவுக்கு டோனியின் கடிதம் உள்ளது, அதன் மிக மோசமான தொனியும் அவதூறும் கொண்டது. நாங்கள் புத்தகத்தை சமர்ப்பித்த பிறகு, பல விஷயங்களை மாற்றும்படி கேட்கப்பட்டோம். அந்த நேரத்தில், நான் அதை ஈரானில் வெளியிட வேண்டாம் என்று முடிவு செய்தேன். ஆப்கானிஸ்தானில்

வெளியிட நாங்கள் முடிவு செய்தோம், ஏனென்றால் அவர்கள் ஒரே மொழியைப் பகிர்ந்து கொள்கிறார்கள், ஆனால் தணிக்கை இல்லை, குறைந்தபட்சம் இப்போதைக்கு. லொலிடாவின் தணிக்கை செய்யப்படாத பதிப்பை முன்னர் வெளியிட்ட அதே பதிப்பகமான ஜரியாப் பதிப்பகத்தில் வெளிவந்தது. லொலிடாவை ஈரானில் முழுமையாக வெளியிடுவது கற்பனைக்கு எட்டாதது. துரதிர்ஷ்டவசமாக, ஆப்கானிஸ்தானின் சந்தை மிகவும் சிறியது, லொலிடாவைப் போலல்லாமல், பார்ன்ஸ் நாவல் ஈரானுக்கு கடத்தப்படவில்லை. மற்றொரு ஈரானிய மொழிபெயர்ப்பாளர் அதை ஈரானில் மாற்றங்களுடன் வெளியிடும் வரை அது ஓரளவு காணப்படவில்லை; அது மிகப்பெரிய வெற்றியைப் பெற்றது, பார்ன்ஸின் பிற புத்தகங்களின் மொழிபெயர்ப்பைத் தூண்டியது.

*அந்த மாற்றங்கள் என்னவாக இருந்தன?*

உங்களுக்கு ஒரு எடுத்துக்காட்டு கொடுக்கிறேன், டோனியின் வரியைக் கவனியுங்கள்: "ஆகவே, டூரெக்ஸை அவரது சுறுசுறுப்பான சேவல் வெரோனிகா மீது உருட்டிக் கொள்ளுங்கள். அல்லது ஒருவேளை நீங்கள் அவரை இதுவரை செல்ல விடவில்லையா? "இப்படி மொழிபெயர்க்கப்பட்டுள்ளது:" எனவே, வெரோனிகா, ஸ்கார்பார்டை மறந்துவிடாதீர்கள். "மேலும்" அவள் உங்களை இன்னும் செல்ல அனுமதிக்கவில்லை என்றால், நான் உங்களுக்கு பரிந்துரைக்கிறேன் அவளுடன் உறவை முறித்துக் கொள்ளுங்கள், அவள் உங்கள் இடத்தை சுற்றி வந்து நிக்கர்கள் , மூன்று பேக், அதை கொடுக்க ஆர்வமாக இருப்பார் "என மொழிபெயர்க்கப்பட்டுள்ளது:" அவள் வேலையை முடிக்க விடவில்லை என்றால், நீங்கள் பிரிந்து செல்லுமாறு நான் பரிந்துரைக்கிறேன் அவளுடன் அவள் வருவாள், ஆவலுடன், உங்களை முடிக்க அனுமதிப்பாள். "இந்த மாற்றங்கள், டோனியின் கடிதத்தின் தொனியை பெரிதும் மாற்றி, அதன் தன்மைக்கு முற்றிலும் அழிவை ஏற்படுத்தியுள்ளன என்பது என் கருத்து.

கலாச்சார சூழலும் முக்கியமானது. புத்தகத்தின் ஒரு நல்ல பகுதி 60களில் அமைக்கப்பட்டுள்ளது, அந்தக் காலத்திலிருந்து பாப் கலை, இசைக்கலைஞர்கள் , எழுத்தாளர்களைப் பற்றி நிறைய குறிப்புகள் உள்ளன. எடுத்துக்காட்டாக, நான்கு நண்பர்கள் ஒவ்வொருவரும் எந்த புத்தகங்களைப் படிக்கிறார்கள், அல்லது டோனி தனது பதிவுத் தொகுப்பை வெரோனிகாவிடம் காண்பிக்கும் போது பார்ன்ஸ் பேசும் ஒரு பகுதி உள்ளது. பெரும்பாலான மேற்கத்திய நாடுகளில் எளிதில் புரிந்துகொள்ளக்கூடிய இந்த குறிப்புகள் பாரசீக வாசகர்களால் எளிதில் அங்கீகரிக்கப்படவில்லை. அவற்றில்

சிலவற்றை வாசகருக்கு விளக்கி இறுதியில் ஒரு முழு பகுதியையும் நான் சேர்க்க வேண்டியிருந்தது.

**முந்தைய பரிமாற்றங்களில் நீங்கள் என்னிடம் சொன்னதிலிருந்து, ஈரானில் பதிப்புரிமைச் சட்டங்களின் விஷயமும் உள்ளது. நான் என்ன சொல்ல முடியும் என்பதிலிருந்து, தணிக்கைகளின் கடினமான, தடையற்ற உலகத்திலிருந்து ஒருவர் மற்றவர்களின் புத்தகங்களை மொழிபெயர்ப்பதற்கும் வெளியிடுவதற்கும் கிட்டத்தட்ட சட்டவிரோத நிலைக்கு நகர்கிறார்.**

ஆம், துரதிர்ஷ்டவசமாக, பெர்ன் மாநாட்டில் சேராத மிகச் சில நாடுகளில் ஈரான் உள்ளது. இது பதிப்பகத்தில் குழப்பத்தை உருவாக்கியுள்ளது. சிறந்த விற்பனையாளர்கள் பல வெளியீட்டாளர்களால் வெளியிடப்படுவதை நீங்கள் அடிக்கடி பார்க்கிறீர்கள். ஜூலியன் பார்னஸின் சமீபத்திய புத்தகம், நேரத்தின் சத்தம், எழுத்தாளருக்கு தெரியாமல் ஒரே நேரத்தில் மூன்று வெளியீட்டாளர்களால் வெளியிடப்பட்டது. இஸ்லாமியப் புரட்சிக்கு முன்னும் பின்னும் இரண்டு முறை சர்வதேச பதிப்புரிமைச் சட்டங்களுக்கு இணங்க விவாதங்கள் நடந்துள்ளன. துரதிர்ஷ்டவசமாக, ஆர்வமுள்ள எதிர்ப்பாளர்களில் சிலர் எழுத்தாளர்கள், மொழிபெயர்ப்பாளர்களாக இருந்தனர், அவர்கள் பதிப்புரிமைச் சட்டங்களைக் கடைப்பிடிப்பது புத்தகங்களை மிகவும் விலை உயர்வு என்றும் வாசகர்களைப் புண்படுத்தும் என்றும் அஞ்சினர். காலப்போக்கில், ஈரானைப் போன்ற நாடுகளின் அனுபவம் - துருக்கி போன்றது - இது அப்படி இருக்காது என்பதைக் காட்டுகிறது, ஆனால் அதைப் பற்றி இன்னும் சித்தப்பிரமை உள்ளது. சில மொழிபெயர்ப்பாளர்கள் தாங்கள் பணிபுரியும் புத்தகங்களும் மற்றவர்களால் மொழிபெயர்க்கப்படுகின்றன என்ற செய்தியை வரவேற்பதை நான் கண்டிருக்கிறேன், ஏனென்றால் புத்தகம் கவனத்திற்குரியது என்பதற்கான அடையாளமாக அவர்கள் அதைப் பார்க்கிறார்கள், மேலும் பல மொழிபெயர்ப்புகள் ஒருவித விளம்பரமாக செயல்பட முடியும் என்று நினைக்கிறார்கள்.

**எனவே, இந்த விவகாரத்தை நாம் கொண்டாட வேண்டுமா அல்லது கண்டிக்க வேண்டுமா?**

என் கருத்துப்படி, இது மிகவும் நியாயமற்ற நடைமுறை, உண்மையில் ஈரானிய இலக்கியங்களை சேதப்படுத்தியுள்ளது. சர்வதேச அளவில் வெற்றிகரமாக இருக்கக்கூடிய சில குறிப்பிடத்தக்க எழுத்தாளர்கள் எங்களிடம் உள்ளனர், ஆனால் பெரும்பாலான சர்வதேச வெளியீட்டாளர்கள் ஈரானை சமாளிக்க விரும்பவில்லை, ஏனென்றால் அவர்களைப் பாதுகாக்க எந்த சட்டமும் இல்லை.

பதிப்புரிமைச் சட்டங்களின் பற்றாக்குறை ஈரானிய இலக்கியங்களை உலகின் பிற பகுதிகளிலிருந்து தனிமைப்படுத்தியுள்ளது. இது இறுதியில் தீர்க்கப்படும் என்று நான் நம்புகிறேன், ஆனால் இன்னும் நீண்ட தூரம் செல்ல வேண்டியிருக்கிறது. தணிக்கை இங்கேயும் ஒரு பாத்திரத்தை வகிக்கிறது. பதிப்புரிமை இருந்தால், புத்தகங்களை இப்போது இருக்கும் வழியில் தணிக்கை செய்ய முடியாது. நான் சிறிது காலத்திற்கு முன்பு கோல்ம் டைபனின் ஒரு உரையாடலில் இருந்தேன், அங்கு அவர் 60, 70 களில் அயர்லாந்தில் தணிக்கை செய்வது பற்றி விவாதித்தார், மேலும் அயர்லாந்து உலகின் பிற பகுதிகளுடன் இணைந்ததால் நடைமுறையில் பெரும்பாலும் வர்த்தகம், உலக வர்த்தக அமைப்பின் அழுத்தம் காரணமாக தணிக்கை கைவிடப்பட்டிருக்கிறது.

ராப் சரேட்ஸ்கி LARB இன் வரலாற்று ஆசிரியர் ஆவார். அவரது மிகச் சமீபத்திய புத்தகம் போஸ்வெல்லின் அறிவொளி, அவரது எ லைஃப் வொர்த் லிவிங்: ஆல்பர்ட் காம்யூ அண்ட் தி குவெஸ்ட் ஃபார் மீனிங் ஆகியவை ஹார்வர்டால் 2013 இல் வெளியிடப்பட்டது, சமீபத்தில் பேப்பர்பேக்கில் வெளியிடப்பட்டது. ஹூஸ்டன் பல்கலைக்கழகத்தில் உள்ள ஹானர்ஸ் கல்லூரியிலும் அவர் கற்பிக்கிறார்.

# 39

## நவீன பாரசீக சிறுகதை

நவீன பாரசீக சிறுகதை கிட்டத்தட்ட ஒரு நூற்றாண்டு பழமையானது , செக்கோவ், போ, காஃப்கா, கோகோல் போன்ற எழுத்தாளர்களின் மொழிபெயர்ப்புகளும் பெர்சியாவுக்கு வந்து சேர்ந்தது. 20, 30களில் ஈரானிய அரசாங்கம் நாட்டை நவீனமயமாக்குவதை நோக்கமாகக் கொண்டபோது, பல்கலைக்கழக மாணவர்கள் வெளிநாடுகளுக்குச் செல்லவும், பிற திறன்களுக்கிடையில், மொழி , மொழிபெயர்ப்பில் புதிய திறன்களைப் பெறவும் அனுமதித்தது. ஆகையால், பிற கற்பனையான எழுத்து வடிவங்களைப் போலவே, பாரசீக சிறுகதையும் மேற்கத்திய இலக்கியத்தின் நுட்பங்கள், பாணிகளால் வலுவாக பாதிக்கப்பட்டு அவற்றை அதன் சொந்த சமூக-அரசியல் கலாச்சார கோரிக்கைகளுக்கு ஏற்றவாறு மாற்றியமைத்துள்ளது. நவீன பாரசீக சிறுகதையை ஆயிரத்து ஒரு இரவுகளில் தெளிவாகக் காணலாம் என்றாலும், 1979 புரட்சிக்குப் பிறகுதான் அதன் நவீனத்துவம் செழித்தது. பெர்சியாவில் நவீன சிறுகதைகளின் முதல் எழுத்தாளராக முகமது ஜமால்சாதே கருதப்படுகிறார். அவரது தொகுப்பு யாக்-ஐ பட் யாக்-ஐ நபுத்; வரவிருக்கும் கதைகளுக்கான ஒரு வரைபடமாக பணியாற்றிய “ஒன்ஸ் அபான் எ டைம்” என்பது புனைகதை புனைகதைகளாக கருதப்படுகிறது. அவரது எழுத்து வண்ணமயமான வெளிப்பாடுகளுடன் பொழுதுபோக்கு அம்சமாக விளக்கப்பட்டுள்ளது, ஆனால் பல விமர்சகர்களால் ஆழம், உலகளாவிய முக்கியத்துவம் இல்லாதது என்றும் விவரிக்கப்பட்டுள்ளது. அவரது ஆரம்பகால வெற்றியை மீறி, ஜமால்ஸாதே வரவிருக்கும் இளம் தலைமுறை உருவாக்கும் காலகட்டத்தில் சிறிதளவு செல்வாக்கு செலுத்தவில்லை. அதற்கு பதிலாக பாரசீக இலக்கியத்தில் நவீனத்துவத்தின் அறிமுகத்தை ஆழப்படுத்தியவர் சாடெக் ஹெதாயத். 20 ஆம் நூற்றாண்டின் முற்பகுதியில் தொடங்கிய பல ஆண்டுகளாக பேச்சு சுதந்திரம், பத்திரிகை சுதந்திரம், பாரசீக சிறுகதை வகைக்கு நவீன பாணியிலான

எழுத்து முறையை பின்பற்ற உதவியது, ஏனெனில் மேற்கத்திய கலாச்சாரத்திலிருந்து நவீன இலக்கியங்களை மொழிபெயர்ப்பது நடுத்தர வர்க்க படித்த ஈரானியர்களுக்கு பெரும் தாக்கத்தை ஏற்படுத்தியது. ஒரு முழு நீள நாவலை வெளியிடுவதற்கான சாத்தியத்தை யாரும் நினைத்து பார்க்க முடியவில்லை. படைப்பு எழுதும் பட்டறைகள் செழித்து வளர்ந்த ஒரு சகாப்தமும் இதுதான், இதன் விளைவாக ஆந்தாலஜிஸின் சிறிய அச்சு ரன்கள் படித்த வகுப்பினரிடையே பிரபலமடைந்தன. கதை நுட்பங்களில் உளவியல், மனோவியல் கோட்பாடுகளின் தாக்கம் வேகத்தை அதிகரித்தது. பிராய்ட், ஜங், லக்கான் போன்ற எழுத்தாளர்களின் நூல்களின் மொழிபெயர்ப்புகளும் ஈரானில் வெளிவந்தன: காஃப்காவின் எழுத்தில் ஹெதாயத் குறிப்பாக ஆர்வமாக இருந்ததால், காஃப்கா அறிவுசார் புத்தக வாசகர்களிடையே பிரபலமான வாசிப்பாக மாறியது. ஹெடாயத் ஐரோப்பாவில், முக்கியமாக பிரான்சில் சிறிது நேரம் செலவிட்டார். அவர் ரில்கே, போ, காஃப்கா, செக்கோவ் , மபசண்ட் போன்ற எழுத்தாளர்களைப் படித்தார். அவர் இந்தியாவில் சில ஆண்டுகள் கழித்தார், பாரசீக நாட்டுப்புற, மத்திய பாரசீக மொழிகளையும் பயின்றார். மேற்கத்திய இலக்கியங்களுக்கான இந்த வெளிப்பாடு, பாரசீக இலக்கியத்தைப் பற்றிய அவரது ஆழமான புரிதல், அறிவு ஆகியவை அவரது எழுத்தில் தாக்கத்தை ஏற்படுத்தின. அவரது எழுத்து நடை நேரியல் இருந்து வளர்ந்து ஒரு துண்டு துண்டான, கிளைத்த கதை வரியை உருவாக்கியது. அவரது பிரபலமான சிறுகதைத் தொகுப்பான சே கத்ரே கூனில் இந்த பாணி மிகவும் தெளிவாகத் தெரிகிறது; "இரத்தத்தின் மூன்று துளிகள்" (1932). அவரது கதை நடை , துணை உரை கவலைகள் மற்ற ஈரானிய எழுத்தாளர்கள் மீது நீண்டகால தாக்கத்தை ஏற்படுத்தின. ஈரானிய நவீன இலக்கியங்களின் பட்டியலில் ஒவ்வொன்றும் தங்களின் முக்கியமான பெயரான பஹ்ரம் சதேகி, ஹோஷாங் கோல்ஷி, சிமின் தனேஷ்வர், மஹ்ஷித் அமீர்ஷாஹி, கோலம் ஹுசேன் சைடி போன்ற எழுத்தாளர்களில் அவரது படைப்புகளின் தடயங்களை ஒருவர் கேட்கலாம். நன்கு அறியப்பட்ட ஆசிரியர்கள் தங்கள் படைப்புகளைத் தொடர்ந்தும், இந்த காலகட்டத்தில் அவர்களின் சிறந்த படைப்புகளை எழுதியிருந்தாலும், இந்த நேரத்தில் பல புதிய எழுத்தாளர்களும் வந்திருந்தனர், அவர்களின் முக்கிய கவனம் சாதாரண குடிமக்கள், ஹீரோ எதிர்ப்பு ஹீரோக்கள், வலியின் படங்கள், துன்பங்கள் ஏழைகள், ஆளும் ஆட்சியின் அடக்குமுறை. நவீனத்துவ காலத்தில் மிக முக்கியமான பெண் எழுத்தாளர்களும் வந்தனர். சிமின் தனேஷ்வர் (1921-2012) சமகால பாரசீக இலக்கியத்தின் முதல் பெண் எழுத்தாளர்,

அதன் நற்பெயர் முக்கியமாக அவரது முதல் நாவலான "ஒரு பாரசீக வேண்டுகோள்" (1969)முக்கியமானது ஆனால் அவரது சிறுகதைகள் புதிய எழுத்தாளர்கள், கல்வியாளர்களால் கவனத்தைப் பெற்றன, ஏனெனில் பாரசீக சமூகத்தில் பெண்களை சமூக விலக்குவதில் அவர் கவனம் செலுத்தினார். 1978-79 புரட்சியுடன் இலக்கியத்தின் புதிய சூழல் வந்தது. ஈரானுக்கும் ஈராக்கிற்கும் இடையிலான 8 ஆண்டுகால யுத்தத்துடன் அதன் அரசியல், சமூக இயக்கங்கள் இணைக்கப்பட்ட நிலையில், நிறுவப்பட்ட எழுத்தாளர்கள் தங்களது அசல் கவலைகளைத் தொடர்ந்தனர் - முன்னாள் ஆட்சியின் அநீதிகளுக்கு எதிரான போராட்டம் - புதிய தலைமுறை தங்கள் முன்னோக்குகளைக் கண்டறிந்தது. நிறுவப்பட்ட வகையாக நவீன பாரசீக சிறுகதை இந்த நேரத்தில் கணிசமான முன்னேற்றத்தை அடைந்தது. இந்த வளர்ச்சிக்கு ஒரு சில காரணிகளை கோடிட்டுக் காட்டலாம். ஒன்று, 8 ஆண்டுகால யுத்தம் ஈரானின் பொருளாதாரத்தை மிகவும் பலவீனப்படுத்தியது, மேற்கத்திய பொருளாதாரத் தடைகள் காகிதம், அச்சிடும் உபகரணங்கள் உள்ளிட்ட பல தயாரிப்புகளை மிகவும் விலை உயர்ந்ததாக ஆக்கியது. இதன் விளைவாக பல நிறுவப்பட்ட பதிப்பகங்கள் இருந்தன, அவை நீண்ட நாவல்களை வெளியிடத் தயாராக இல்லை என்பது மட்டுமல்லாமல், அவை வெளியிடவும் தயங்கின. போருக்குப் பிறகு புத்தகங்களுக்கு முன்னால் மற்ற அவசர தேவைகள் இருந்தன. ஆனால் இளைய தலைமுறையைச் சேர்ந்த புதிய ஆசிரியர்கள் தங்கள் எழுத்துக்களைப் பயிற்சி செய்வதற்காக கஃபேக்கள், வீடுகளில் கூடினர். சிறுகதைகளின் தொகுப்புகள் பிரபலமான வாசிப்பாக மாறியது. மற்ற காரணி ஈரானில் இணையத்தின் விரைவான வளர்ச்சி , "சிறுகதை" அல்லது "ஃபிளாஷ் புனைகதை" போன்ற வகைகளுக்கு வெளிப்பாடு இளம் எழுத்தாளர்களிடையே நாகரீகமாக மாறியது. மற்றொரு காரணி, மேலும் சிறுகதை போட்டிகளை அறிமுகப்படுத்தியது; இணைய அணுகலுடன் ஈரானிய எழுத்தாளர்கள் மட்டுமல்லாமல் ஈரானிய சிறுகதை போட்டிகளில் பங்கேற்க முடியும்- சாடெக் ஹெடயாட்டின் அறக்கட்டளையால் ஏற்பாடு செய்யப்பட்டவை போன்றவை, அவை சர்வதேச போட்டிகளுக்கும் சமர்ப்பிக்க முடியும். எனவே, இருபதாம் நூற்றாண்டின் முற்பகுதியில் தொடங்கிய புதிய, நவீன சிறுகதை எழுத்தின் இயக்கம், இருபத்தியோராம் நூற்றாண்டின் முதல் இரண்டு தசாப்தங்களில் புதிய வேகத்தைக் கண்டறிந்து இன்னும் வளர்ந்து வருகிறது.

# 40

## அஹ்மத் ம்லூ

அஹ்மத் ஷம்லூ ஏ. பாம்தாத் (டிசம்பர் 12, 1925 - ஜூலை 23, 2000) ஒரு ஈரானிய கவிஞர், எழுத்தாளர், பத்திரிகையாளர் ஆவார். ஷாம்லூ நவீன ஈரானின் மிகவும் செல்வாக்கு மிக்க கவிஞராக இருந்தார். அவரது ஆரம்ப கவிதை நிமா யூஷிஜின் பாரம்பரியத்திலும், நவீன தாக்கத்திலும் இருந்தது. உண்மையில், அப்தோலாலி தஸ்த்கீப் என்ற ஈரானிய இலக்கிய விமர்சகர், ஷாம்லூ நவீன ஃபார்ஸி கவிதைகளின் முன்னோடிகளில் ஒருவர் என்றும், நிமாவுக்குப் பிறகு, அவரது சகாப்தத்தின் ஈரானிய கவிஞர்கள் மீது மிகப் பெரிய தாக்கத்தை ஏற்படுத்தியதாகவும் வாதிடுகிறார். ஷாம்லூவின் கவிதை சிக்கலானது, ஆனாலும் அவரது கவிதைகளின் தீவிரத்திற்கு கணிசமாக பங்களிக்கும் அவரது படங்கள் எளிமையானவை. அவர் ஹபீஸ், உமர் கய்யம் போன்ற பாரசீக எஜமானர்களின் படைப்புகள் மூலம் தனது ஈரானிய பார்வையாளர்களுக்கு நன்கு தெரிந்த பாரம்பரிய உருவங்களை பயன்படுத்துகிறார். உள்கட்டமைப்பு, தாக்கத்திற்காக, அவர் ஒரு வகையான முறையில் அன்றாடப் படங்களைப் பயன்படுத்துகிறார், அதில் ஆளுமைப்படுத்தப்பட்ட சில கூறுகள் பாரசீக கவிதைகளில் இதுவரை முன்னோடியில்லாத வகையில் உண்மையற்ற கலவையுடன் இருப்பதால் பாரம்பரிய கவிதைகளின் அபிமானிகளில் சிலரை துன்பப்படுத்தியது.

ஷாம்லூ பிரெஞ்சு மொழியில் இருந்து பாரசீக மொழியில் பல நூல்களை விரிவாக மொழிபெயர்த்துள்ளார், மேலும் அவரது சொந்த படைப்புகளும் பல மொழிகளில் மொழிபெயர்க்கப்பட்டுள்ளன. அவர் பல நாடகங்களையும் எழுதியுள்ளார், முக்கிய கிளாசிக்கல் பாரசீக கவிஞர்களின் படைப்புகளைத் திருத்தியுள்ளார், குறிப்பாக ஹபீஸ். ஈரானிய நாட்டுப்புற நம்பிக்கைகள், மொழியைப் புரிந்துகொள்வதில்

அவரது பதின்மூன்று தொகுதிகளான கெதாப்-இ கசேச்(ஆலி புத்தகம்) ஒரு முக்கிய பங்களிப்பாகும். மேலும் அவர் புனைகதை, திரைக்கதைகளையும் எழுதினார், குழந்தைகள் இலக்கியம், பத்திரிகை ஆகியவற்றில் பங்களித்தார்.

ஷாம்லூவின் முதல் படைப்பான மறந்துபோன பாடல்கள் நூல் கிளாசிக்கல், நவீன கவிதைகளின் தொகுப்பாகும், இது 1947 இல் இப்ராஹிம் தில்மகானியனின் அறிமுகத்துடன் வெளியிடப்பட்டது. 1948 ஆம் ஆண்டில், சோகன் என்ற இலக்கிய மாத இதழில் எழுதத் தொடங்கினார். இரண்டு ஆண்டுகளுக்குப் பிறகு அவரது முதல் சிறுகதை, "பித்தளை கதவுக்குப் பின்னால் உள்ள பெண்" வெளியிடப்பட்டது. அவரது இரண்டாவது கவிதைத் தொகுப்பு, மேனிஃபெஸ்டோ 1951 இல் வெளியிடப்பட்டது. அவர் சோசலிச சித்தாந்தத்தின் மீது சாய்வைக் காட்டினார். அவருக்கு ஹங்கேரிய தூதரகத்தில் வேலை கிடைத்தது.

அவரது மூன்றாவது கவிதைத் தொகுப்பான மெட்டல்ஸ் அண்ட் சென்ஸ் (1952) காவல்துறையினரால் தடைசெய்யப்பட்டு அழிக்கப்பட்டது. அவரது மொழிபெயர்ப்பு நூலான அழுக்கு தங்கம்,சிக்மண்ட் மொட்ரிட்ச், மிகப்பெரிய நாவல் இதயமற்ற மனிதன் போன்ற நூல்களை பறிமுதல் செய்யப்பட்டு அழிக்கப்பட்டது. 1954 இல் அவர் 14 மாதங்கள் சிறையில் அடைக்கப்பட்டார். 1955 இல் அவர் ஐரோப்பிய எழுத்தாளர்களின் மூன்று நாவல்களை மொழிபெயர்த்து வெளியிட்டார். 1956 இல் பாம்ஷாத் இலக்கிய இதழின் தலைமை ஆசிரியரானார்.

## 1957-1959

1957 இல் வெளியிடப்பட்ட தனது அடுத்த கவிதைத் தொகுப்பான ஃப்ரெஷ் ஏர் மூலம் அவர் பெரும்புகழ் பெற்றார், கவிஞரும் தத்துவஞானியுமான ஜியா மொவாஹெட் கருத்து தெரிவிக்கையில், " இன்று புதிய காற்றைப் படிக்கும் எவரும் இந்த மொழி, இந்த அமைப்பு சமகால கவிதைகளில், ஷாம்லூவைப் போலவே இந்த வகையான தாளத்தை சிலர் சாதித்துள்ளனர். புதிய கவிதைகள் எங்கள் கவிதைகளில் மிகப் பெரிய நிகழ்வாக இருந்தது". உன்னதமான ஈரானிய கவிதை பற்றிய சில ஆய்வுகளையும் அவர் வெளியிட்டார்.

அவரது மொழிபெயர்ப்பு நூலான வெறுங்காலுடன், நாவல் 1958 இல் வெளியிடப்பட்டது 1959 ஆம் ஆண்டில் அவர் குழந்தைகளுக்காக சிறுகதைகளை வெளியிடத் தொடங்கினார், அத்துடன் ஆவணப்படங்களை இயக்கி, திரைப்பட ஸ்டுடியோக்களில் பணியாற்றினார்.

## 1960-1969

*1960 இல், அவரது கவிதைகளின் புதிய தொகுப்பு, தி கார்டன் ஆஃப் மிரர்ஸ் வெளியிடப்பட்டது.*

*1961 ஆம் ஆண்டில், ஈரானில் இலக்கிய பத்திரிகையின் பாரம்பரியத்தையும் மொழியையும் கொண்ட கெதாப்-இ-ஹாஃப்டே என்ற பத்திரிகையின் தலைமை ஆசிரியரானார். 1962 ஆம் ஆண்டில் ஆண்ட்ரே கிட், ராபர்ட் மெர்லே ஆகியோரின் மொழிபெயர்ப்புகள் வெளியிடப்பட்டன. 1964 ஆம் ஆண்டில் இரண்டு கவிதைத் தொகுப்புகள் வெளியிடப்பட்டன: அய்டா இன் மிரர், மொமென்ட் அண்ட் எடர்னிட்டி. 1965 ஆம் ஆண்டில் ஒரு புதிய கவிதைத் தொகுப்பு வெளியிடப்பட்டது: அய்டா, மரங்கள், நினைவுகள், தி டாகர், அத்துடன் புதிய மொழிபெயர்ப்பு. தி புக் ஆஃப் ஆலி தொகுக்க தனது மூன்றாவது முயற்சியையும் தொடங்கினார். 1966 ஆம் ஆண்டில், பீனிக்ஸ் இன் தி ரெய்ன் என்று அழைக்கப்படும் மற்றொரு புதிய கவிதைத் தொகுப்பு வெளியிடப்பட்டது, மேலும் அவரது இலக்கிய இதழ் தகவல் அமைச்சகம் (SAVAK) மூலம் தடை செய்யப்பட்டது.*

*1967 ஆம் ஆண்டில், அவர் குஷேவின் தலைமை ஆசிரியரானார். எர்ஸ்கைன் கால்டுவெல்லின் அவரது புதிய மொழிபெயர்ப்பு வெளியிடப்பட்டது, மேலும் அவர் ஈரானிய எழுத்தாளர்கள் சங்கத்தை உருவாக்குவதில் பங்கேற்று ஈரானிய பல்கலைக்கழகங்களில் பல கவிதை வாசிப்புகளை வழங்கினார். 1968 ஆம் ஆண்டில், பாரசீக மொழியின் கிளாசிக்கல் பெரிய கவிஞரான ஹபீஸைப் பற்றிய தனது ஆய்வைத் தொடங்கினார்; கார்சியா லொர்காவில் கவிதைகள், பாடல்களும் பழைய ஏற்பாட்டில் இருந்து சாலமனின் பாடல்களையும் மொழிபெயர்த்தார்; புதிய ஈரானிய கவிஞர்களுக்காக வாரம் ஒரு கவிதை வாசிப்பை ஏற்பாடு செய்தார். இது நல்ல வரவேற்பைப் பெற்றது. இந்த நிகழ்வில் அறிமுகமான கவிதைகள் ஷாம்லூவால் திருத்தப்பட்ட ஒரு பெரிய புத்தகமாக வெளியிடப்பட்டது.1969 ஆம் ஆண்டில், அவரது வார இதழ் போலீஸால் மூடப்பட்டது.*

## 1970-1979

*1970 இல், ப்ளாஸமிங் இன் மிஸ்ட் வெளியிடப்பட்டது. தொலைக்காட்சிக்காக ஒரு சில ஆவணப்படங்களையும் இயக்கிய அவர் குழந்தைகளுக்காக பல சிறுகதைகளையும் வெளியிட்டார். 1971 ஆம் ஆண்டில், அவர் தனது முந்தைய சில மொழிபெயர்ப்புகளை மறுபரிசீலனை செய்தார்.*

1972 இல், தெஹ்ரான் பல்கலைக்கழகத்தில் பாரசீக இலக்கியங்களை கற்பித்தார். ஷாம்லோவின் பிற கிளாசிக்கல், நவீன கவிஞர்களின் படைப்புகளைப் படித்து பல ஆடியோ கேசட்டுகள் வெளியிடப்பட்டன. ஈரானிய மொழி அகாடமியில் உறுப்பினர் ஆனார். அவர் பல புதிய மொழிபெயர்ப்புகளை வெளியிட்டார். அவர் மருத்துவ சிகிச்சைக்காக பாரிஸ் சென்றார்.

1973 ஆம் ஆண்டில், ஆபிரகாம் இன் ஃபயர்,டோர்ஸ் அண்ட் தி கிரேட் சீனா வால் ஆகிய இரண்டு புதிய தொகுப்புகள் பல புதிய மொழிபெயர்ப்புகளுடன் வெளியிடப்பட்டன. தொகுப்பில் உள்ள "ஆபிரகாமின் பாடல்", ஆபிரகாம் இன் ஃபயர் என்பது அஹ்மத் ஷாம்லூ எழுதிய மிகச் சிறப்பாக வடிவமைக்கப்பட்ட, பிரபலமான சமகால பாரசீக கவிதைகளில் ஒன்றாகும். ஷாம்லூ தனது கவிதையை முழு உலகின் கூட்டு நனவுடன் இணைக்கிறார், ஹீரோவின் கதாபாத்திரங்களையும் சமூக பலிகடாவையும் கூட ஆர்வமூட்டும் வகையில் முன்வைக்கிறார், நிலத்துக்காகவும் காதலுக்காகவும் தியாகம் செய்த ஒரு மனிதனின் வழக்கைப் பற்றி நாம் படிக்கும்போது, யார் அவர்களின் அறியாமை , சார்பு காரணமாக மற்றவர்களால் காட்டிக் கொடுக்கப்படுகிறது என்பதை வெளிகாட்டுகிறார். 1976 ஆம் ஆண்டில், அவர் அமெரிக்காவுக்குச் சென்று பல நகரங்களில் கவிதை வாசிப்புகளைக் கொடுத்தார். ஈரானுக்குத் திரும்புவதற்கு முன்பு சான் பிரான்சிஸ்கோ கவிதை விழாவில் பங்கேற்றார்.

1977 ஆம் ஆண்டில், அவர் தனது புதிய கவிதை நூலான டாகர் ஆன் தி தட்டு வெளியிட்டார். ஷாவின் ஆட்சிக்கு எதிர்ப்புத் தெரிவித்து ஈரானை விட்டு வெளியேறிய அவர் ஒரு வருடம் அமெரிக்காவில் தங்கியிருந்து அமெரிக்க பல்கலைக்கழகங்களில் சொற்பொழிவுகளை நிகழ்த்தினார்.

1978 ஆம் ஆண்டில், இரான்ஷஹர் என்ற புதிய வெளியீட்டிற்கு தலைமை ஆசிரியராக செயல்பட அவர் அமெரிக்காவை விட்டு பிரிட்டனுக்கு புறப்பட்டார்; அவர் சில பிரச்சினைகளுக்குப் பிறகு ராஜினாமா செய்தார், புரட்சியின் வருகைக்குப் பிறகு ஈரானுக்குத் திரும்பினார். அவர் ஈரானிய எழுத்தாளர்களின் ஒன்றியத்தில் மீண்டும் இணைந்தார், மேலும் ஒரு புதிய காலக்கட்டமான கெதாப்-இ ஜோமை வெளியிடத் தொடங்கினார். 1978 அவரது வாழ்க்கையில் மிகவும் சுறுசுறுப்பான ஆண்டாக இருந்தது, மேலும் அவர் பல கவிதைகளையும் மொழிபெயர்ப்புகளையும் வெளியிட்டார், அத்துடன் ஏராளமான சொற்பொழிவுகளையும் வாசிப்புகளையும் வழங்கினார். எழுத்தாளர் சங்கத்தின்

தலைமையின் உறுப்பினராகவும் தேர்ந்தெடுக்கப்பட்டார். 1979 தீவிரமான செயல்பாட்டின் ஆண்டாகவும் இருந்தது. தி புக் ஆஃப் ஆலியின் முதல், இரண்டாவது தொகுதிகள் அச்சிட சென்றன. எழுத்தாளர் சங்கத்தின் தலைமையின் உறுப்பினராகவும் மீண்டும் தேர்ந்தெடுக்கப்பட்டார்.

## 1980-2000

1980 ஆம் ஆண்டு தொடங்கி, தனது நாட்டில் கடுமையான அரசியல் சூழ்நிலை காரணமாக, அடுத்த எட்டு ஆண்டுகளுக்கு ஒதுங்கிய வாழ்க்கையை அவர் வழிநடத்தினார், அய்டாவுடன் தி புக் ஆஃப் அல்லி, பல இலக்கிய முயற்சிகள் செய்தார். மைக்கேல் ஷோலோகோவ் எழுதிய டான் நதி அமைதியான பாய்கிறது நூலை மொழிபெயர்த்தார். 1984 இல் இலக்கியத்திற்கான நோபல் பரிசுக்கு பரிந்துரைக்கப்பட்டார்.

1988 ஆம் ஆண்டில் உலக இலக்கிய காங்கிரஸான இன்டர்லிட் அவரை அழைத்தது.அவர் பல சொற்பொழிவுகளையும் வாசிப்புகளையும் கொடுத்து ஐரோப்பாவில் சுற்றுப்பயணம் செய்தார். அவரது முழுமையான கவிதைத் தொகுப்பு ஜெர்மனியில் அச்சிடப்பட்டது, அவர் ஈரானுக்குத் திரும்பினார். 1990 இல் அவர் அமெரிக்காவில் சுற்றுப்பயணம் செய்தார். மனித உரிமைகள், இலவச வெளிப்பாட்டிற்கான நிதி ஆகியவை அவற்றின் வருடாந்திர விருதை அவருக்கு வழங்கின. அவரது கவிதை, அவரது ஒட்டுமொத்த இலக்கிய பங்களிப்பு குறித்து பல படைப்புகள் வெளியிடப்பட்டன.

1991 ஆம் ஆண்டில் அவர் மீண்டும் ஐரோப்பாவில் சுற்றுப்பயணம் மேற்கொண்டார், மேலும் நான்கு வருட தீவிர வேலைக்காக ஈரானுக்குத் திரும்பினார். அதே ஆண்டில், நியூயார்க்கை தளமாகக் கொண்ட மனித உரிமைகள் கண்காணிப்பகம் வழங்கிய சுதந்திர சவிருதை வென்றார். 1992 இல், அவரது படைப்பு புனித சொற்கள் ஆர்மீனிய , ஆங்கிலத்தில் வெளிவந்தன. 1994 இல், அவர் ஏராளமான சொற்பொழிவுகளையும் வாசிப்புகளையும் கொடுத்து சுவீடனில் சுற்றுப்பயணம் செய்தார்.

1995 ஆம் ஆண்டில், அவர் க்யூட் ஃப்ளோஸ் மொழிபெயர்ப்பை முடித்தார். பாரசீக கவிதைகளுக்கு ஷாம்லூவின் பங்களிப்பு குறித்து விவாதிக்க ஈரானிய எழுத்தாளர்கள், விமர்சகர்களின் டொராண்டோவில் ஒரு சிறப்பு கூட்டம் நடைபெற்றது. அவரது அரோரா! ஸ்பானிஷ் மொழியிலும் வெளியிடப்பட்டது. 1999 ஆம் ஆண்டில், ஸ்வீடிஷ் அறக்கட்டளையால் அவருக்கு ஸ்டிக் டாகர்மேன் பரிசு வழங்கப்பட்டது.

*ஷாம்லூ மூன்று முறை திருமணம் செய்து கொண்டார். 1947 ஆம் ஆண்டில், அவர் அஷ்ரப் இஸ்லாமியாவை மணந்தார் (இறப்பு 1978), அவர்களுக்கு மூன்று மகன்களும் ஒரு மகளும் இருந்தனர்: சியாவாஷ் ஷாம்லூ, (1948-2009), சிரஸ் ஷாம்லூ, சமன் ஷாம்லூ, சாகி ஷாம்லூ. பல வருட மோதல்கள் , நீண்ட பிரிவினைக்குப் பிறகு அவர்கள் 1957 இல் விவாகரத்து செய்தனர். ஷாம்லூவை விட பதினான்கு வயது மூத்தவரான துசி ஹயெரி மசந்தராணியுடன் (இறப்பு 1992) அவரது இரண்டாவது திருமணம் நடந்தது.திருமணமான நான்கு ஆண்டுகளுக்குப் பிறகு 1963 இல் விவாகரத்தில் முடிந்தது.*

*அவர் 1962 வசந்த காலத்தில் ஐடா சார்கீசியனைச் சந்தித்தார், அவர்கள் இரண்டு ஆண்டுகளுக்குப் பிறகு 1964 இல் திருமணம் செய்து கொண்டனர். ஐடா ஒரு ஆர்மீனிய-ஈரானிய குடும்பத்திலிருந்து வந்தவர், அவர் ஷாம்லூவைப் போலவே வாழ்ந்தார். ஷாம்லூவின் குடும்பத்தின் இஸ்லாமிய பின்னணியின் அடிப்படையில் அவரது கிறிஸ்தவ குடும்பம் திருமணத்தை எதிர்த்தது. மேலும், ஷாம்லூ வயதானவர், இரண்டு முறை விவாகரத்து பெற்றார். ஷாம்லூவின் வாழ்க்கையில் அவர் ஒரு கருவியாக மாறினார், மேலும் 2000 ஆம் ஆண்டில் அவர் இறக்கும் வரை அவர்கள் ஒன்றாகவே இருந்தனர். அவரது பெயர் அவரது பிற்கால கவிதைகளில் காணப்படுகிறது. அவர் தற்போது கராஜில் வசிக்கிறார்.*

*ஒரே நேரத்தில் பல நோய்களால் அவதிப்பட்ட ஷாம்லூவின் உடல் நிலை 1996 இல் மோசமடைந்தது. அவர் பல அறுவை சிகிச்சைகளை மேற்கொண்டார், 1997 இல், கடுமையான நீரிழிவு பிரச்சினைகள் காரணமாக அவரது வலது கால் துண்டிக்கப்பட்டது. அவர் நீரிழிவு நோயால் ஏற்பட்ட சிக்கல்களால் 2000 ஜூலை 23, ஞாயிற்றுக்கிழமை இரவு 9 மணியளவில் கராஜில் உள்ள தேகடேயில் உள்ள அவரது வீட்டில் காலமானார். ஜூலை 27 அன்று, அஹ்மத் ஷாம்லூவின் இறுதிச் சடங்கில் ஆயிரக்கணக்கானோர் பங்கேற்றனர். அவர் கராஜின் எமம்சாதே தாஹரில் அடக்கம் செய்யப்பட்டார்*

# 40

## ஜவாத் மொஜாபி

ஜவாத் மொஜாபி (14 அக்டோபர் 1939 காஸ்வின், ஈரான்) கவிஞர், எழுத்தாளர், ஆராய்ச்சியாளர், இலக்கியம், கலை விமர்சகர். ஈரானின் மிக முக்கியமான நவீன எழுத்தாளர்கள், கவிஞர்களில் ஒருவரான மொஜாபி, 50 க்கும் மேற்பட்ட இலக்கியப் படைப்புகளை பல்வேறு வடிவங்களில் வெளியிட்டுள்ளார். கலை, கலாச்சாரம் குறித்த நூற்றுக்கணக்கான விமர்சன படைப்புகள் கட்டுரைகளை பத்திரிகைகளில் எழுதியுள்ளார். சிறுகதை எழுதுதல், ஈரானில் நவீன ஓவியம் குறித்த ஆராய்ச்சியுடன் 1960 களில் கவிதை எழுதத் தொடங்கினார்.

பெரும்பாலும் சமூக கருப்பொருள்களை மையமாகக் கொண்ட மொஜாபி தத்துவம், சிந்தனையின் கவிஞர் ஆவார், அவர் நையாண்டியின் கலவையுடன் கவிதையை இனிமையாக்குகிறார். அவர் மரபை பயன்படுத்துகிறார், அவர் முன்னர் ஈரானில் தணிக்கை செய்வதை விமர்சித்தார்.

காஸ்வினில் உள்ள பள்ளியில் அவர் பள்ளிபடிப்பை பூர்த்திச் செய்தார். 1958 ஆம் ஆண்டில், தெஹ்ரான் பல்கலைக்கழகத்தில் சட்டம் படிக்க அவர் ஏற்றுக்கொள்ளப்பட்டார். ஓவியராக இருந்த அவரது சகோதரர் ஹொஸைன் 1963 இல் இறந்தார், அவருக்கு வயது 19. அவரது இளங்கலை பட்டத்தைத் தொடர்ந்து, மொஜாபி பொருளாதாரத்தில் டாக்டர் தத்துவ பட்டம் பெற்றார்.

கலாச்சார, கலை அமைச்சில் கலாச்சார நிபுணராக நியமிக்கப்படுவதற்கு முன்பு 19 ஆண்டுகள் அவர் நீதி அமைச்சில் பணியாற்றினார். இதற்கு இணையாக, அவர் ஒரு தொழில்முறை பத்திரிகையாளராக பணியாற்றினார், மேலும் 1968, 1978 க்கு இடையில் எட்டெலாஅத் செய்தித்தாளில் கலாச்சார ஆசிரியராக பணியாற்றினார். பின்னர், ஃபெர்டோவ்ஸி, ஜஹான்-இ நோ, கூஷே,

அடினே, டோன்யா-இ சோகன் உள்ளிட்ட இலக்கிய இதழ்களுடன் தொடர்பு கொண்டார். அவர் ஆசிரியராக பணியாற்றினார். 1978 இன் முற்பகுதியில், தனது சகாக்களுடன் சேர்ந்து அவர் சுதந்திர பத்திரிகையாளர்கள் பவுண்டேசன் என்ற அமைப்பை உருவாக்கக்கினார். ஈரானிய புரட்சியைத் தொடர்ந்து இந்த குழு 1979 இல் செயல்படுவதை நிறுத்தியது.

அவரது வெளியிடப்பட்ட எழுத்துக்களில் ஐம்பதுக்கும் மேற்பட்ட படைப்புகள், எட்டு கவிதைத் தொகுப்புகள், நான்கு சிறுகதைத் தொகுப்புகள், ஒன்பது நாவல்கள், பல நாடகங்கள், திரைப்படங்கள், ஒரு சிறுவர் கதை, நையாண்டி புத்தகங்கள் ஈரானின் இலக்கிய எழுத்தாளர்கள், கவிஞர்கள் பற்றிய பல வாழ்க்கை வரலாற்றுப் படைப்புகள் ஆகியவை அடங்கும். கவிதைகள், நாவல்கள், கதைகளை வெளியிடுவதோடு மட்டுமல்லாமல், கடந்த ஐம்பது ஆண்டுகளில் அவர் படைப்புகள் ஆறு தொகுதிகளுக்கு மேல் தொகுப்பட்டது. நவீனத்துவம் உள்ளிட்ட காட்சி கலைகள், ஓவியர்கள், சிற்பிகளின் வாழ்க்கை, படைப்புகள் பற்றிய பகுப்பாய்வு ஆகியவற்றில் கவனம் செலுத்தியுள்ளார். அவர் நாஸ்டினை மணந்தார், அவருக்கு இரண்டு குழந்தைகள் உள்ளனர். பூபக், ஹொசைன். அவரது ஒரு சில கவிதைகளை பார்ப்போம்.

எனது காற்றில் உங்கள் பெயர்,

உங்கள் உடலின் வெள்ளை இசை

வெளியேறுகிறது

இரவில்,

எனது நினைவில் நீங்கள்

குடிகாரர்களின் பாடல்களை

நான் எழுந்து

ஒரு இஸ்ஃபஹான் காலையில்.

பாடுகிறேன்

நீலமான இந்த மோசமான உடைந்த கையெழுத்துடன் உங்கள் பெயர் என் புத்தகத்தில் தப்பிப்பிழைத்துள்ளது.

சந்திரன் எழுச்சிக்கு முன்

நிலவின் எழுச்சிக்கு முன்

அன்பே, எனக்கு மதுவை கொண்டு வாருங்கள்,

அதனால் தூக்கத்தின் பார்வையில்
என் திராட்சை இரசத்தில்
உங்கள் பெயரைப் போலவே
நீங்கள் நிர்வாணமாக எழுவீர்கள்.
இப்போது நீங்கள் சந்திரனை விட நிர்வாணமாக இருக்கிறீர்கள்
இரவின் பதாகையின் கீழ்
ஒரு மது குடிக்கும் சந்திரன்.
குறைந்த உச்சவரம்பின் கீழ்
காட்டில் இருந்து நாற்காலிகள் வருகின்றன
வராண்டாவுக்கு,
அதனால் நான் காட்டில் உட்கார முடியும்.
ஒரு வாய் மதுவைப் பருகவும்
உங்கள் நினைவு வருகிறது, மிக அழகான நட்சத்திரங்கள்,
என் பூமிக்குரிய தாய்!
அதன் கூர்மையான சில்லுகளுடன்,
இந்த பழைய காடு அதன்
காயம் துர தூரத்திற்குள் கிழிக்கிறது.
- செய்தி கேட்கிறீர்களா?
- இல்லை
- நீங்கள் பார்க்கிறீர்களா?
- ஆம்.
ஒரு காகித மேகத்தின் பின்னால்
குருடனின் காட்சியைக் கொண்ட ஒரு மனிதன்,
அச்சிடப்பட்ட காகிதத்திற்குள் ஒன்றைக் கவனிக்கிறான்;
காடை பாடுகிறது - ஆசாதி கபேயில் -
அவரது பாடலின் கலங்கள், மலட்டு மலர்களில்
வட்டங்கள், உலகின் தைரியமான எழுத்துக்களில், சிகரெட்
புகை, உறைந்த விரல்களில்.

உங்கள் பெயர் தொலைந்துவிட்டது,
படிக்க முடியாத பளிங்கு வாக்கியத்தில்,
கல்லின் வெளிர் நீல நரம்புகளில்,
பளிங்கு மீது துப்பாக்கியின் உருவத்தை சேமிக்க என்னால் முடியவில்லை
உங்கள் உருவத்தின் குதிரை சேணம் அடைந்துள்ளது,
உங்கள் பெயர் ஆழத்தில் வேர்களில்
நான் திரும்புவேன், வசந்த காலத்தில்
நான் திரும்ப வேண்டும்

மேலோட்டமான கூரையின் கீழ்
இங்கே சிவப்பு அந்தி நேரத்தில் யாரோ
ஒரு குவளை குடித்துவிட்டார்கள்;
யாரோ இங்கு பாதுகாப்பற்ற முறையில் சிரித்திருக்கிறார்கள்,
மண்டை ஓட்டில்
மரணம்,
இசைக்கலைஞர் பூச்சிகள்
அவற்றின் சிறிய குரல்வளைகளுடன்
துக்கத்தைப் பாடுகின்றனர்;
எங்கிருந்தோ
ஒரு சிப்பாயின் வீணை,
ஆசாதி கபேயில் ஒளி குறிப்புகளை சிதறடிக்கிறது.
சிவப்பு நாற்காலிகள்
வராண்டாவில்.
மழை பெய்து கொண்டிருக்கிறது.
ஆடம்பரமான மாலுமியின் பயணங்கள்
நாடுகடத்தலின் கசப்பான கடற்கரையில் எழுந்து,
நிறமற்ற பறவைகளை

எழுப்புங்கள்;

உலகில் உள்ள பறவைகளின் சோகம்

சூனியத்திற்கு அழைப்பு விடுங்கள்

ஒரு கணம் கூட திரும்பத் திரும்ப உயர்த்தப்படுவதில்லை,

இந்த சந்திரன், சந்திரனை என் தலையைச் சுற்றி சுழல்கிறது,

என் இதயத்தை பைத்தியக்காரத்தனமான சட்டத்திற்கு செலுத்துகிறது.

உலகம் குடிபோதையில் இருந்த கப்பலை விழுங்குகிறது.

ஒரு வாய்க்கால் முன் வருவோம்

இருண்ட நியாயமான கடல்

திமிங்கலங்கள், தேவதைகளின் திரைச்சீலைகள் ஆகியவற்றின் கீழ் எதிரொலிக்கிறது,

முன்னாள் பயணங்களின் தேவதைகள்

என்னை மீண்டும்

மற்றொரு ஆடம்பரத்தை நோக்கி அழைக்கிறார்கள்.

மகிழ்ச்சியான மேகமூட்டமான சாயலில் இருந்து நான் இளமையாக வளர்ந்ததிலிருந்து

அதன் ஜுஜூப் சிவப்பு குடையில் முத்தங்கள்;

நான் வெற்றிகரமாக உயர்ந்தேன்,

இந்த உலகத்தை விட்டு வெளியேறி

அலைகளின் மர்மமான மூலைகளுக்கு அணிவகுத்துச் சென்றேன்,

ஒரு பட்டாம்பூச்சி

என் சிவப்பு நுண்ணறிவை என் தலையிலிருந்து எடுத்துச் சென்றது,

அதன் வயலட், வெள்ளை

இறக்கையுடன் சாகசத்திற்கு அப்பால்.

நியாயமான தேவதை என்னைத்

திருப்பவும், உலகில் உள்ள அனைத்து நீரும் உங்கள் வாயை உருவாக்குகிறது;

இது,

இந்த தருணம்,
இந்த அச்சமற்ற முறுக்கு,
அனைவருக்கும் கண்களை மூடிக்கொண்டு,
உங்கள் முகத்தை பயத்திலிருந்து திருப்பியது!
பட்டாம்பூச்சியின் சிறகசைப்பில்
உங்கள் குரல் மட்டுமே
தப்பிப்பிழைத்தது
உலகின் எல்லா ஒலிகளிலும்
இங்கே
இரத்தக்களரி சிறகுகள் கொண்ட பறவைகள்
என் வானத்தை உருவாக்கியுள்ளன.
உங்கள் குரலின் வெற்று இடத்திலிருந்து நான் கடந்து செல்கிறேன்,
ஹெட்லாங் நடனம்,
எழுத்துக்களின் தேவதைகள்,
ஒரு பேச்சுவழக்கில் நடனம் என்னை கவர்ந்தது.
அந்த தெளிவான நிர்வாண நீரூற்றுக்காக,
அந்த நிழல் புல்வெளியில் அவர்கள் என்னை முப்பது வயதாக ஆக்கியுள்ளனர்,
புதிதாக மலர்ந்த பழங்களைப் போல என் தலையைத் தொங்கவிட,
மற்றவர்களின் தலைகளுக்கு அருகில்
அந்த மரக் கிளைகளில்.
வசந்த காலத்தில் எனது கற்பனைகளை நீங்கள் பார்க்கிறீர்கள்,
இப்போது
உங்கள் குரல் இனிமையாக மாற்றப்பட்டுள்ளது.

# 42

## பாரசீக இசையின் அறிமுகம்

**பா**ரசீக மக்களின் கலைப் பரிசு ஒரு மகத்தான இலக்கிய பாரம்பரியத்தை உருவாக்கியுள்ளது, அலங்கார கலைகள், கைவினைப்பொருட்களின் நேர்த்தியான பாரம்பரியம், கட்டிடக்கலையில் ஒரு சிறந்த மரபு, ஒரு சுத்திகரிக்கப்பட்ட இசை கலாச்சாரம் ஆகியவற்றின் செல்வாக்கு ஸ்பெயின், ஜப்பான் என விரிவடைந்துள்ளது.

வரலாற்றை பின்னோக்குக்குகையில் ஈரானில் [பெர்சியா] இசை வளர்ச்சியின் வரலாறு வரலாற்றுக்கு முந்தைய காலத்தைச் சேர்ந்தது. சிறந்த புகழ்பெற்ற மன்னர், ஜம்ஷித், இசையின் புது"கண்டுபிடிப்பு" க்கு பெருமை சேர்த்துள்ளார்.

நாட்டின் வரலாற்றின் பல்வேறு காலகட்டங்களிலிருந்து துண்டு துண்டான ஆவணங்கள் பண்டைய பெர்சியர்கள் ஒரு விரிவான இசை கலாச்சாரத்தைக் கொண்டிருந்தன என்பதை உறுதிப்படுத்துகின்றன. சாசானிய காலம் (கி.பி. 226-651), குறிப்பாக, பெர்சியாவில் ஒரு உயிரோட்டமான இசை வாழ்க்கை இருப்பதைக் குறிக்கும் ஏராளமான சான்றுகளை நமக்கு விட்டுச் சென்றுள்ளது. பார்போட், நக்கிசா, ராம்டின் போன்ற சில முக்கியமான இசைக்கலைஞர்களின் பெயர்களும், அவர்களின் சில படைப்புகளின் தலைப்புகளும் பிழைத்துள்ளன.

கி.பி 7 ஆம் நூற்றாண்டில் இஸ்லாத்தின் வருகையுடன், பாரசீக இசையும், மற்ற பாரசீக கலாச்சாரக் களங்கங்களும், "இஸ்லாமிய நாகரிகம்" என்று அழைக்கப்பட்டதிலிருந்து முக்கிய உருவாக்கும் கூறுகளாக மாறியது. பாரசீக இசைக்கலைஞர்கள், இசைக்கலைஞர்கள் கிழக்கு மொஸ்லெம் பேரரசின் இசை வாழ்க்கையில் பெரும் ஆதிக்கம் செலுத்தினர். ஃபராபி (தி. 950), எப்னே சினா (தி. 1037), ராசி (தி. 1209), ஓர்மவி (தி. 1294), ஷிராஜி (தி. 1310), , மராக்கி (தி.

1432) ஆகியோர் வரிசையில் ஒரு சில ஆரம்பகால இஸ்லாமிய காலகட்டத்தில் சிறந்த பாரசீக இசை அறிஞர்கள் இருந்தனர். 16 ஆம் நூற்றாண்டில், சஃபாவிட் வம்சத்தின் (1499-1746) ஆட்சியின் கீழ் பாரசீக நாகரிகத்தின் ஒரு புதிய "பொற்காலம்" தோன்றியது. இருப்பினும், அந்தக் காலத்திலிருந்து 20 ஆம் நூற்றாண்டின் மூன்றாம் தசாப்தம் வரை பாரசீக இசை படிப்படியாக வெறும் அலங்கார, விளக்கக் கலைக்குத் தள்ளப்பட்டது, அங்கு படைப்பு வளர்ச்சியும் இல்லை, அறிவார்ந்த ஆராய்ச்சிகளும் செழிக்கவும் இல்லை. 20 களின் முற்பகுதியில் இருந்து, மீண்டும், பாரசீக இசை பரந்த பரிமாணங்களைக் கண்டுபிடிக்கத் தொடங்கியது. அறியப்பட்ட பாரம்பரியத்தை நிலைநிறுத்துவதற்கு பதிலாக புதிய தோற்றுவாய்க்கான வேண்டுகோள், கட்டமைப்பு கூறுகளை விசாரிப்பதற்கான ஆர்வம் ஆகியவை உருவாகியுள்ளன. எவ்வாறாயினும், அடிப்படையில், ஈரானின் [பெர்சியாவின்] தேசிய இசையாக இன்னும் அங்கீகரிக்கப்படுவது 19 ஆம் நூற்றாண்டின் செயல்திறன் நடைமுறைகளின் குறிப்பிடத்தக்க முத்திரைகள் கொண்ட கடந்த கால பாரம்பரியமாகும். இந்த பாரம்பரிய அல்லது கிளாசிக்கல் இசை மிகவும் அலங்கரிக்கப்பட்ட , அதிநவீன கலையை குறிக்கிறது, அதன் கதாநாயகர்கள் தொழில்முறை நகர இசைக்கலைஞர்கள். தற்போதைய நூற்றாண்டுக்கு முன்னர், அத்தகைய இசைக்கலைஞர்கள் பிரபுக்களால் ஆதரிக்கப்பட்டனர். இன்று, படிப்படியாக நவீனமயமாக்கும் சமூகத்தில், அவர்கள் பொதுவாக பரந்த நடிப்பு, தொலைக்காட்சி ஊடகங்களால் ஈடுபடுகிறார்கள்.

வாய்வழி பாரம்பரியத்தின் மூலம் நிரந்தரமாக, கிளாசிக்கல் திறனாய்வு பாரசீக இசையின் "ரேடிஃப்" என்று அழைக்கப்படும் பண்டைய துண்டுகளின் உடலை உள்ளடக்கியது. இந்த துண்டுகள் பன்னிரண்டு குழுக்களாக ஒழுங்கமைக்கப்பட்டுள்ளன, அவற்றில் ஏழு அடிப்படை மாதிரி கட்டமைப்புகள் என அழைக்கப்படுகின்றன, மேலும் அவை ஏழு "தஸ்த்கா" (அமைப்புகள்) என்று அழைக்கப்படுகின்றன. அவை: ஷூர், ஹோமாயூன், சேகா, சஹர்கா, மஹூர், ராஸ்ட்-பஞ்ச்கா, நவ. மீதமுள்ள ஐந்தும் பொதுவாக இரண்டாம் நிலை அல்லது வழித்தோன்றல் தஸ்த்களாக ஏற்றுக்கொள்ளப்படுகின்றன. அவற்றில் நான்கு: அபுவாட்டா, தஷ்டி, பயாட்-இ டோர்க், அஃப்ஷரி ஆகியவை ஷூரின் வழித்தோன்றல்களாக கருதப்படுகின்றன; ,, பயாத்-இ எஸ்பஹான் ஹோமாயூனின் துணை தஸ்த்காவாகக் கருதப்படுகிறார். பன்னிரண்டு குழுக்களில் ஒவ்வொன்றிலும் உள்ள தனித்தனி துண்டுகள் பொதுவாக "குஷே" என்று அழைக்கப்படுகின்றன, ஆனால் ஒவ்வொரு குஷூம் ஒரு குறிப்பிட்ட, பெரும்பாலும்

விளக்கமான தலைப்பைக் கொண்டுள்ளன. ஒரு குஷே தெளிவாக வரையறுக்கப்பட்ட இசை அமைப்பு அல்ல; மாறாக, இது மாதிரி, மெலோடிக் , எப்போதாவது தாள சூத்திரங்களைக் குறிக்கிறது, அதன் மீது நடிகர் மேம்படுவார் என்று எதிர்பார்க்கப்படுகிறது. இவ்வாறு, ரேடிஃப் இசை வெளிப்பாட்டின் எல்லையற்ற ஆதாரத்தை சமர்ப்பிக்கிறது. அடிப்படை பொருளின் நெகிழ்வுத்தன்மை, மேம்பட்ட சுதந்திரத்தின் அளவு என்னவென்றால், ஒரே நடிகரால் இரண்டு முறை விளையாடிய ஒரு துண்டு, ஒரே அமர்வில், மெல்லிசை கலவை, வடிவம், காலம், உணர்ச்சி தாக்கம் ஆகியவற்றில் வித்தியாசமாக இருக்கும்.

பாரசீக முறைகளை நிர்மாணிப்பதில் ஈடுபட்டுள்ள கொள்கை பண்டைய கிரேக்க முறையுடன் ஒப்பிடக்கூடிய இணைந்த , ஒத்திசைந்த டெட்ராச்சோர்டுகளின் கருத்தை அடிப்படையாகக் கொண்டது. நிறமூர்த்தம் பயன்படுத்தப்படவில்லை , ஒரு ஆக்டேவ் ஒருபோதும் ஏழு முக்கிய டோன்களுக்கு மேல் அல்லது குறைவாக இல்லை. ஒரு தொடர்ச்சியான பிரபலமான கருத்துக்கு மாறாக பாரசீக [ஈரானிய] இசையில் காலாண்டு போன்ற எதுவும் இல்லை. இருப்பினும், மிகவும் சிறப்பியல்பு இடைவெளி நடுநிலை, இரண்டாவது. இது மிகவும் நெகிழ்வான இடைவெளி; ஆனால், அதன் அனைத்து மாறுபாடுகளிலும், இது சிறிய வினாடி (அரை-படி) ஐ விட பெரியது, முக்கிய இரண்டாவது (முழு-படி) விட சிறியது. சில முறைகளுக்கு விசித்திரமான மற்றொரு இடைவெளி என்பது ஒரு இடைவெளியாகும், இது முக்கிய விநாடியை விட பெரியது, ஆனால் பெரிதாக்கப்பட்ட விநாடிக்கு போதுமானதாக இல்லை. உண்மையான பாரசீக இசையில் பெரிதாக்கப்பட்ட இரண்டாவது இடைவெளி பயன்படுத்தப்படவில்லை. சந்தம், பெரும்பான்மையான குஷ்கள் நெகிழ்வானவை, நிலையான மெட்ரிக் வரிசையில் ஒதுக்க முடியாது. இருப்பினும், ஒவ்வொரு தஸ்த்காவிலும், தாள விளைவுகளில் அவ்வப்போது பல்வேறு வகைகளை வழங்குவதற்காக இலவச மீட்டர் துண்டுகள் மத்தியில் பல மெட்ரிகல் ஒழுங்குபடுத்தப்பட்ட குஷ்கள் உள்ளன. இரண்டும், இரட்டை, மூன்று மீட்டர் பொதுவானவை; சில பகுதிகளின் நாட்டுப்புற இசையில் காணப்படும் சமச்சீரற்ற மீட்டர், கிளாசிக்கல் இசையில் அரிதானவை. பல மேற்கத்திய சாரா இசை கலாச்சாரங்களைப் போலவே, பாரசீக இசை முறையான இணக்கமான நடைமுறையை உருவாக்கவில்லை. இந்த இசையின் வளர்ச்சி முதன்மையாக மெல்லிசை ஆகும். எனவே இது மெல்லிசை சுத்திகரிப்பு, நுட்பமான மேற்கத்திய இசையின் மிகப் பெரிய அளவை அடைந்துள்ளது. தாள விளைவுகளில் அவ்வப்போது

பல்வேறு வகைகளை வழங்குவதற்காக இலவச மீட்டர் துண்டுகள் மத்தியில் பல மெட்ரிகல் ஒழுங்குபடுத்தப்பட்ட குஷ்கள் உள்ளன. இரண்டும், இரட்டை, மூன்று மீட்டர் பொதுவானவை; சில பகுதிகளின் நாட்டுப்புற இசையில் காணப்படும் சமச்சீரற்ற மீட்டர், கிளாசிக்கல் இசையில் அரிதானவை.

ஈரானின் (பெர்சியா) நீண்ட வரலாற்றில் அறியப்பட்ட இசைக்கருவிகள் இங்கு பெயரிட முடியாதவை. தற்போது அந்த கருவிகள் பின்வருமாறு, அவை தற்போது பரவலாகப் பயன்படுத்தப்படுகின்றன:

தார்: ஆறு சரங்கள், இரண்டு எண்களின் வரம்பு, ஐந்தாவது ஒரு பறிக்கப்பட்ட சரம் கருவி.

செடார்: தார் தொடர்பான ஒரு கருவி ஒரே வரம்பில், ஆனால் நான்கு சரங்களுடன். வலது ஆள்காட்டி விரலின் ஆணியால் செட்டார் கட்டப்படுகிறது.

உத்: பார்பட் எனப்படும் பண்டைய பாரசீக கருவியின் அரேபிய பெயர். இது ஒன்பது முதல் பதினொரு சரங்களைக் கொண்ட ஒரு பறிக்கப்பட்ட சரம் கருவியாகும். ஐரோப்பிய வீணை என்பது உத் கருவியின் வழித்தோன்றல் ஆகும்.

கமஞ்சே: நான்கு சரங்களைக் கொண்ட ஒரு குனிந்த கருவி, வயலன்செல்லோவின் பாணியில் இசைக்கப்பட்டது, ஆனால் வயலினுடன் ஒப்பிடக்கூடிய அளவு, தொனி வரம்பைக் கொண்டது.

சாந்தூர்: ஒரு டல்சிமர் மென்மையான மர மேலட்டுகளுடன் விளையாடியது, மூன்று எண்களைத் தாண்டியது. இல்லை: புல்லாங்குழல்களின் பல உண்மைகளுக்கான பொதுவான பெயர்.

டோம்பக்: [பாரசீக] கிளாசிக்கல் இசையில் முதன்மை தாளக் கருவி. இது குறுகிய, முடிவில் திறந்திருக்கும் குவளை வடிவ டிரம் ஆகும், மறுபுறம் இறுக்கமாக நீட்டப்பட்ட தோலால் மூடப்பட்டிருக்கும்.

தயேர்: தம்பூரின்.

## நாட்டுப்புற, பிரபலமான இசை

பாரசீக நாட்டுப்புற இசையில் உள்ள மாதிரி கருத்துக்கள் நேரடியாக கிளாசிக்கல் இசையுடன் இணைக்கப்பட்டுள்ளன. இருப்பினும், நாட்டுப்புற இசைக்குழுக்கள் ஒப்பீட்டளவில் தெளிவான மெல்லிசை, தாள பண்புகளால் வகைப்படுத்தப்படுவதால் மேம்பாடு ஒரு சிறிய பாத்திரத்தை வகிக்கிறது. ஒவ்வொரு நாட்டுப்புற மெல்லிசையின்

செயல்பாடும் அதன் மனநிலையை தீர்மானிக்கிறது. திருமணப் பாடல்கள், தாலாட்டுக்கள், காதல் பாடல்கள், அறுவடைப் பாடல்கள், நடனத் துண்டுகள் போன்றவற்றின் மாறுபட்ட அழகியல் தேவைகள் வெளிப்படையான, பொருத்தமான எளிமையுடன் பூர்த்தி செய்யப்படுகின்றன. கிளாசிக்கல் கருவிகளில் பெரும்பாலானவை நாட்டுப்புற இசைக்கலைஞர்களுக்கு மிகவும் விரிவானவை, கடினமானவை. அதற்கு பதிலாக, கிராமப்புற மக்களிடையே பல்வேறு வகையான இசைக்கருவிகள் உள்ளன. உண்மையில், நாட்டின் ஒவ்வொரு பிராந்தியமும் தனக்கு தனித்துவமான கருவிகளைப் பெருமைப்படுத்தலாம். இருப்பினும், மூன்று வகையான கருவிகள் நாட்டின் அனைத்து பகுதிகளுக்கும் பொதுவானவை. அவை, சுர்னே (அல்லது ஜோர்னா) என்று அழைக்கப்படும் ஒரு வகையான ஷாம், பல்வேறு வகையான நாய்க் (புல்லாங்குழல்), டோஹோல், டபுள்ஹெடர் டிரம். பாரசீக இசையின் கலந்துரையாடலில் ஒரு பிரபலமான-வணிக இசையாக செயல்படும் கலப்பு பாரசீக-மேற்கத்திய இசையின் புதிய கலப்பினத்தை உள்ளடக்கியிருக்க வேண்டும். மேற்கத்திய பிரபலமான தாளங்களின் பயன்பாடு, ஒரு அடிப்படை ஹார்மோனிக் சூப்பர் இம்போசிஷன், பெரும்பாலும் மேற்கத்திய கருவிகளைக் கொண்ட ஒப்பீட்டளவில் பெரிய குழுமங்கள் ஆகியவை இந்த இசையை வகைப்படுத்துகின்றன. இந்த பாடல்களின் மெல்லிசை, மாதிரி அம்சங்கள் அடிப்படையில் பாரசீக கூறுகளை பராமரிக்கின்றன. ஒட்டுமொத்தமாக, இது போன்ற ஒரு மெலஞ்சின் கலைத் தகுதி கேள்விக்குரியது என்று சொல்வது ஒரு குறைவான கருத்தாகும்.

# 43

## ஃபரூக் ஃபாரோத்

இலக்கியம், கலைகள், ஈரானில் எல்லாவற்றையும் ஆண்கள் ஆதிக்கம் செலுத்திய ஒரு காலத்தில், மிகக் குறைந்த பெண்கள் கவிஞர்களாக மதிக்கப்படுகையில், ஃபரூக் ஃபாரோக்ஷாத் (1935-1967) என்ற ஒரு இளம் பெண் கவிதைகளை எழுதி வெளியிடத் தொடங்கினார். சிற்றின்பத்துடன் பெண்கள் சொல்லக்கூடிய அல்லது காகிதத்தில் வைக்கக்கூடியவற்றின் எல்லைகளை அவை புறம் தள்ளுகிறது.

ஃபரூக் ஃபாரோக்ஸாத் மிகுந்த துணிச்சலும் அசாதாரண திறமையும் கொண்ட கவிஞர். அவரது கவிதைகள் எதிர்ப்பின் கவிதை - வெளிப்பாடு மூலம் எதிர்ப்பு- பெண்களின் உள்ளார்ந்த உலகத்தின் வெளிப்பாடு (அதுவரை தடைசெய்யப்பட்டதாகக் கருதப்படுகிறது)ஆகும்.அவர்களின் நெருங்கிய இரகசியங்கள் ஆசைகள், அவர்களின் துக்கங்கள், ஏக்கங்கள், அபிலாஷைகள் , சில சமயங்களில் மனத்தின் மூலம் கூட அவை வெளிப்படுத்தப்பட்டன. உடல் , உணர்ச்சி ரீதியான நெருக்கம் பற்றிய அவரது வெளிப்பாடுகள், அதுவரை பாரசீக பெண்களின் கவிதைகளில் அதிகம் இல்லாதது, அந்தக் காலத்தின் புத்திஜீவிகள் மத்தியில் கூட, சர்ச்சையின் மையத்தில் அவரை வைத்தது. அவர் டேப்ளாய்ட் வதந்திகளுக்கு உட்படுத்தப்பட்டு தளர்வான ஒழுக்கமுள்ள பெண்ணாக சித்தரிக்கப்பட்டார். பிப்ரவரி 14,1967 அன்று அவர் கார் விபத்தில் இறந்தார். அவருக்கு 32 வயது ஆனது.

ஈரானிய அறிஞர், ஃபர்சானே மிலானி கூறுகையில்: “முன்னோடிகளிடமிருந்தும், அவரது சமகால பெண் எழுத்தாளர்களிடமிருந்தும் கூட (ஃபாரோக்சாத்) என்ன எழுத்தில் அமைக்கிறது என்பது வழிகாட்டும், கல்வி கற்பிக்கும், வழிநடத்தும் என்பன போன்ற எந்த நோக்கமும் இல்லாமல் மேற்கோள்

அனுபவத்தை வழங்குவதாகும்.... அவரின் கவிதை.கவிதை ஒரு தீவிர மாற்றத்திற்கு உள்ளாகும் ஒரு முழு தலைமுறையினரின் வலி , இன்பத்தின் துல்லியமான சித்தரிப்பு என்று அவரது கவிதைகளை சொல்லலாம்.

இன்றுவரை, ஃபரோகஷாத் இளம் , வயதான பல ஈரானியர்களால் நேசிக்கப்படுகிறார், மதிக்கப்படுகிறார், மேலும் அவரது கவிதைகள் இசை, ஓவியங்கள், கட்டுரைகளை ஊக்கப்படுத்தியுள்ளன. ஃபாரோக்சாத் எழுதிய பூமிக்குரிய வசனங்கள் என்ற கவிதை

பாரசீக மொழியிலிருந்து ஷோலே வோல்ப் என்பவர் மொழிபெயர்த்து வழங்குகிறார்.

பின்னர்,

சூரியன் குளிர்ச்சியாகி

பூமி தரிசாக மாறியது.

புல் புல்வெளிகளில் வாடியது

மீன் கடலில் வாடியது

பூமி

இறந்தவர்களை வரவேற்கவில்லை.

இரவு, ஒரு விசித்திரமான பார்வையாளன்

அருகில் வந்து, ஜன்னல்களில் வீங்கி

சாலைகள் தங்களை

இருளில் விடுவித்தன.

இனி யாரும் அன்பைக் கனவு கண்டதில்லை.

யாரும் ஆரம்பம் பற்றி கனவு கண்டதில்லை.

இனி யாரும் எதையும் கனவு காணவில்லை.

தனிமையின் குகைகளில்

பயனற்ற தன்மை பிறந்தது.

ஹெறன்பேன், அபின் ஆகியவற்றால் இரத்தம் திரும்பியது.

பெண்கள் தலையில்லாத குழந்தைகளைப் பெற்றெடுத்தனர்

தொட்டில்கள் வெட்கத்திலிருந்து கல்லறைகளில் மறைந்தன.

என்ன கசப்பான, கருப்பு நாட்கள்...

தீர்க்கதரிசன பணியின் சக்திகள்

ரொட்டியால் தோற்கடிக்கப்பட்டன.

தீர்க்கதரிசிகள், இப்போது விழுந்த பசியிலும்

வாக்குறுதி புண்ணிய பூமியில் தப்பி,

வருத்தம், ஊமையாக துறைகளில்

கிறிஸ்துவின் இழந்த ஆட்டை கேட்டு மேய்ப்பனின். கண்ணாடியின் கண்கள் அசைவுறுகிறது.

வண்ணங்கள், வடிவங்களை தலைகீழாகவும், பொல்லாத கோமாளிகளின் தலைகளுக்கும், பரத்தையரின் இழிவான முகங்களுக்கும் மேலாக, ஒரு குடை போன்ற புனிதமான, பிரகாசமான ஒளிவட்டத்தை தீயில் எரித்தன. சும்மா புத்திஜீவிகளின் படுகுழியில் கசிந்த நச்சுப் புகைகளை உறிஞ்சும் ஆல்கஹால் சதுப்பு நிலங்கள், பழங்கால பெட்டிகளுக்குள் நயவஞ்சக எலிகள் புத்தகங்களின் கில்ட் இலைகளைப் பறித்த

சூரியன் இறந்துவிட்டது.

சூரியன் இறந்துவிட்டது, "நாளை"

என்பது

குழந்தைகளுக்கு ஒன்றும் புரியாத ஒரு பழமையான சொல். தங்கள் குறிப்பேடுகளில் அவர்கள் அதை

ஒரு மங்கலான கருப்பு மங்கலாக வரைந்தார்கள்.

மக்கள்,

வீழ்ந்த மக்கள்,

இதயத்தால் இறந்தவர்கள், திகைத்து, தனிமையில்,

தங்கள் சொந்த சடலங்களின் மோசமான சுமைக்கு அடியில்,

நாடுகடத்தப்படுவதிலிருந்து நாடுகடத்தப்படுவதற்கு அலைந்து திரிந்தனர்,

குற்றங்களின் வலி காமம் அவர்களின் கைகளில் வீக்கமடைந்தது.

சில நேரங்களில் ஒரு தீப்பொறி, ஒரு ஃப்ளிக்கர்,

அவர்களின் பட்டியலற்ற, அமைதியான சமுதாயத்தைத்

தூண்டியது,
அவர்கள் ஒருவருக்கொருவர் தாக்கினர் -
ஆண்கள் மற்ற ஆண்களின் தொண்டையை அறுத்து
சிறுமிகளை
இரத்தம் தோய்ந்த தாள்களில் படுக்க வைத்தனர்.
அவர்கள் தங்கள் திகிலில் மூழ்கி
பயங்கரமான பாவத்தின் பயம் முடங்கியது
அவர்களின் குருட்டு, புத்திசாலித்தனமான ஆத்மாக்கள்.
மரணதண்டனை வயல்களில், தூக்கிலிடப்பட்டவரின்
கயிற்றின் கஷ்டம்
அவர்களின் சாக்கெட்டுகளில் இருந்து ஒரு கண்டனத்தின் பயமுறுத்தப்பட்ட கண்களைப்
பார்த்தபோது, அவர்கள் பார்த்துக் கொண்டு தங்களுக்குள் மூழ்கினர்,
அவர்களின் பழைய, சோர்வான நரம்புகள் காமத்தால் துடித்தன.
ஆனால் ஒரு
குட்டையான குற்றவாளி ஒரு பிளாசாவின் விளிம்பில்
ஒரு நீரூற்றின் நீரைப் பார்த்துக் கொண்டிருப்பதைக் காணலாம், அதன் இடைவிடாத ஓட்டத்தை
ஒருவேளை,
நொறுங்கிய ஏதோ அந்த நொறுக்கப்பட்ட கண்களுக்குப் பின்னால்
அவற்றின் கடினமான ஆழத்தில், தண்ணீரின் பாடலின் தூய்மையை
நம்புவதற்கு சிரமப்பட்டு போராடுகிறது.
ஒருவேளை. ஆனால் என்ன ஒரு முடிவற்ற வெறுமை.
சூரியன் இறந்துவிட்டது, யாருக்கும் தெரியாது
எல்லா இதயங்களையும் கைவிட்ட துக்கமடைந்த புறாவின்
நம்பிக்கை.

சிறைப்பிடிக்கப்பட்ட குரல்,

உங்கள் விரக்தியின் மகிமை இந்த வெறுக்கத்தக்க இரவின் தடிமன் வழியாக

ஒருபோதும் வெளிச்சத்திற்கு ஒரு பாதை

விழவில்லையா?

சிறைப்பிடிக்கப்பட்ட குரல்,

கடைசி குரல்களில் கடைசி...

(பாவத்திலிருந்து ஃபாரோக்சாத்தின் தேர்ந்தெடுக்கப்பட்ட கவிதைகள், ஷோலே வோல்பே, ஆர்கன்சாஸ் பல்கலைக்கழக பதிப்பகம், 2007 ஆல் திருத்தப்பட்டு மொழிபெயர்க்கப்பட்டுள்ளது)

# 44

## மர்ஜானே சத் ரபி

மர்ஜானே சத்ரபி (பிறப்பு 22 நவம்பர் 1969) ஈரான் நாட்டைச் சேர்ந்த பிரெஞ்சு கிராஃபிக் நாவலாசிரியர், கார்ட்டூனிஸ்ட், இல்லஸ்ட்ரேட்டர், திரைப்பட இயக்குனர், குழந்தைகள் புத்தக எழுத்தாளர் ஆவார்.

சத்ரபி ஈரானின் ராஷ்த் என்ற இடத்தில் பிறந்தார்.அவர் தெஹ்ரானில் ஒரு நடுத்தர வர்க்க ஈரானிய குடும்பத்தில் வளர்ந்தார். அவரது பெற்றோர் இருவரும் அரசியல் ரீதியாக தீவிரமாக இருந்தனர், கடைசி ஷாவின் முடியாட்சிக்கு எதிரான மார்க்சிய காரணங்களை ஆதரித்தனர். ஈரானிய புரட்சி 1979 இல் நடந்தது, முஸ்லீம் அடிப்படைவாதிகள் அதிகாரத்தைக் கைப்பற்றினார்.

தனது இளமை பருவத்தில், மர்ஜான் பல்வேறு ஆட்சிகளின் வளர்ந்து வரும் கொடூரங்களுக்கு ஆளானார். அவரது குடும்ப நண்பர்கள் பலர் துன்புறுத்தப்பட்டனர், கைது செய்யப்பட்டனர், கொலை செய்யப்பட்டனர். அரசியல் கைதியாக இருந்து சோவியத் யூனியனில் சில காலம் நாடுகடத்தப்பட்டிருந்த தனது தந்தைவழி மாமா அனூஷில் ஒரு ஹீரோவைக் கண்டார். இளம் மர்ஜான் தனது மாமாவைப் பெரிதும் பாராட்டினார், மேலும் அவர் அவளை ஒரு மகள் போல நடத்தினார். துரதிர்ஷ்டவசமாக, சத்ரபியின் சுயசரிதையில் விவரிக்கப்பட்டுள்ளபடி, அனூஷ் மீண்டும் கைது செய்யப்பட்டு தூக்கிலிடப்பட்டார்; அவரது உடல் சிறைச்சாலையில் குறிக்கப்படாத கல்லறையில் அடக்கம் செய்யப்பட்டது. தூக்கிலிடப்படுவதற்கு முன்பு ஒரு பார்வையாளரை மட்டுமே அனூஷ் அனுமதித்தார், அவர் மர்ஜானைக் கோரினார். மாமாவின் இழப்பு அவளை ஆழ்ந்த வருத்தத்தில் ஆழ்த்தியது. இளம் வயதிலேயே, மர்ஜான் செயல்படத் தொடங்கினார், அடக்கமான குறியீடுகளை மீறியதற்காகவும், ஆட்சியால் தடைசெய்யப்பட்ட

இசையை வாங்கியதற்காகவும் காவல்துறையினரிடம் சிக்கலில் சிக்கினார்.

ஒரு வலுவான விருப்பமுள்ள, ஆடம்பரமான இளைஞ்சியான மர்ஜான் பெண்களுக்கான கடுமையான புதிய பொதுக் குறியீடுகளை மீறி ஓடுவார் என்று அவரது பெற்றோர் கவலை கொண்டனர். அவர் வெளிநாட்டில் படிக்க அவர்கள் ஏற்பாடு செய்யப்பட்டு, 1983ல் அவர் வியன்னா, ஆஸ்திரியாவுக்கு வந்தார். அவரது சுயசரிதை கிராஃபிக் நாவலான பெர்செபோலிஸின் கூற்றுப்படி, அவர் தனது உயர்நிலைப் பள்ளி ஆண்டுகளில் வியன்னாவில் தங்கியிருந்தார், சில சமயங்களில் நண்பர்களின் வீடுகளில் தங்கியிருந்தார், ஆனால் மூன்று மாதங்கள் தெருக்களில் வாழ்ந்தார். கிட்டத்தட்ட கொடிய நிமோனியா தாக்கியபின்பு, அவர் ஈரான் திரும்பினார். அவர் காட்சி தகவல்தொடர்பு படித்தார், இறுதியில் தெஹ்ரானில் இஸ்லாமிய ஆசாத் பல்கலைக்கழகத்தில் முதுகலைப் பட்டம் பெற்றார்.

இந்த நேரத்தில், சத்ரபி தனது நண்பர்கள் நடத்திய சட்டவிரோத விருந்துகளுக்குச் சென்றார், அங்கு ஈரான்-ஈராக் போரின் மூத்த வீரரான ரெசா என்ற நபரை சந்தித்தார். அவர் தனது 21 வயதில் அவரை மணந்தார், ஆனால் அவர்கள் இரண்டு ஆண்டுகளுக்குப் பிறகு விவாகரத்து செய்தனர். பின்னர் சத்ரபி பிரான்சின் ஸ்ட்ராஸ்பேர்க்கிற்கு குடிபெயர்ந்தார்.

சத்ரபி ஸ்வீடன் நாட்டைச் சேர்ந்த மத்தியாஸ் ரிப்பாவை மணந்தார். அவர்கள் பாரிஸில் வசிக்கிறார்கள். [தனது சொந்த மொழியான பாரசீகத்தைத் தவிர, அவர் பிரெஞ்சு, ஆங்கிலம், ஸ்வீடிஷ், ஜெர்மன், இத்தாலியன் ஆகிய மொழிகளில் பேசுகிறார்.

சத்ரபி உலகளவில் பிரபலமானார், ஏனெனில் அவரது விமர்சன ரீதியாக பாராட்டப்பட்ட சுயசரிதை கிராஃபிக் நாவல்கள், முதலில் பிரெஞ்சு மொழியில் 2000-2003 ஆம் ஆண்டில் நான்கு பகுதிகளாகவும், ஆங்கில மொழிபெயர்ப்பில் முறையே 2003, 2004 ஆம் ஆண்டுகளில் இரண்டு பகுதிகளாகவும், முறையே பெர்செபோலிஸ் 1, பெர்செபோலிஸ் 2 என ஈரானில் தனது குழந்தைப் பருவத்தை விவரிக்கின்றன. ஐரோப்பாவில் அவரது இளமைப் பருவம் போன்றவற்றை இவை விவரிக்கிறது. சர்வதேச காமிக்ஸ் விழாவில் விருது பெற்றார். 2013 ஆம் ஆண்டில், சிகாகோ பள்ளிகளில் பெர்செபோலிஸை வகுப்பறைகளிலிருந்து அகற்றுமாறு மாவட்டத்தால் உத்தரவிடப்பட்டது, ஏனெனில் இந்த கிராஃபிக் நாவல் வன்முறையை தூண்டுவதாக குற்றம் சாட்டப்பட்டது. இது ஆர்ப்பாட்டங்களையும் சர்ச்சையையும் தூண்டியது. 2003 ஆம் ஆண்டில் அங்கோலேம் ஆல்பம் ஆஃப்

தி இயர் விருதுக்குபரிந்துரைக்கப்பட்டது, இதுஅவரது நாவலான சிக்கன் வித் பிளம்ஸ் வென்றது. தி நியூயார்க் டைம்ஸின் ஒப்-எட் பிரிவிலும்அவர் பங்களித்துள்ளார். காமிக்ஸ் அலையன்ஸ் சத்ரபியை வாழ்நாள் சாதனை அங்கீகாரத்திற்கு தகுதியான 12 பெண்கள் கார்ட்டூனிஸ்டுகளில் ஒருவராக பட்டியலிட்டது.

"கிராஃபிக் நாவல்கள்" என்பதற்கு "காமிக் புத்தகங்கள்" என்ற வார்த்தையை சத்ரபி விரும்புகிறார். "காமிக்" என்ற வார்த்தையைச் சொல்வதற்கு மக்கள் மிகவும் பயப்படுகிறார்கள், என்று அவர் 2011 இல் கார்டியன் செய்தித்தாளிடம் கூறினார்.

பெர்செபோலிஸ் அதே பெயரில் ஒரு அனிமேஷன் படமாக மாற்றப்பட்டது. 2007 கேன்ஸ் திரைப்பட விழா மே 2007 ல் , ஒரு சிறப்பு ஜூரி விருது பகிர்ந்துள்ளார் கார்லோஸ் Reygadas 'ங்கள் சைலண்ட் லைட் (லஸ் silenciosa). [17] கூட்டுறவு எழுதி இணை இயக்கம் Satrapi , இயக்குநர் வின்சென்ட் Paronnaud, பிரஞ்சு மொழி படமான குரல்கள் ஒன்றில் நடித்துள்ளனர் ஜனவரி 2008 இல் சிறந்த அனிமேஷன் அம்சத்திற்கான அகாடமி விருதுக்கு பரிந்துரைக்கப்பட்டார். இந்த விருதுக்கு பரிந்துரைக்கப்பட்ட முதல் பெண் சத்ரபி ஆவார். இருப்பினும், ஈரானிய அரசாங்கம் இப்படத்தை கண்டித்ததால் பாங்காக் சர்வதேச திரைப்பட விழாவிலிருந்து கைவிடப்பட்டது. பெர்செபோலிஸ் வணிக ரீதியாகவும் (பிரான்சில் மட்டும் ஒரு மில்லியனுக்கும் அதிகமான சேர்க்கைகளுடன்) மிகவும் வெற்றிகரமான படமாகவும், விமர்சன ரீதியாகவும், சீசர் விருதுகள் பெற்றது. 2008 இல் சிறந்த முதல் திரைப்படம் என்றும் வென்றது. இந்த திரைப்படம் பிரான்சில் முதல் முறையாக திரைப்படத் தயாரிப்பின் பல போக்குகளை பிரதிபலிக்கிறது.

சத்ரபி , பரனோட் இரண்டாவது படத்தில் இருவரும் அவர்களது வெற்றிகரமான உடனிணைவைத் தொடர்ந்தார், 2011 ல் இறுதியில் சிக்கன், பிளம்ஸ் என்ற படத்தில் மார்ஜானே நடித்துள்ளார்.2012 ல், மர்ஜானே இயக்கி நகைச்சுவை துப்பறியும் படம் நடித்துள்ளார் அவரது சொந்த திரைக்கதையிலிருந்து. ஜொடாஸ் ஆப் கேங்க் உருவானது.மைக்கேல் ஆர். பெர்ரியின் திரைக்கதையில் இருந்து 2014 ஆம் ஆண்டில் சத்ரபி நகைச்சுவை-திகில் படமான தி வாய்ஸை இயக்கியுள்ளார். 2019 ஆம் ஆண்டில், சத்ரபி இரண்டு முறை நோபல் பரிசு வென்ற மேரி கியூரியின் வாழ்க்கை வரலாற்றை இயக்கியுள்ளார்.

# 45

## பிஜன் ஜெனாப்

*பிஜன் ஜெனாப் (ஜனவரி 2, 1952 இல் பிறந்தவர், தெஹ்ரான், ஈரான்) நுண்கலைகள் பள்ளியில் ஈரானிய கிராபிக் டிசைனர், பேராசிரியராக இருக்கிறார். தெஹ்ரான் பல்கலைக்கழகம், அல் சஹ்ரா பல்கலைக்கழகம் , இஸ்லாமிய பல்கலைக்கழகம் ஆகியவற்றில் சிறப்பு பேராசிரியராகவும் வானொலி / தொலைக்காட்சி நிகழ்ச்சி அமைப்பாளராகவும் இருக்கிறார்.ஈரானிய கிராஃபிக் டிசைன் சொசைட்டியின் நிறுவன உறுப்பினர்களில் ஒருவரான இவர் தற்போது ஜூரி உறுப்பினராக பணியாற்றுகிறார்.*

பிஜான் தெஹ்ரான் பல்கலைக்கழகத்தில் பட்டம் பெற்றவர், அலவி அறக்கட்டளையின் முழு உதவித்தொகையில் அயோவா மாநில பல்கலைக்கழகத்தில் முதுகலை பட்டம் பெற்றார்.

கிராஃபிக் டிசைனின் கருத்தாக்கம், உருவாக்கம், உற்பத்தி ஆகியவற்றில் நிபுணத்துவம் வாய்ந்த ‘பிஜான் ஜெனப் டிசைன் ஸ்டுடியோ’ இந்த துறையில் ஒரு முன்னோடியாகும். அதன் நோக்கம் எப்போதுமே ஒரே மாதிரியாக இருக்கும்: இந்த நிறுவனம், அமைப்பு அல்லது தனிநபரின் சாதகமான படத்தை நோக்கம் கொண்ட பார்வையாளர்களுக்கு வழங்குவதற்கான வாய்ப்பை வழங்குகிறது. வணிக உலகின் இன்றைய போட்டியியில் அதாவது ஒரு நிறுவனம் அதன் ஆற்றல்களுக்கு ஏற்ப வாழ உதவும் ஒரே வழி அதிநவீன வடிவமைப்பு, படைப்பாற்றலைப் பயன்படுத்துவதாகும். இங்கே ’பிஜான் ஜெனப் டிசைன் ஸ்டுடியோ’வில் நுண்கலை வாடிக்கையாளரின் தயாரிப்புகள், சேவைகளை மிகவும் மதிப்புமிக்க நிலைக்கு கொண்டு செல்ல பயன்படுத்துகிறது. ஸ்டுடியோ கிராஃபிக் கலையின் உணர்திறன், ஆக்கபூர்வமான தேர்ச்சியைக் கொண்ட பிரபல கலைஞரான பிஜன் ஜெனாப்பின் மேற்பார்வையின் கீழ் விவரக்குறிப்புகளுக்கு இணங்க கலைப்படைப்புகளை உருவாக்குகிறது. பிஜான்

ஜெனாப் ஒரு முக்கிய அணுகுமுறையின் கீழ் ஒரு குறிப்பிடத்தக்க, ஒப்புக்கொள்ளப்பட்ட குழுவை ஸ்டுடியோவில் சேகரித்துள்ளார்: வாடிக்கையாளரின் தேவைகளையும் அதிர்ஷ்டத்தையும் பூர்த்தி செய்தல். பார்வையாளர்களுக்கு மிகவும் பயனுள்ள தாக்கத்துடன் கலைப்படைப்புகளை உருவாக்க, ஸ்டுடியோ ஊழியர்கள் சமீபத்திய தொழில்நுட்பத்தையும் நுட்பங்களையும் பயன்படுத்துகின்றனர். ஒரு சரியான நிர்வாகம் இந்தத் தொகுப்பை நிறைவுசெய்து, வாடிக்கையாளர்களுக்கு உலகத் தரத்தில் மிக உயர்ந்த தரத்தில் ஒரு கலையை வழங்குகிறது. வாடிக்கையாளரின் நலன்களுக்கு ஏற்ப கிராபிக்ஸ் தயாரிக்க முழு அளவிலான வடிவமைப்பு சேவை - பல்வேறு வழிகள் , ஊடகங்கள் மூலம் தயாரிக்கப்படுகிறது..

ஜெனாப் தெஹ்ரான் சர்வதேச சுவரொட்டி இருபது ஆண்டுகளில் கோல்டன் தட்டு வழங்கப்பட்டது , 2000 ஆம் ஆண்டில் தெஹ்ரானில் நடந்த சர்வதேச வடிவமைப்பு , உற்பத்தி கண்காட்சியில் வடிவமைப்பு, உற்பத்தி நிர்வாகத்தின் வெற்றியாளராக உள்ளார். 1991 ஆம் ஆண்டில் சுவரொட்டி வடிவமைப்பிற்காக யுனிசெப்பிலிருந்து பாராட்டு கடிதங்களைப் பெற்றார்; 2004 இல் ஈரானிய மகளிர் மருத்துவ புற்றுநோயியல் சின்னம் வடிவமைப்பிற்காக; 1980 இல் தெஹ்ரான் திரைப்பட விழாவில் அயோவா மாநில பல்கலைக்கழகத்தில் இருந்து விருது கிடைத்தது. ஈரான் திரைப்பட விழாவில் தனது கலை மூலம் வழக்கமான கலை பங்களிப்பாளராக இருந்து வருகிறார். தெஹ்ரான் பாஸ்ட் & பிரசண்ட், அய்டின் அக்தாஷ்லூ, ஈரானில் இருந்து பிரபலமான , முன்னணி புத்தக வெளியீடுகளுக்கு ஜெனாப் புத்தக வடிவமைப்பாளராக இருந்து வருகிறார். ஈரானின் தற்கால மட்பாண்டங்கள், முதல் தெஹ்ரான் சர்வதேச தற்கால வரைதல் கண்காட்சி, கலிபோர்னியாவிலிருந்து அபியானே வரை ஜெனாப்பின் படைப்புகள் வைக்கப்பட்டிருக்கிறது.

**புத்தகங்கள்**

அஹ்மத் வோசஃப் அஹ்மதி தேர்ந்தெடுக்கப்பட்ட ஓவியம்

ஈரானின் இஸ்ஃபாஹான் முத்து

ஹோஜ்ஜத் ஷகிபா தேர்ந்தெடுக்கப்பட்ட ஓவியம்

மஹ்மூத் ஃபார்ஷ்சியன் தேர்ந்தெடுக்கப்பட்ட ஓவியம்

முகமது ரெசா அதாஷாத்

ஷிரின் எட்டெஹாடிஹ் தேர்ந்தெடுக்கப்பட்ட ஓவியம்

*அலி அக்பர் சதேகி தேர்ந்தெடுக்கப்பட்ட படைப்புகள் 1977-97*

*பர்விஸ் தனவோலி சிற்பி எழுத்தாளர் & கலெக்டர்*

*அப்பாஸ் கியரோஸ்டாமி புகைப்பட தொகுப்பு*

*ஈரானின் நான்கு காட்சிகள் படங்கள்*

*பர்வனே எத்தேமாடி தேர்ந்தெடுக்கப்பட்ட படைப்புகள்*

*வெள்ளி சைப்ரஸ் 2013. அபான் புத்தக வெளியீடு. 2000.*

ஹமீத் ரேஸா, நோரூஸி தலாப். தெஹ்ரான் கடந்த காலமும் நிகழ்காலமும் *(அஸ் தெஹ்ரான் தா தெஹ்ரான்).*

அய்டின், *அக்தாஷ்லூ (2012).* நெகரிஸ்தான் சேகரிப்பு. ஈரான்: நெகர் புக்ஸ்.

*கலிபோர்னியாவிலிருந்து அபியானே வரை.*

*ஈரானிய ஈரான் (2016).*

*கவர் வடிவமைப்பு மூலோபாய பில்டர்: மிகவும் பயனுள்ள உத்திகளை எவ்வாறு உருவாக்குவது, தொடர்புகொள்வது, 2015*

*மாஸ்டர் மஹ்மூத் பார்ஷ்சியனின் வாழ்க்கை, படைப்புகள், முன்னுரை: மஹ்மூத் பார்ஷ்சியன், சையத் ஹொசைன் நாஸ்ர்*

46

# ஹவுாங் கோல்ஷிரி

ஹவுஷாங் கோல்ஷிரி (மார்ச் 16, 1938, ஜூன் 6, 2000) ஒரு ஈரானிய புனைகதை எழுத்தாளர், விமர்சகர், ஆசிரியர் ஆவார். நவீன இலக்கிய நுட்பங்களைப் பயன்படுத்திய முதல் ஈரானிய எழுத்தாளர்களில் ஒருவரான இவர், 20 ஆம் நூற்றாண்டின் பாரசீக உரைநடை மிகவும் செல்வாக்கு பெற்ற எழுத்தாளர்களில் ஒருவராக அங்கீகரிக்கப்படுகிறார்.

கோல்ஷிரி 1938 ல் இஸ்பஹான் எனும் இடத்தில் பிறந்து அபதான் என்ற இடத்தில் வளர்ந்தார். அவர் சுமாரான சூழ்நிலைகளைக் கொண்ட ஒரு பெரிய குடும்பத்திலிருந்து வந்தவர். 1955 முதல் 1974 வரை, கோல்ஷிரி இஸ்ஃபஹானில் வசித்து வந்தார், அங்கு அவர் இஸ்ஃபாஹான் பல்கலைக்கழகத்தில் பாரசீக மொழியில் இளங்கலை பட்டம் முடித்தார், அங்கு சுற்றியுள்ள நகரங்களில் தொடக்க, உயர்நிலைப் பள்ளிகளில் கற்பித்தார்.

கோல்ஷிரி 1950களின் பிற்பகுதியில் புனைகதை எழுதத் தொடங்கினார். 1960களின் முற்பகுதியில் பயாம் -இ நோவின் என்ற சிறுகதைகளை அவர் வெளியிட்டார், ஜாங்-இ இஸ்ஃபஹான் (1965/73), தெஹ்ரானுக்கு வெளியே வெளியிடப்பட்ட அன்றைய தலைமை இலக்கிய இதழ், முயற்சிகளில் அவர் பங்கேற்று எழுத அவருக்கு இலக்கிய வட்டங்களில் புகழ் கிடைத்தது.

கோல்ஷிரியின் முதல் சிறுகதைத் தொகுப்பு அஸ் ஆல்வேஸ் (1968). அவர் தனது முதல் நாவலான இளவரசர் எத்தேஜாப் (1968/69) மூலம் பிரபலமானார். 80-இல் மொழி பெயர்க்கப்பட்டது.அது ஈரானுக்கான முடியாட்சியின் பொருத்தமற்ற சூழலை உயர்குடி அழிவின் கதையாக வெளிபடுத்துகிறது. நாவலை அடிப்படையாகக் கொண்ட பிரபலமான திரைப்படத்தைத் தயாரித்த சிறிது நேரத்திலேயே, பஹ்லவி அதிகாரிகள் கோல்ஷிரியைக் கைது செய்து கிட்டத்தட்ட ஆறு மாதங்கள் சிறையில் அடைத்தனர்.

கிறிஸ்டின் அண்ட் கிட் என்ற சுயசரிதை வெற்றிகரமான நாவல்

1971 இல் வெளிவந்தது, அதைத் தொடர்ந்து எனது சிறுபிரார்த்தனை அறை (1975)என்ற சிறுகதைத் தொகுப்பும், ராயின் லாஸ்ட் லாம்ப் 1977 என்ற நாவலும் வெளிவந்தன.

1978 இல், கோல்ஷிரி அமெரிக்கா சென்றார். 1979 ஆம் ஆண்டின் முற்பகுதியில் ஈரானில், கோல்ஷிரி தனது அடுத்தடுத்த எழுத்தைத் திருத்திய பெருமைக்குரிய ஃபர்சானே தஹெரியை மணந்தார், மேலும் புத்துயிர் பெற்ற ஈரானிய எழுத்தாளர்கள் சங்கம், பத்திரிகைகளின் திருத்தம், இலக்கிய விமர்சனம், சிறுகதை எழுதுதல் ஆகியவற்றில் தீவிரமாக இருந்தார். 1980களில், அவர் ஐந்தாவது அப்பாவி (1980), பழங்கால அறை (1983), தி ஸ்டோரி ஆஃப் தி ஃபிஷர்மேன் அண்ட் டெமன் (1984), ஐந்து புதையல்கள் (1989) ஆகியவற்றை வெளியிட்டார், இது ஐரோப்பாவிற்கு விஜயம் செய்தபோது ஸ்டாக்ஹோமில் வெளியிட்டது 1989. 1990 ஆம் ஆண்டில், கோல்ஷிரி ஒரு புனைப்பெயரில், மொழிபெயர்ப்பில் ஒரு நாவலை கிங் ஆஃப் தி பெனைட் என்ற பெயரில் வெளியிட்டார், ஈரானிய முடியாட்சி குறித்த குற்றச்சாட்டு, பாரசீக இலக்கியம், கட்சி, இஸ்லாமிய குடியரசு ஆகியவற்றை அடிப்படையாக கொண்ட நாவலாக திகழ்கிறது. மொழிபெயர்ப்பில் உள்ள கோல்ஷிரி கதைகளின் தொகுப்பு 1991 இல் ரத்தம், பிரபுக்கள், பிற கதைகள் என்ற தலைப்பில் வெளியிட திட்டமிடப்பட்டது.

1998 ஆம் ஆண்டின் குளிர்காலத்தில் அவர் தி புக் ஆஃப் ஜீனீஸ் , ஸ்ட்ரகல் ஆஃப் இமேஜ் வித் பெயிண்டரை வெளியிட்டார், மேலும் 1999 இலையுதிர்காலத்தில் கார்டன் இன் கார்டன் என்ற கட்டுரைகளின் தொகுப்பை வெளியிட்டார்.

ஈரானில் ஜனநாயகம், மனித உரிமைகளை மேம்படுத்துவதற்கான போராட்டத்திற்காக கோல்ஷிரிக்கு 1999 இல் எரிச்-மரியா ரீமார்க் அமைதி பரிசு வழங்கப்பட்டது.

1989 ஆம் ஆண்டில், புரட்சிக்குப் பின்னர் தனது முதல் வெளிநாட்டு பயணத்தில், கோல்ஷிரி நெதர்லாந்து சென்று இங்கிலாந்து, சுவீடனில் உள்ள பல்வேறு நகரங்களுடன் உரைகள், வாசிப்புகளை வழங்கினார். 1990 இல், ஜெர்மனியின் பெர்லினில் உள்ள உலக கலாச்சார சபைக்குச் சென்றார். இந்த பயணத்தில், அவர் ஜெர்மனி, சுவீடன், டென்மார்க், பிரான்ஸ் ஆகிய பல்வேறு நகரங்களில் பேசினார். இரண்டு ஆண்டுகளுக்குப் பிறகு வசந்த காலத்தில், அவர் ஜெர்மனி, அமெரிக்கா, சுவீடன், பெல்ஜியம் சென்றார். 1993 இல், அவர் மீண்டும் ஜெர்மனி, நெதர்லாந்து, பெல்ஜியத்திற்கு விஜயம் செய்தார்.

2000 ஜூன் 6 ஆம் தேதி தெஹ்ரானில் உள்ள ஈரான் மெஹ்ர் மருத்துவமனையில் 62 வயதில் மூளைக்காய்ச்சலால் இறந்தார்.

# 47

# இரண்டு உலகங்களுக்கு இடையில்: கோலி தரகியுடன் ஒரு நேர்காணல்

**(நஹித் மொசாஃபரியின் நேர்காணல்கள்)**

*நஹித் மொசாஃபரி : திருமதி தராகி, 1979 ஆம் ஆண்டு புரட்சிக்குப் பின்னர் நாடுகடத்தப்பட்ட அனுபவமும் ஈரானில் வாழ்ந்த அனுபவமும் பெற்ற மிகச் சில ஈரானிய எழுத்தாளர்களில் நீங்களும் ஒருவர். நீங்கள் உங்கள் நேரத்தை தெஹ்ரானில் செலவிடுகிறீர்கள், உங்கள் படைப்புகள் பாரசீக மொழியில், கற்பித்தல்,வாசித்தல் என்று ஈரானில் அதிக வாசகர்களைக் கொண்டுள்ளது. அதே நேரத்தில், நீங்கள் அடிக்கடி பாரிஸில் பயணம் செய்கிறீர்கள், நேரத்தை செலவிடுகிறீர்கள், அங்கு நீங்கள் எழுதி வெளியிடுகிறீர்கள். இந்த இரட்டை அனுபவம் என்று இதை நாங்கள் அழைக்க முடிந்தால் உங்கள் வேலை தனித்துவமானது, வேறுபடுகிறது. வீட்டிலேயே எழுதுவதற்கும், நாடுகடத்தப்படுவதற்கும் எழுதிய அனுபவத்தைப் பற்றி சொல்ல முடியுமா? உங்கள் மனநிலையிலும், நீங்கள் தேர்ந்தெடுக்கும் வகைகளிலும், ஒவ்வொரு இடத்திலும் உங்களுக்கு வரும் ஆக்கபூர்வமான யோசனைகளில் ஏதாவது வித்தியாசம் உள்ளதா?*

*கோலி தரகி:* என் வாழ்க்கையின் பெரும்பகுதி நான் இரண்டு உலகங்களுக்கு இடையில் வாழ்ந்தேன். இஸ்லாமிய புரட்சியின் தொடக்கத்தில் நான் 1979 ல் ஈரானை விட்டு வெளியேறினேன். அப்போதிருந்து என் வாழ்க்கை பாரிஸுக்கும் தெஹ்ரானுக்கும் இடையில் ஒரு யதார்த்தத்திலிருந்து இன்னொரு இடத்திற்கு ஒரு நிரந்தர பயணமாக மாறியுள்ளது. இயற்கையாகவே இந்த இரட்டை இருப்பு எனது இலக்கிய கற்பனையை குறித்தது. எனது உத்வேகத்தின் ஆதாரம் இருப்பதால் நான் வீட்டிற்கு திரும்பிச் செல்ல வேண்டும். ஈரான் முரண்பாடுகளின் பெருங்கடல், முரண்பாடான சோகமான கதாபாத்திரங்கள் நிறைந்த உலகம், அபத்தமான நிகழ்வுகள், சர்ரியலிஸ்டிக் சூழ்நிலைகள் நிறைந்த

உலகம். பாரிஸில் நான் மாதுளை லேடி, அல்லது டெல்பார் பணிப்பெண் அல்லது ஜென்டில்மேன் திருடன் ஆகியோரை சந்தித்திருக்க முடியுமா? அதே நேரத்தில் பாரிஸில் வாழ்வது ஒரு வளமான அனுபவமாக இருந்தது. சுதந்திரத்தின் புதிய மூச்சு எனக்கு எழுத வலிமை அளிக்கிறது. பாரிஸ், ரோம், அல்லது நியூயார்க்கின் வளமான கலாச்சார சூழ்நிலை, பிரெஞ்சு அல்லது அமெரிக்க கலைஞர்கள் அல்லது யோசனைகள் கொண்ட ஆண்கள், பெண்களுடன் தொடர்பு, என் புத்தியைத் தூண்டுகிறது, அதேசமயம் ஈரானில் தூண்டுதல் உள்ளூறுப்பு; உத்வேகம் என் இருப்பின் மையத்திலிருந்து வருகிறது-அது எங்கிருந்தாலும் வரும். பாரிஸில் வசிக்கும் ஒரு புலம்பெயர்ந்தவர் என்ற முறையில் நான் நாடு திரும்ப முடியாத ஈரானியர்களை நிறைய அறிந்திருக்கிறேன். அவர்களின் ஏக்கமும் மறைக்கப்பட்ட கவலைகளும் எனது பல கதைகளின் கருப்பொருளாக மாறிவிட்டன. "நாடுகடத்துதல்" என்பது ஒரு மனித நிலையாக, வெவ்வேறு கோணங்களில் கேள்வி கேட்கக்கூடிய ஒரு நிகழ்வு ஆகும்.

இப்போது, எனது தற்போதைய இருப்பு பற்றிய உங்கள் அசல் கேள்விக்குத் திரும்பி, எனது பிரிக்கப்பட்ட இலக்கிய உருவாக்கத்தை விவரிக்க அனுமதிக்கவும். நான் எனது யோசனைகளை வகுத்து சொற்களைத் தேர்ந்தெடுக்கத் தொடங்கியவுடன், தணிக்கைத் துறையைச் சேர்ந்த மனிதனின் முகம் என் கண்களுக்கு முன்பாகத் தோன்றும். என் புத்தகத்தில் சில சொற்கள், அல்லது வாக்கியங்கள் அல்லது பத்திகளை வெட்ட அவர் தனது வாளால் வந்துள்ளார். நான் உறைந்து ஒரு விரக்தியடைந்த, வரையறுக்கப்பட்ட எழுத்தாளராக மாறுகிறேன், அதன் கற்பனை தொடர்ந்து அச்சுறுத்தப்படுகிறது. தணிக்கைத் துறையில் உள்ள மனிதனுக்காக சுய தணிக்கை செய்யப்பட்ட பதிப்பையும், நானே இரண்டாவது பதிப்பையும் எழுதுகிறேன். பிந்தையவற்றில், நான் ஒரு இலவச எழுத்தாளராக மாறுகிறேன், நான் விரும்பும் பாடங்கள், படங்கள் அல்லது சொற்களைத் தேர்வு செய்கிறேன். நான் என் எண்ணங்களை பறக்க விடுகிறேன், என் உள் ஆசைகள் மேற்பரப்பில் மிதக்கின்றன.

என்.எம் : சுமார் இரண்டு உலகங்கள் ஆங்கிலத்தில் உங்கள் புதிய புத்தகத்தின் தலைப்பு பேசும், டபுல்யூ.டபுல்யூ.நார்டன் வெளியிடப்பட்ட சிறுகதைகளின் தொகுப்பான செய்திகளில் இருந்து எடுத்து மாதுளை லேடி, அவரது சன்ஸ். ஏக்கம், இழப்பு, பிரிவினை, நாடுகடத்தல், அதன் விளைவாக ஏற்படும் வாழ்க்கை, யதார்த்தங்களின் முரண்பாடு ஆகியவை இந்த கதையில் மிகக் கடுமையானவை. எடுத்துக்காட்டாக, கதைக்கும் அனார்-பானுக்கும்

(மாதுளை லேடி), அவரது இரண்டு மகன்களின் கதாபாத்திரங்களுக்கும் இடையில் முரண்பாடு, வேறுபாடு உள்ளது. இது உங்கள் பல கதைகளிலும் இயங்கும் ஒரு தீம். "இன்னொரு இடத்தில்" என்ற கதையில் அமீர் அலி விஷயத்தில், இணக்கமின்மை என்பது ஒருவருக்குள் உள்ள உள் முரண்பாடுகளைக் குறிக்கிறது.

ஜி.டி: ஒரு நவீன பெண்ணின் கதைக்கும், ஒரு கிராமத்திலிருந்து வந்த அனார்-பானுக்கும் இடையே சமூக, கலாச்சார வேறுபாடு உள்ளது. ஆனால் அவர்கள் ஒரே இலக்கையும் விதியையும் பகிர்ந்து கொள்கிறார்கள். இருவரும் இஸ்லாமிய புரட்சியால் ஆழமாக பாதிக்கப்பட்டுள்ளனர். அனார்-பானு ஈரானில் இருந்து ஓடிவந்த தனது தப்பி ஓடிய வீடற்ற மகன்களைத் தேடி வருகிறார், மேலும் ஈரானிலோ அல்லது பாரிஸிலோ கண்டுபிடிக்க முடியாத ஒரு இழந்த வீட்டைத் தேடுகிறார். அவற்றின் விதிகள் பின்னிப்பிணைந்தவை. அவர்கள் அதே வரலாற்று சோகத்தில் பாதிக்கப்பட்டவர்கள். அனார்-பானுவின் மகன்கள் ஈரானிய இளைஞர்களின் இரண்டு வெவ்வேறு வகைகளை பிரதிநிதித்துவப்படுத்துகின்றனர். ஒன்று அரசியல் மனப்பான்மை உடையது, மற்றொன்று மைக்கேல் ஜாக்சனின் மேலோட்டமான காமிக் சாயல் (அவர்களில் பலரை தெஹ்ரானில் நீங்கள் காண்கிறீர்கள்), அவர் சுதந்திரமாகவும் நாகரீகமாகவும் இருக்க விரும்புகிறார். ஆனால் அவர்களும் அதே விதியைப் பகிர்ந்து கொள்கிறார்கள்; அவர்கள் வீடற்றவர்கள், அந்நியப்பட்டவர்கள் ஆவார்.

அவர்கள் தங்களுக்கு ஒரு வாழ்க்கையை உருவாக்க ஸ்வீடனுக்கு வந்திருக்கிறார்கள், ஆனால் அவர்கள் இழந்தும் மகிழ்ச்சியடைகிறார்கள். அவர்கள் அமெரிக்காவைக் கனவு காண்கிறார்கள், அவரும் தனக்கு உண்மையாக இருக்கக்கூடிய ஒரு சிறந்த வீட்டைத் தேடுகிறார். அவரது வீடு ஒரு புவியியல் இடம் அல்ல, ஆனால் அவர் இருப்பதற்குள் அவர் கண்டுபிடிக்க வேண்டிய வீடு ஆகிறது.

என்.எம்: நீங்கள் எப்போது எழுத ஆரம்பித்தீர்கள்?

ஜி.டி: நான் என் தாயின் வயிற்றில் இருந்து வெளியே வந்தபோது, உலகில் என் வருகையை அறிவித்த உரத்த அழுகை எதிர்காலத்தில் எழுதப்பட்ட எனது முதல் கதையின் முதல் வாக்கியமாகும். என் தந்தை ஒரு எழுத்தாளர், இரண்டு வார இதழ்களின் தலைவராக இருந்தார். அவரது அறைக்குச் சென்று அவர் எழுதுவதைப் பார்ப்பது எனக்கு மிகவும் பிடித்திருந்தது. அவர் தனது பேனாவை ஒரு இன்க்பாட்டில் வைத்து விசித்திரமான சிறிய எறும்புகள் அல்லது ஈக்கள், அனைத்து வகையான சிறிய விலங்குகளையும் ஒரு காகிதத்தில் வரைந்ததை நான் கண்டேன். அவர் சொன்னார்,

"இதோ, இதுவும் இதுவும் சேர்ந்து ஒரு சாக்லேட் அல்லது ஒரு பெரிய கிரீம் கேக் அல்லது உனது பெயர்." நான் மெய்மறந்து போனேன். அது மந்திரம். எல்லாம் அந்த இன்க்பாட்டில் மறைந்திருந்தது. நான் எழுத விரும்பிய கதைகள் அனைத்தும்.

தந்தை போனதும், நான் மீண்டும் அவரது அறைக்குச் சென்று, ஒரு நாற்காலியில் ஏறினேன் - எனக்கு நான்கு வயது - என் விரலை இன்க்பாட்டில் வைத்தேன். என் விரல்களாலும் அவன் பேனாவாலும் எறும்புகளையும் ஈக்களையும் வரைந்து ஒரு கதை எழுத ஆரம்பித்தேன். நான் என் விரல்களை நக்கினேன், என் முகம், என் வெள்ளை உடை முழுவதும் மை இருந்தது. நான் சொர்க்கத்தில் இருந்தேன். நான் ஒரு எழுத்தாளராக இருந்தேன், திடீரென்று என் அம்மாவின் கோபமான கூக்குரலைக் கேட்டேன்: "நீ அழுக்கு பிராட், அந்த ஆடையை கழற்றி கைகளை கழுவுங்கள்." இது என் முதல் கதை என்று யாருக்கும் புரியவில்லை, ஒருவேளை நான் எழுதிய சிறந்த கதை இது. அது கழுவப்பட்டுவிட்டது, இது தணிக்கை பற்றிய எனது முதல் வேதனையான அனுபவம் என்று நான் சொல்ல முடியும்.

என்.எம்: உங்களுக்கு மிகவும் உத்வேகம் அளித்த எழுத்தாளர்களைப் பற்றி சொல்ல முடியுமா?

ஜிடி: எனக்கு சொந்தமாக எழுதும் பாணியும், சிந்தனை முறையும் உள்ளது. ஆனால், நபோகோவ், சல்மான் ருஷ்டி புத்தகங்களில் உள்ள சில பத்திகளை நான் விரும்புகிறேன் என்பது உண்மைதான். நபோகோவ் ஒரு காட்சியை அல்லது ஒரு நபரை விவரங்களில் விவரிப்பதில் வல்லவர். அவரைப் பொறுத்தவரை மொழியும் விவரங்களும் இலக்கியத்தின் உண்மையான சாராம்சம். ருஷ்டி சொற்களையோ அல்லது புதிய மொழியையோ கண்டுபிடித்தார். இந்து, பாரசீக, ஆங்கிலம், பழைய லத்தீன் சொற்கள் அனைத்தையும் ஒன்றாகக் கலக்கிறார். அவர் மொழிக்கு பயப்படவில்லை, அவரது பேனாவிற்கும் கற்பனைக்கும் முழுமையான சுதந்திரத்தை அளிக்கிறார். அவர் நிச்சயமாக என்னை ஊக்கப்படுத்துகிறார். அவர் ஒரு கொடூரமான மந்திரவாதி. பிரபல ஈரானிய கவிஞரான ஃபோர்க் ஃபாரோக்சாத்தின் கவிதைகளையும் நான் விரும்புகிறேன். மிகவும் கற்பனையான கவிதைச் சொல்லுக்கு அடுத்தபடியாக "தையல் இயந்திரம்" போன்ற கனமான, கவிதை இல்லாத ஒரு சாதாரண வார்த்தையை வைப்பதில் அவர் வல்லவர். முற்றிலும் மாறுபட்ட இந்த இரண்டு சொற்களின் சுருக்கத்திலிருந்து அவர் ஒரு புதிய கவிதை மொழியை உருவாக்குகிறார்.

என்.எம்: புரட்சிக்குப் பின்னர், ஈரானில் பெண் எழுத்தாளர்களின் எண்ணிக்கையில் மகத்தான வளர்ச்சி ஏற்பட்டுள்ளது என்பதையும், பலர் முக்கிய எழுத்தாளர்களாக மாறிவிட்டதையும் நாங்கள் இருவரும் அறிவோம். இந்த உண்மையை எவ்வாறு விளக்குகிறீர்கள்?

ஜிடி: இஸ்லாமியப் புரட்சி ஏற்பட்டபோது, கலைஞர்கள், புத்திஜீவிகள், எழுத்தாளர்கள், ஓவியர்கள், அதன் உண்மையான நோக்கங்களை அறியாமல், மிகைப்படுத்தப்பட்டனர். நான் அப்போது தெஹ்ரானில் இருந்தேன், சாடோர் அணிந்த எத்தனை பெண்கள் இசைக்கருவிகள் சுமந்துகொண்டு ஒரு இசை வகுப்பிற்கு விரைந்து செல்வதைப் பார்த்தேன். விரைவில், ஒரு பொன்னான காலத்தின் பரவசம் ஆழ்ந்த ஏமாற்றத்திற்கு இடமளித்தது. ஆனால் மாற்ற முடியாத ஒன்று நடந்தது. புரட்சியின் போது, பல பெண்கள் அல்லது இளம் பெண்கள், குறிப்பாக கீழ் வகுப்பைச் சேர்ந்தவர்கள், தெருக்களில் கும்பலில் சேர்ந்தனர். அவர்கள் முக்கியமானவர்களாகவும் விடுதலை பெற்றிருப்பதையும் உணர்ந்தார்கள். அவர்கள் தங்கள் புதிய அடையாளத்தை உணர்ந்தார்கள். அவர்களுடைய முந்தைய இருப்புக்கு அவர்களால் திரும்பிச் செல்ல முடியவில்லை, யாரும் இல்லை என்ற நிலையை எடுத்துக் கொண்டனர். ஒரு பிரபல பெண் எழுத்தாளர் என்னிடம் சொன்னார், அவர் ஒரு பெண்கள் சிறையில் காவலராக இருந்தார். புரட்சிக்கு முன்பு அவள் எழுதத் துணியவில்லை. இப்போது, அவரது கணவர் கூட அவளை ஊக்குவிக்கிறார். பலருக்கும் இதே நிலைதான். இவ்வாறு பெண் ஓவியர்கள், புகைப்படக் கலைஞர்கள், செவிலியர்கள், டாக்ஸி ஓட்டுநர்கள், பலர் தோன்றினர். பல்கலைக்கழகங்களில் 65% மாணவர்கள் பெண்கள் என்பதை நாம் மறந்து விடக்கூடாது. அவர்களில் பெரும் பகுதியினர் நடுத்தர-கீழ்-வர்க்க குடும்பங்களிலிருந்து வந்தவர்கள்.

என்.எம்: ஈரானில் எழுதும் தற்போதைய சூழ்நிலையில், பெண் எழுத்தாளர்களையும் அவர்களின் படைப்புகளையும் எங்கே வைக்கிறீர்கள்? அவர்கள் வெவ்வேறு பாடங்களைப் பற்றி எழுதுகிறார்களா, அவர்கள் வெவ்வேறு வகைகளில் எழுதுகிறார்களா? ஆண் எழுத்தாளர்கள் பெண்களின் கண்ணோட்டத்தால் பாதிக்கப்பட்டுள்ளனர் என்று நினைக்கிறீர்களா?

ஜிடி: பெண் எழுத்தாளர்களின் படைப்புகளை நான் தீவிரமாக எடுத்துக்கொள்கிறேன். ஒரு ஆண் எழுத்தாளரின் எழுத்தில் நீங்கள் காணாத ஒரு தாழ்மையான நேர்மை அவர்களின் எழுத்துக்களில் உள்ளது. புரட்சிக்கு முன்னர் ஈரானிய இலக்கியம் கம்யூனிச சித்தாந்தத்தால் ஆதிக்கம் செலுத்தியது, அதை ஒரு சமூக அரசியல் இலக்கியம் என்று ஒருவர் வரையறுக்க

முடியும். ஈரானிய எழுத்தாளர்கள் பெரும்பாலும் கீழ்-நடுத்தர குடும்பங்களிலிருந்து வந்தவர்கள், ஏழை விவசாயிகள் அல்லது ஒடுக்கப்பட்ட தொழிலாளர்களின் துயரங்களைப் பற்றி எழுதினர். அவர்களில் இரண்டு அல்லது மூன்று நல்ல எழுத்தாளர்கள் இருந்தபோதிலும், அவர்களும் மார்க்சிஸ்டுகளாக இருப்பதால், சமூகத்தின் தாழ்த்தப்பட்ட வகுப்பினரிடமிருந்து தங்கள் கதாபாத்திரங்களைத் தேர்ந்தெடுத்தனர். பெண் எழுத்தாளர்கள் ஒரு புதிய வகை இலக்கியத்தை உருவாக்கியுள்ளனர்: ஒரு நெருக்கமான, தனிப்பட்ட ஒன்று. அவர்கள் தங்களுக்கு உண்மையாக இருக்கிறார்கள், அவர்களின் தனிப்பட்ட பிரச்சினைகள், அவர்களின் மகிழ்ச்சியற்ற திருமண வாழ்க்கையில் அவர்களின் தனிமை பற்றி வெளிப்படையாக பேசுகிறார்கள். உத்தியோகபூர்வ தணிக்கை காரணமாக, குடும்ப தணிக்கை, அல்லது அனைத்தையும் வெளிப்படுத்துவதில் அவர்களுடைய சொந்த அவமானம், அவர்களால் வெளிப்படையாக பேச முடியாது, ஆனால் அவர்கள் சொல்ல விரும்புவதை ஒரு நுட்பமான பெண்பால் புத்திசாலித்தனத்துடன், குறிப்புகள், குறியீட்டின் மூலம் கூறுகிறார்கள். அவர்கள் காதல் பற்றி பேசுகிறார்கள். அவர்கள் அன்பைக் கனவு காண்கிறார்கள், ஆனால் மிகவும் அமைதியான நிழலான வழியில்: எதுவும் சொல்லப்படாதது போல. உதாரணமாக, அவர்களில் ஒருவர் எழுதுகிறார், "என் கணவர் என்ன எண்ணங்களை கடந்து செல்கிறார் என்பதை என் கணவர் அறிந்திருந்தால், அவர் என்னைக் கொன்றுவிடுவார்." அவள் சிற்றின்ப கற்பனைகளைக் குறிக்கிறாள் என்பது தெளிவாகத் தெரிகிறது. ஆண்கள் இப்படி எழுத முடியாது. அல்லது இந்த வகை இலக்கியங்களை கூட தீவிரமாக எடுத்துக் கொள்ளுங்கள். "அவர் சிற்றின்ப கற்பனைகளை குறிப்பிடுகிறார் என்பது வெளிப்படையானது. ஆண்கள் இப்படி எழுத முடியாது. அல்லது இந்த வகை இலக்கியங்களை கூட தீவிரமாக எடுத்துக் கொள்ளுங்கள். "அவர் சிற்றின்ப கற்பனைகளை குறிப்பிடுகிறார் என்பது வெளிப்படையானது. ஆண்கள் இப்படி எழுத முடியாது. அல்லது இந்த வகை இலக்கியங்களை கூட தீவிரமாக எடுத்துக் கொள்ளுங்கள்.

என்.எம்: உங்களிடம் ஒரு அருமையான கற்பனை உள்ளது, இது உங்கள் கதைகளில் தெளிவாகத் தெரியும். ஆனால் ஈரானில் இருந்தாலும் அல்லது நாடுகடத்தப்பட்டாலும் வாழ்க்கையின் உண்மையான அபத்தங்களைக் காண்பதில் உங்களுக்கு ஒரு பெரிய திறமை இருக்கிறது, மேலும் இந்த அபத்தங்களை உங்கள் கதைகளில் நேர்த்தியாக வடிவமைத்து நெசவு செய்கிறீர்கள், அதே நேரத்தில் வாசகர் சோகத்தையும் நகைச்சுவையையும் ஒரே நேரத்தில் உணர முடியும்.

ஜி.டி: இந்த எழுதும் முறை நான் வாழும் முறை. நான் கதைசொல்லி. சாதாரண, தட்டையான நிகழ்வுகள் என்னைத் தாங்கின. நான் அவற்றை மீண்டும் கண்டுபிடிப்பேன். நான் அவர்களுக்கு கொஞ்சம் இரத்தத்தையும் மாமிசத்தையும், சில நிறத்தையும் தருகிறேன். என் குழந்தைகள் அடிக்கடி என்னிடம் கூறுகிறார்கள், நீங்கள் பொய் சொல்கிறீர்கள், அது அப்படி இல்லை. நீங்கள் அதை உருவாக்குகிறீர்கள். ஆமாம் கண்டிப்பாக. அவை இருக்கும் விஷயங்கள் மந்தமானவை, நிறமற்றவை. அதன் சோகமான யதார்த்தத்தைக் காண்பிப்பதன் மூலம், அதன் உண்மையான சாராம்சம் வெளிப்படுகிறது. நமக்கு கற்பனை, கனவுகள் தேவை. நான் சந்திக்கும் ஒவ்வொரு நபரும் என் மனதில் நுழைந்து ஒரு கதையில் தனது பங்கைச் செய்ய அவரது முறை வரும் வரை காத்திருக்கும் அறையில் அமர்ந்திருக்கிறார். வாழ்க்கை என்பது சோகமான, நகைச்சுவையான நிகழ்வுகளின் கலவையாகும். அபத்தமானது, சர்ரியலாக இருப்பது, முரண்பாடாக இருப்பது, மிகைப்படுத்தப்படுதல், இன்னும் உண்மையானது என்ற பொருளில் இருக்கிறது. கோகோல் ஒரு சரியான உதாரணம்; அவர் மிகச் சிறந்த ரஷ்ய எழுத்தாளர்களில் ஒருவர் என்று நான் நம்புகிறேன். அவரது இறந்த ஆத்மாக்களின் முழு யோசனை தீம்அபத்தமானது. இறந்த ஆத்மாக்களை வாங்குவதற்கு ஒரு வரிசை எழுத்துக்கள் தோன்றும். ஒவ்வொன்றும் ஒரு ரஷ்யனின் உண்மையான ஆன்மாவை குறிக்கிறது; முழு புத்தகமும் ரஷ்யாவே. இது நகைச்சுவையானது, வேடிக்கையானது, மிகைப்படுத்தப்பட்டாலும் மிகவும் உண்மையானது. ஆனால், அவர்கள் அனைவருக்கும் ரஷ்ய பாத்திரத்தின் அந்த சோகமான பக்கமும் உள்ளது. இதை நீங்கள் எல்லா இடங்களிலும் காணலாம்-குறிப்பாக ஈரானில். இந்த இரண்டு பக்கங்களையும் எனது கதைகளில் கொண்டு வர விரும்புகிறேன்.

என்.எம்: ஈரானில் இப்போது தணிக்கை எவ்வாறு செயல்படுகிறது என்பது பற்றிய உங்கள் புரிதல் என்ன? தேர்தலுக்குப் பின்னர் சூழ்நிலை மாறிவிட்டதா? சொல்வது மிக விரைவாக இருக்கிறதா?

ஜிடி: ஆம், மூடிய கதவுகளைத் திறக்க ஒரு சாவியுடன் தான் வந்ததாக ஜனாதிபதி ரூஹானி கூறுகிறார். புதிய ஜனாதிபதியின் நல்ல நம்பிக்கை, இந்த விசையின் மந்திர சக்தி குறித்து, ஈரானியர்கள் மிகவும் அவநம்பிக்கையானவர்கள், அல்லது மிகவும் இலட்சியவாதிகள் என்று சொல்லலாம். எனது எழுத்தாளர் நண்பர்கள் சிலர் நம்பிக்கையாளர்களிடையே உள்ளனர், எனது வெளியீட்டாளரும் உற்சாகமாக இருக்கிறார். மிகச் சிறிய கதவு சற்றுத் திறந்திருப்பதாகத் தெரிகிறது. திறப்பு, தற்போது, மிகவும் இறுக்கமாக உள்ளது, ஒரு புத்தகத்தை வைத்திருக்கும் ஒல்லியான

கைக்கு அது போதுமானது. ஆனால், கணிக்க முடியாத இந்த கதவு, எந்த நேரத்திலும், திடீரென மூடப்பட்டு, உங்கள் நடுங்கும் விரல்களை உடைக்கக்கூடும். திரு கதாமியின் ஜனாதிபதி காலத்தில் ஒரு ஜன்னல் திறக்கப்பட்டு சிறிது நேரம் திறந்திருந்தது எனக்கு நினைவிருக்கிறது. நாங்கள் வாய்ப்பைப் பயன்படுத்திக் கொண்டு எங்கள் புத்தகங்களை வழங்க விரைந்தோம். துரதிர்ஷ்டவசமாக, அது நீண்ட காலம் நீடிக்கவில்லை. தணிக்கை கையாள்வது என்பது மறைத்து தேடும் விளையாட்டு. நீங்கள் ஒரு மூலையில் உட்கார்ந்து காத்திருக்க வேண்டும். சில நேரங்களில் நீங்கள் வாழ்நாள் முழுவதும் காத்திருக்க வேண்டும், சொர்க்கம் தடைசெய்யும், இந்த அநியாய உலகத்தை உங்கள் புத்தகத்துடன் உங்கள் கையின் கீழ் விட்டுவிடலாம். இரண்டு ஆண்டுகளுக்கு முன்பு எனது கடைசி நாவலை இஸ்லாமிய வழிகாட்டல் அமைச்சகத்திற்கு வெளியிடுவதற்கு அனுமதி பெறுவதற்காக வழங்கினேன். இன்று வரை எனக்கு பதில் கிடைக்கவில்லை. உங்களை சித்திரவதை செய்வதற்கான அவர்களின் அடிக்கடி தந்திரங்களில் இதுவும் ஒன்றாகும். சில புத்தகங்கள் "நிபந்தனை" என்று அறிவிக்கப்படுகின்றன. இதன் பொருள் நீங்கள் பேச்சுவார்த்தை நடத்த வேண்டும், புத்தகத்தின் பாதியை வெட்ட வேண்டும் அல்லது முடிந்தவரை "ஏற்றுக்கொள்ள முடியாத" வார்த்தைகள் அல்லது பெயர்களை எடுக்க வேண்டும். அவர்கள் பெயர்களுக்கு மிகவும் உணர்திறன் உடையவர்கள். இறுதியாக அவர்கள் உங்கள் சிதைந்த புத்தகத்தை வெளியிட அனுமதி வழங்கலாம். புத்தகம் நன்றாக விற்கிறது, இது விமர்சகர்களிடமிருந்து நல்ல வரவேற்பைப் பெறுகிறது, பின்னர், சில தெளிவற்ற காரணங்களுக்காக, அது அவசரமாக பறிமுதல் செய்யப்படுகிறது. இது எனது ஒரு புத்தகத்திற்கு நடந்தது.

ஜி.டி: எல்லைகள் இல்லாத சொற்கள் எனது எழுத்தை மட்டுமல்லாமல், ஏராளமான சர்வதேச எழுத்தாளர்களின் படைப்புகளையும் அமெரிக்க, சர்வதேச வாசிப்பு பொதுமக்களுக்கு வெளிப்படுத்துவதில் பெரிதும் பயனுள்ளதாக இருந்தன. ஒரு சர்வதேச எழுத்தாளராக அமெரிக்காவில் வெளியிடப்படுவதற்கு அவர்களின் பணிகள் உதவியுள்ளன, இது உங்களுக்கு மிகவும் கடினம். அவர்கள் குறிப்பாக இளம் வாசகர்களையும், பொதுவாக உலக இலக்கியத்தில் ஆர்வமுள்ளவர்களையும் சென்றடைகிறார்கள் என்ற உண்மையை நான் விரும்புகிறேன்.

# 48

## மஹ்மூத் தௌலதாபாதி

மஹ்மூத் தௌலதாபாதி (ஆகஸ்ட் 1940 தௌலதாபாத், சப்சேவர்) ஈரானிய எழுத்தாளர், நடிகர் ஆவார், சமகால சமூகம், கலை சுதந்திரம் ஆகியவற்றின் உயர்வுக்காக அறியப்படுகிறார். ஈரான், அவரது நிதர்சனம் சார்ந்த சித்தரிப்புகள் கிராமப்புற வாழ்க்கை வரையப்பட்ட, தனிப்பட்ட அனுபவத்திலிருந்து வெளியாகுகிற படைப்புகளாக அவரது எழுத்துக்கள் இருக்கின்றது.

மஹ்மூத் தௌலதாபாதி ஒரு தொலை கிராமத்தில் ஷூவிற்கும் ஒரு ஏழை குடும்பத்தில் பிறந்தார்.இது ஈரானின் வடமேற்கு பகுதி கோர்சனில் மாகாணத்தில் அமைந்துள்ளது. அவர் ஒரு பண்ணையில் பணியாற்றினார், மசூத் சல்மான் தொடக்கப்பள்ளியில் பயின்றார். புத்தகங்கள் அந்த சிறுவனுக்கு ஒரு வெளிப்பாடாக இருந்தன. அவர் "கிராமத்தைச் சுற்றியுள்ள அனைத்துயும் காதல் கதைகளையும் படித்தார்". தெஹ்ரானில் வசிக்கும் போது அவர் "வீட்டின் கூரையில் ஒரு விளக்குடன் படித்தார்... போரும் சமாதானத்தையும் அப்படியே படிக்கப்பட்டது "என்று சொல்கிறார். அவரது தந்தைக்கு முறையான கல்வி குறைவாக இருந்தபோதிலும், அவர் பாரசீக கிளாசிக்கல் கவிஞர்களான சாதி ஷிராசி, ஹபீஸ் , ஃபெர்டோவ்ஸி ஆகியோருக்கு தௌலதாபாதியை அறிமுகப்படுத்தினார். அவரது தந்தை பொதுவாக பெரிய கவிஞர்களின் மொழியில் பேசினார்.

ஈரானிய இலக்கியத்தின் *PEN* தொகுப்பைத் திருத்திய நஹித் மொசாஃபரி சொல்லும் போது தௌலதாபாதி "நாட்டுப்புறக் கதைகளின் நம்பமுடியாத நினைவைக் கொண்டிருக்கிறார், இது ஒரு நடிகராக இருந்த நாட்களிலிருந்தோ அல்லது அவரது தோற்றத்திலிருந்தோ வந்திருக்கலாம், முறையான கல்வி இல்லாத ஒருவர், கற்றவர்கள் சொல்ல கேட்டு உள்ளூர் கவிதைகளை மனப்பாடம் செய்வதன் மூலமும், உள்ளூர் கதைகளைக் கேட்பதன் மூலமும்.பயின்றுள்ளார் "

ஒரு இளைஞனாக, தௌலதாபாதி தனது தந்தையைப் போன்ற ஒரு வர்த்தகத்தை மேற்கொண்டு ஒரு முடிதிருத்தும் கடையைத் திறந்தார். ஒரு நாள் பிற்பகல், அவர் நம்பிக்கையற்ற முறையில் சலித்துவிட்டார். அவர் கடையை மூடிவிட்டு, ஒரு பையனுக்கு சாவியைக் கொடுத்து, "மஹ்மூத் இடது பக்கம் சென்றுவிட்டார்" என்று தனது தந்தையிடம் சொல்லச் சொன்னார். அவர் மஷதிற்கு ஒரு சவாரி பிடித்தார், அங்கு அவர் தெஹ்ரானுக்கு புறப்படுவதற்கு முன்பு ஒரு வருடம் பணியாற்றினார்.பின்னர். தியேட்டர் வகுப்புகளில் கலந்து கொள்வதற்கு முன்பு ஒரு வருடம் தௌலதாபாதி அங்கு பணியாற்றினார். அவர் அவ்வாறு செய்தபோது, அவர் தனது வகுப்பின் உச்சத்திற்கு உயர்ந்தார், இன்னும் பல வேலைகளைச் செய்தார். அவர் ஒரு நடிகராக இருந்தார் --- , ஒரு ஷூ தயாரிப்பாளர், முடிதிருத்தும், சைக்கிள் பழுதுபார்ப்பவர், தெருவில் பர்கர்விற்பனையாளர், பருத்தி தொழிற்சாலையில் பணிபுரிபவர், சினிமா டிக்கெட் விற்பவர் என்று பல்வேறு தொழில்களை செய்தார். இந்த நேரத்தில் அவர் பத்திரிகை, புனைகதை எழுதுதல், திரைக்கதைகளிலும் இறங்கினார். அவர் ஒரு நேர்காணலில் "நான் வேலை முடிந்ததும், உணவைக் கண்டுபிடிப்பதில் ஆர்வம் காட்டாத போதெல்லாம், நான் உட்கார்ந்து எழுதுவேன்" என்று கூறினார்.

அவர் ப்ரெட்ச்ட் (எ.கா. தி விஷன்ஸ் ஆஃப் சிமோன் மச்சார்ட்), ஆர்தர் மில்லர் (எ.கா. பாலத்திலிருந்து ஒரு பார்வை), பஹ்ராம் பெய்சாய் (எ.கா. தி மரியோனெட்ஸ்) ஆகியவற்றை நிகழ்த்தினார். 1974 ஆம் ஆண்டில் ஷாவின் இரகசிய போலீஸ் படையான சவக்கால் அவர் கைது செய்யப்பட்டார். தௌலதாபாத்தின் நாவல்களும் உள்ளூர் போலீசாரின் கவனத்தை ஈர்த்தன. அவருடைய குற்றம் என்ன என்று அவர் கேட்டபோது, அவர்கள் அவரிடம், "ஒன்றுமில்லை, ஆனால் நாங்கள் கைது செய்யும் அனைவருக்கும் உங்கள் நாவல்களின் நகல்கள் இருப்பதாகத் தெரிகிறது, இதனால் நீங்கள் புரட்சியாளர்களைத் தூண்டிவிடுவீர்கள்." என்றனர் அவர் இரண்டு ஆண்டுகள் சிறையில் இருந்தார்.

அவரது சிறைவாசத்தின் முடிவில், தௌலதாபாதி " சோலூக்கைக் காணவில்லை என்ற கதை ஒரே நேரத்தில் எனது கற்பனையில் உதித்தது, முழு படைப்பையும் என் தலையில் எழுதினேன்" என்றார். சிறையில் இருந்தபோது தௌவ்லதாபாதியால் எதையும் எழுத முடியவில்லை. அவர் "அமைதியற்றவர்". கைதிகளில் ஒருவர்... அவரிடம், 'நீங்கள் சிறைச்சாலையில் ஈடுபடுவதில் மிகவும் நல்லவராக இருந்தீர்கள், இப்போது நீங்கள் ஏன் பொறுமையிழக்கிறீர்கள்?' அதற்கு அவர் பதிலளித்தார், "எனது கவலை சிறை, அதனுடன்

வந்த அனைத்துமே சம்பந்தப்பட்டதல்ல, ஆனால் வேறு எதையாவது பற்றியது. நான் இந்த புத்தகத்தை எழுத வேண்டியிருந்தது." அவர் இறுதியாக விடுவிக்கப்பட்டபோது, 70 இரவுகளில் மிஸ்ஸிங் சோலூச் எழுதினார். பின்னர் கர்னலுக்கு எனும் படைப்பு முன்னதாக ஆங்கிலத்தில் வெளியிடப்பட்ட அவரது முதல் நாவலாக மாறியது.

கெலிடர் என்பது ஒரு குர்திஷ் நாடோடி குடும்பத்தைப் பற்றிய ஒரு கதை, இது 10 புத்தகங்களையும் 3,000 பக்கங்களையும் கொண்டுள்ளது. என்சைக்ளோபீடியா இரானிகா அதன் "வீரம் கொண்ட பாடல், சிற்றின்பம் "கொண்ட மொழியைப் பாராட்டுகிறது. "அரசியல், சமூக எழுச்சியின் விரிவான சித்தரிப்பு" காரணமாக இந்த கதை ஈரானியர்களிடையே மிகவும் பிரபலமாக உள்ளது. தௌவ்லதாபாதி ஒரு தசாப்தத்திற்கும் மேலாக கதையை வடிவமைத்தார். "நான் பதினைந்து வருடங்கள் தயார் செய்தேன், சிறுகதைகள் எழுதினேன், சில சமயங்களில் இன்னும் கொஞ்சம் நீளமான படைப்புகளை எழுதினேன், கெலிடார் எழுத இவையெல்லாம் எழுதுவதற்கான காரணங்கள்" என்று அவர் கூறினார்.

சொலூச்சில் காணாமல், மோசமான சூழ்நிலையால் ஒரு பெண் தன் கணவர் சொலூச் என்ற பகுதியில் விவரிக்க முடியாத காரணத்தால் காணாமல் போன பிறகு ஒரு தனிமைப்படுத்தப்பட்ட கிராமத்தில் அவரது குழந்தைகளை வளர்ப்பதில் இருந்து இந்த படைப்பு எழும்புகிறது. நாவலுக்கான யோசனை முதன்முதலில் சிறையில் இருந்த தௌவ்லதாபாதிக்கு வந்தாலும், அதன் தோற்றம் அவரது குழந்தைப் பருவத்திலிருந்தே காணப்படுகிறது. "என் அம்மா கிராமத்தில் ஒரு பெண்மணியைப் பற்றிப் பேசுவார், அவளுடைய கணவர் காணாமல் போயிருக்கிறார், அவளைத் தனியாக விட்டுவிட்டார். பல குழந்தைகளைத் தானாகவே வளர்ப்பதற்கு அவள் எஞ்சியிருந்தாள். கிராமம் அவளிடம் பரிதாபப்படுவதை அவள் விரும்பாததால், அவள் கொஞ்சம் ஆட்டுக்குட்டியின் கொழுப்பை உருக்கி, பின்னர் ஒரு சில உலர்ந்த புல் அல்லது எதையாவது வாணலியில் தூக்கி எறியுங்கள், இதை அடுப்பில் வைக்கவும், இதனால் அடுப்பிலிருந்து வெளியேறும் புகை மூலம் அக்கம்பக்கத்தினர் அவள் ஒரு இறைச்சி துண்டு சமைக்கிறார்கள் என்று நினைக்கலாம் அன்று இரவு அவரது குழந்தைகள் பட்டினியால் தவிக்கும், "என்று அவர் ஒரு நேர்காணலரிடம் கூறினார். சோலூச்சைக் காணவில்லைஅவரது முதல் படைப்பு ஆங்கிலத்தில் மொழிபெயர்க்கப்பட்டது.

இஸ்லாமிய புரட்சிக்கு பலியான தனது மகளின் சித்திரவதை

செய்யப்பட்ட உடலை சேகரிக்க இரண்டு காவல்துறையினர் கர்னலை வரவழைக்கும்போது, மழை பெய்யும் இரவில் தொடங்கி, கர்னல் தேசம், வரலாறு, குடும்பத்தைப் பற்றிய ஒரு நாவல் என இது விரிவடைகிறது. 1980 களில் புத்திஜீவிகள் மரணதண்டனை அபாயத்தில் இருந்தபோது தௌவ்லதாபாதி நாவலை எழுதினார். "நான் அதை முடித்ததும் ஒரு டிராயரில் மறைத்து வைத்தேன்," என்று அவர் கூறினார். இது வெளிநாட்டில் ஆங்கிலத்தில் வெளியிடப்பட்டாலும், நாவல் ஈரானில், பாரசீக மொழியில் கிடைக்கவில்லை. "நான் இதை அவர்களின் ரேடாரில் வைத்திருக்க விரும்பவில்லை" என்று அவர் கூறினார். "ஒன்று அவர்கள் என்னை சிறைக்கு அழைத்துச் செல்வார்கள் அல்லது வேலை செய்வதைத் தடுப்பார்கள். அவர்களுக்கு வழிகள் இருக்கும்." இந்த நாவல் முதலில் ஜெர்மனியில் வெளியிடப்பட்டது, பின்னர் இங்கிலாந்து, அமெரிக்காவில் வெளியிடப்பட்டது.

தாகம் (பாரசீகத்தில்: பெஸ்மல்) ஈரான்-ஈராக் போரின் (1980-1988)களம் கொண்ட ஒரு நாவல். இது இரண்டு ஈராக்கிய, ஈரானிய எழுத்தாளர்களின் கண்ணோட்டத்தில் எழுதப்பட்டுள்ளது. அசல் பாரசீக தலைப்பு ஒரு அடிக்குறிப்பில் விளக்கப்பட்டுள்ள 'பெஸ்மெல்' என்ற கருத்தை குறிக்கிறது: "எந்த விலங்கையும் பலியிடுவதற்கு முன்பு இஸ்லாத்தில் சொல்லப்படும் வேண்டுகோள்"என்பது அதன் அர்த்தமாகும். எனவே அந்த எழுத்துக்கள் அவர்களுக்குப் பொருந்தும் எனக் கண்டறிந்ததால், இது உரையில் மீண்டும் மீண்டும் பயன்படுத்தப்படுகிறது.

சமகால ஈரானின் மிக முக்கியமான எழுத்தாளர்களில் ஒருவராக தௌவ்லதாபாதி கொண்டாடப்படுகிறார், குறிப்பாக அவரது மொழி பயன்பாட்டிற்காக. அவர் கிராமப்புற வழக்குகளை உயர்த்தி பிடித்தமைக்காக பாராட்டபடுகிறார்.மேலும் பாரசீக கவிதைகளின் உயர்ந்த, பாடல் பாரம்பரியத்தை வரைந்துள்ளார். அவர் "ஏழைகளின் அனுபவத்தின் சிக்கல்கள், தார்மீக தெளிவற்ற தன்மைகளை ஆராய்ந்து, அந்த உலகின் மிருகத்தனத்தை பாரசீக மொழியின் பாடல் வரிகளுடன் கலக்கிறார்" என்று தௌவ்லதாபாதியின் படைப்பின் மொழிபெயர்ப்பாளர் கம்ரான் ராஸ்டேகர் கூறினார். டாம் பாட்டர்டேல் தௌவ்லதாபாதியின் தி கர்னல் நாவலை மொழிபெயர்த்தபோது, ஆங்கிலோ-சாக்சன் சொற்களுக்கு ஆதரவாக லத்தீன் ஆங்கில சொற்களைத் தவிர்த்தார், தௌவ்லதாபாதியின் "கடினமான, விசேச" உரைநடை விளைவை மீண்டும் உருவாக்கும் என்று நம்பினார். மற்ற ஈரானிய எழுத்தாளர்கள் நகர்ப்புற கல்வியுடன், நடுத்தர வர்க்க பின்னணியில் இருந்து வந்தவர்கள்.

அவரது கிராமப்புற பின்னணி காரணமாக, தௌவ்லதாபாதி ஒரு தனித்துவமான குரலாக நிற்கிறார். கிர்கஸ் ரிவியூஸ் இதழ் தி கர்னல் குறித்து சொல்லும் போது, "தனித்து நிற்கும் ஒரு நாவலாசிரியரின் கோரப்பட்ட, செழிப்பான புத்தகம்" என்று அவர் சர்வதேச அளவில் பாராட்டையும் பெற்றுள்ளார். தி இன்டிபென்டன்ட் என்ற இதழ் இந்த நாவலை "உணர்ச்சிவசப்பட்டது" என்று விவரித்தது, மேலும் "ஈரானில் தொலைதூர ஆர்வமுள்ள அனைவரும் இந்த நாவலைப் படிக்க வேண்டிய நேரம் இது" என்று வலியுறுத்தியது.

2011 ஆம் ஆண்டில் அலி ஐரே கானத் நோவி தயாரித்த சஃபர்நாமே சிஸ்தான் என்ற ஆவணப்படம், சிஸ்தானுக்கு ஒரு பயணம், பலூச்சி இனவழிப்புகளைச் சந்திப்பது, அங்கு வாழும் மக்களின் மிகவும் கடினமான வாழ்க்கையை விளக்குவது, அத்தகைய வறண்ட பகுதியில் அவர்களின் வாழ்க்கை முறை பற்றிய தகவல்களை வழங்குவது என்று, மஹ்மூத் தௌவ்லதாபாதியின் மீட் தி பலூச் அவரை குறித்த உயர்ந்த சித்திரமாக இருக்கிறது.

# 49

## ஃபார்ஸி கதை-வித்தியாசத்தின் அழகு

**அநாமதேயரின் ஃபார்ஸி கதை**

இங்கிலாந்தில் லண்டன் என்ற பெரிய நகரத்தில் வசிப்பதற்காக அவரது பெற்றோர் தெஹ்ரானில் உள்ள தனது வீட்டிலிருந்து அனுப்பிவைத்தபோது ஷிரின் இன்னும் ஒப்பீட்டளவில் இளம்பெண்ணாக இருந்தார்.

இங்கிலாந்தில் தனது உறவினர்களுடன் வாழப் போகும் யோசனை ஷிரினுக்கு பிடிக்கவில்லை, ஆனால் அவளுடைய அம்மா அவளிடம், 'இது சிறந்தது, சிறியது. இனி இங்கு பாதுகாப்பாக இல்லை, நீங்கள் இங்கிலாந்தில் ஒரு அற்புதமான புதிய வாழ்க்கையைப் பெறுவீர்கள், மேலும் நீங்கள் எல்லா வகையான புதிய நண்பர்களையும் உருவாக்குவீர்கள்.'

லிட்டில் ஷிரின் அழ விரும்பினார், ஏனெனில் அவர் தனது தாயையும் தந்தையையும் மிகவும் நேசித்தார், மேலும் அவர்களை விட்டு வெளியேற விரும்பவில்லை. மேலும், அவளுடைய உறவினர்களை அவளுக்குத் தெரியாது. அவர்களை ஒரே ஒரு முறை மட்டுமே பார்த்திருக்கிறாள், அவர்கள் என்ன சொல்கிறார்கள் என்பதைப் புரிந்து கொள்ள ஷிரினுக்கு வயது மிகக் குறைவாக இருந்தது, ஏனென்றால் அவர்கள் ஃபார்சியைப் பேசவில்லை. ஷிரின் உண்மையில் இது மிகவும் விசித்திரமானது என்று நினைத்தாள்.

ஆயினும் அவள் வெளிந்நாடு செல்லவேண்டிய நாள் வந்துவிட்டது, ஷிரினின் தாயும் தந்தையும் அவளை விமான நிலையத்திற்கு அழைத்துச் சென்றனர், அங்கு அவக் தனது அத்தையால் விமானத்தில் அழைத்துச் செல்லப்படுவார்.

'நான் பயப்படுகிறேன்,' என்று ஷிரின் சொன்னாள், அவளுடைய தந்தையும் தாயும் அவளை ஒரு சிறிய சாவடிக்கு அழைத்துச் சென்றனர், அங்கு அந்த நபர் தனது பாஸ்போர்ட்டைப் பார்த்து

அவளது டிக்கெட்டை சரிபார்க்கிறார்.

'நீங்கள் எப்படி பயப்பட முடியும்?' அவளுடைய தந்தையிடம் கேட்டார். 'நகரத்தில் குண்டுகள் வீசப்படுவதைக் கேட்கும்போது ஒருபோதும் பயப்படாத துணிச்சலான சிறுமி நீங்கள் இல்லையா? மற்ற சிறுமிகள் மிகவும் பயந்து பெற்றோருடன் வீட்டில் தங்கியிருந்தாலும் கூட, ஒவ்வொரு நாளும் உங்களை பள்ளிக்கு அழைத்துச் செல்ல வேண்டும் என்று எப்போதும் வற்புறுத்திய பெண் நீங்கள் அல்லவா?'

'அது வேறு' என்றார் ஷிரின். 'இது எனது வீடு.'

ஷிரினின் தாய் அந்தச் சிறுமியின் அருகில் மண்டியிட்டு அவளைக் கட்டிப்பிடித்து தலைமுடியைக் கட்டினார். அவள் தன் மகளை நோக்கி: 'சிறியவளே, நீ எங்களை பெருமைப்படுத்துவாய் என்று எனக்குத் தெரியும். நீ கவலைப்பட வேண்டாம், விரைவில் உங்கள் தந்தையும் நானும் இங்கிலாந்துக்கு வருவோம், லண்டனில் பார்க்க வேண்டிய எல்லாவற்றையும் நீ எங்களுக்குக் காட்டலாம். நீ ஏற்கனவே பேசியதை விட நீங்கள் சிறப்பாக ஆங்கிலம் பேசுவாய் என்று நான் பந்தயம் கட்டுகிறேன், மேலும் சில புதிய சொற்களை நீ எனக்கு கற்பிக்க முடியும். '

ஷிரின் தனது தாய்க்கு புதிய சொற்களைக் கற்பிக்கும் யோசனையை விரும்பினார், ஏனெனில் ஷிரின் தனது தாயார் முழு உலகிலும் புத்திசாலித்தனமான நபர் என்று நினைத்தாள்.

'நான் அதைச் செய்ய முடியும் என்று நினைக்கிறேன்,' என்று அந்தச் சிறுமி சொன்னாள், அவளது அத்தை கையை பிடித்து, அவர்கள் இல்லாமல் பறப்பது கஷ்டம் தான்.ஆனால் விமானத்தில் ஏறுவதற்கான நேரம் இது என்று விளக்கினார்.

இங்கிலாந்திற்கான நீண்ட விமானத்தின் போது, சிறிய ஷிரின் தனது புதிய வாழ்க்கை எப்படி இருக்கும் என்று கற்பனை செய்ய முயன்றாள். பள்ளியில் சிறப்பாக படிக்க வேண்டும் என்பதில் உறுதியாக இருந்தாள், அவள் தன் பெற்றோரை மிகவும் பெருமைப்படுத்துவாள் என்று தன்னைத்தானே சொன்னாள். 'என்னால் இதைச் செய்ய முடியும்' என்று அவள் நினைத்தாள். 'பூக்களை எடுப்பது போல இதை என்னால் எளிதாக செய்ய முடியும்.'

பின்னர் சிறுமி தூங்கிவிட்டு லண்டன் எப்படியிருக்கும் என்று கனவு கண்டாள். உயரமான கடிகாரங்கள், பரந்த ஆறுகளைப் பற்றி அவள் கனவு கண்டாள்; அவர் வயதான மனிதர்களை பந்து

வீச்சாளர் தொப்பிகள், குடைகள் கொண்ட பெண்கள், பிரகாசமான சிவப்பு பஸ்ஸ்கள், ராணி தனது காவலர்கள் அனைவருடனும் உயரமான தெளிவில்லாத தொப்பிகள், நீண்ட பூட்ஸில் வாழ்ந்த பெரிய வீட்டைக் காட்டினார்.

ஆனால் அவள் லண்டனில் உள்ள விமான நிலையத்திற்கு வந்தபோது, அவள் கற்பனை செய்தபடியே இல்லை. வானம் ஒரு பயங்கரமான சாம்பல் நிறமாக இருந்தது, அங்கு காற்று அடித்து மழை பெய்தது. கால்விரல்கள் மிகவும் குளிராக இருப்பதால் தனது செருப்பை அணிய ஷிரின் விரும்பினாள். எல்லாவற்றையும் விட மோசமானது... எல்லாவற்றையும் விட மோசமானது, எல்லோரும் ஒரு பெரிய தலை, மூன்று கண்களைக் கொண்ட ஒரு அன்னியராக இருப்பதைப் போல எல்லோரும் அவளைப் பார்த்துக் கொண்டிருந்தார்கள்.

ஷிரின் தான் ஒரு நீண்ட அங்கி அணிந்திருப்பதை ஆச்சரியத்துடன் கவனித்தார். அருகில் நின்று கொண்டிருந்த ஒரு பெண் சுட்டிக்காட்டி சிரித்துக் கொண்டே தன் மம்மியிடம் கேட்டாள்: ‘அவள் ஏன் ஒரு பெரிய துணியை அணிந்திருக்கிறாள்?

அந்தச் சிறுமியை அம்மா இழுத்துச் சென்று சுட்டிக்காட்டுவது முரட்டுத்தனமாக சொன்னது. சிறின் இது ஒரு பெரிய துணி அல்ல, அது ஒரு பர்தா என்று சொல்ல ஷிரின் விரும்பினார், தெஹ்ரானில் பல பெண்கள், அவர்களின் தாய்மார்கள், பாட்டி பர்தா அணிந்தார்கள், ஏனெனில் அது அவர்களின் கலாச்சாரத்தின் ஒரு பகுதியாகும்.

நிச்சயமாக, ஷிரின் தனது அங்கியை கழற்ற விரும்பினாள். ஏனென்றால் அவள் அப்படி வெறித்துப் பார்ப்பது பிடிக்கவில்லை, அவள் மீண்டும் தெஹ்ரானில் வெயில் இருக்கும் இடமாகவும், கால்விரல்கள் மீண்டும் சூடாகவும் இருக்கும் என்று ஆசைப்பட்டாள்.

‘உன்னை வீட்டிற்கு அழைத்துச் செல்வோம்’ என்று அத்தை சொன்னாள்.

டாக்ஸி டிரைவர் மிகவும் வேடிக்கையானவர் என்று ஷிரின் நினைத்தாள். அவரது ஆங்கில ஆசிரியர் திரு ரஹிமி போல இல்லை. ‘பிளைமி’, ‘நேர்மையான அன்பு, எங்கே?’ லிட்டில் ஷிரினுக்கு இந்த வார்த்தைகள் புரியவில்லை, ஆனால் அதிர்ஷ்டவசமாக அவளுடைய அத்தை புரிந்து கொண்டதாகத் தோன்றியது, அவர்கள் விரைவில் நகரத்தின் வழியே தனது புதிய வீட்டை நோக்கிச் சென்றனர்.

தெஹ்ரானில் உள்ள தனது தாயைப் பார்க்கும்போது

எப்போதும் ஒரு ஆடை அணிந்திருந்தாலும், இங்கிலாந்தில் ஏன் சடோர் அணியவில்லை என்று ஷிரின் தனது அத்தையிடம் கேட்க விரும்பினாள்.. 'அவள் மாறுவேடத்தில் இருக்க வேண்டும்' என்று இளம்பெண் நினைத்தாள். ஆனால் உங்கள் உண்மையான சுயத்தை மற்றவர்களிடமிருந்து மறைக்க முயற்சிப்பதில் பயனில்லை என்று தனது தாயார் எப்போதும் தன்னிடம் கூறியதையும் ஷிரின் நினைவில் வைத்திருந்தாள், எனவே இங்கிலாந்தில் இருக்கும்போது அத்தை மாறுவேடத்தில் இருப்பதை ஏன் தேர்வு செய்தார் என்று ஷிரின் ஆச்சரியப்பட்டாள்.

லண்டன் உண்மையில் மிகவும் விசித்திரமான இடமாக மாறியது. முதல் வாரத்தில் தினமும் மழை பெய்தது, பிரிட்டிஷ் கோடைகாலத்தை ஷிரின் அதிகம் நினைக்கவில்லை. அவளுடைய ஆங்கிலம் மிகவும் நன்றாக இருக்கிறது என்று அவளுக்குக் கூறப்பட்டாலும், மக்கள் என்ன சொல்கிறார்கள் என்பதைப் புரிந்துகொள்வதில் அவளுக்கு சிக்கல் இருந்தது. பார்வையாளர்களை வரவேற்கவும், தேநீர் அருந்தவும் நூறு அறைகள் இருந்திருக்க வேண்டும் என்றாலும், யாராலும் சென்று தனது பெரிய வீட்டில் ராணியிடம் வணக்கம் சொல்ல முடியாது.

அந்த இளம் பெண் தனது புதிய வீட்டில் மிகவும் ஏமாற்றமடைந்தாள், மேலும் அவள் தனது தாய், தந்தை, அவரது நண்பர்களை பார்க்க தவறவிட்டார். உணவு கூட வித்தியாசமாக இருந்தது: இந்த வானிலை போல சாம்பல் நிறமாக இருந்தது, உறைவிப்பான் பெட்டிகளிலிருந்து வெளியே வருவது போல் தோன்றியது, குங்குமப்பூவுடன் கூடிய அவரது தாயின் லூபியா போலோ அல்லது மிருதுவான தஹ்-டீக் போன்ற வண்ணமயமான, சாப்பிட சுவையாக இருந்தது.

ஷிரின் தனது புதிய பள்ளிக்குச் செல்ல வேண்டிய நாள் வந்ததும், அவள் மிகவும் பதற்றமடைந்து, படுக்கையில் இருந்து வெளியேற முடியாத அளவுக்கு உடல்நிலை சரியில்லாமல் இருப்பதை கண்டு அத்தை சமாதானப்படுத்த முயன்றாள்.

'நான் பள்ளி செல்ல விரும்பவில்லை,' என்று அவர் எதிர்ப்பு தெரிவித்தாள்.'எனக்கு யாரையும் தெரியாது, மக்கள் என்னைப் பார்த்துக் கொண்டிருக்கிறார்கள்!'

'பள்ளியில் நிறைய பெண்கள் உங்களைப் போலவே பர்தா அணிந்துகொள்கிறார்கள்..' என்று அவரது அத்தை கூறினார். 'நீ இன்று நிறைய நண்பர்களை உருவாக்குவாய் என்று நான் நம்புகிறேன், நீ காத்திருந்து பாரு.'

ஆனால் அது அப்படியே நடக்கவில்லை, பர்தா அணிந்த

மற்ற பெண்கள் உண்மையில் இருந்தனர், ஆனால் அவர்கள் அனைவரும் ஷிரினை விட வயதானவர்கள், அவர்கள் அவளுடன் பேச மறுத்துவிட்டார்கள். அவளுடைய சொந்த வகுப்பில் இருந்த பெண்கள் சுட்டிக்காட்டி சிரித்தனர். அவர்கள் அனைவருக்கும் வெளிர் பழுப்பு நிற முடி அல்லது பொன்னிற முடியுடன் நீல நிற கண்கள் இருந்தன, மேலும் புதிய பெண்ணுடன் நட்பு கொள்ள அவர்கள் விரும்பவில்லை, ஏனென்றால் அவள் அவர்களிடமிருந்து வித்தியாசமாக இருந்தாள், கருமையான தோல், கருமையான கண்கள், ஒரு பர்தா அணிந்தாள். மற்றவர்களிடமிருந்து மிகவும் வித்தியாசமாக இருப்பது நல்லதல்ல, ஷிரின் தனது தாயின் வீடு திரும்ப வேண்டும் என்று மீண்டும் ஒரு முறை விரும்பினாள்.

மதிய உணவு இடைவேளையின் போது, அவள் விளையாட்டு மைதானத்தின் மூலையில் அமர்ந்திருந்தபோது, தெஹ்ரானுக்குத் திரும்பிச் செல்லத் திட்டமிட்டாள், ஒரு சிறுவன் சிறிய ஷிரினை அணுகினான்.

'என் பெயர் ஸ்டீபன்' என்று சிறுவன் சொன்னான். 'எனது மில்க் ஷேக்கில் சிலவற்றை என்னுடன் பகிர்ந்து கொள்ள விரும்புகிறீர்களா?' அதனுடன் அந்த சிறுவன் ஷிரினுக்கு தனது ஸ்ட்ராபெரி மில்க் ஷேக்கை மேலே ஒரு ஸ்டிராவுடன் வழங்கினான்.

மில்க் ஷேக் ஆச்சரியமாக ருசித்ததாகவும், அதையெல்லாம் குடிப்பதைத் தடுக்க வேண்டும் என்றும் ஷிரின் நினைத்தாள்.

'மற்றவர்கள் மீது கவனம் செலுத்த வேண்டாம். நான் என் அம்மாவுடன் வசிப்பதால் அவை சில சமயங்களில் எனக்குப் புரியவைக்கின்றன. என் அப்பா நீண்ட காலத்திற்கு முன்பு எங்களை விட்டு வெளியேறினார், இப்போது நாங்கள் இருவர்மட்டும் தான். என் அம்மா புத்திசாலி, என்னை நன்றாக கவனித்துக்கொள்கிறார், ஆனால் எங்களிடம் அதிக பணம் இல்லை, அவர்கள் எப்போதும் என்னைப் பார்த்து சிரிப்பார்கள், ஏனென்றால் நான் ஏழை, அழுக்கு உடைகள் அணிபவள் என்று அவர்கள் சொல்கிறார்கள்.' ஸ்டீபன் தனது பிளேஸர், காலணிகளைப் பார்த்துவிட்டு திணறினான். 'அவை அழுக்காக இல்லை, அவை பழையது.'

சிறுவன் திடீரென்று ஒரு பெரிய புன்னகையை உடைத்தான். 'அவர்கள் எப்படியும் வேடிக்கையானவர்கள். அவர்களுக்கு என்ன தெரியும்!'

ஷீரின் சிரித்தாள். ஏனெனில் ஸ்டீபனுக்கு ஒரு அழகான புன்னகையை உதிர்த்தான், மேலும் அவனுடைய மில்க் ஷேக்கை வெளியே இழுத்து உறிய, பாட்டிலிலிருந்து நேராக குடிப்பதற்கு

ஒரு பெரிய ஸ்ட்ராபெரி தடையாக இருந்தது, இதனால் விசித்திர ஒலி எழுந்தது..

இதற்கு முன்னர் மற்ற மக்களின் கருத்துக்கள் தன்னைத் தொந்தரவு செய்ய விடவில்லை என்பதை அந்த இளம்பெண் ஒப்புக் கொள்ள வேண்டியிருந்தது, எனவே அவள் இப்போது ஏன் தொடங்க வேண்டும்?

'நீங்கள் சொல்வது சரிதான்,' எப்படியும் அவர்களுக்கு என்ன தெரியும்!' அவளது மில்க் ஷேக்கை அவளுக்கு வழங்கியதற்கு ஈடாக, ஷிரின் தனது சட்டைப் பையில் இருந்து நான்கு பக்லாவா துண்டுகளை எடுத்து, தனது புதிய நண்பருடன் இனிப்பு பேஸ்ட்ரிகளைப் பகிர்ந்து கொண்டாள்.

'உங்கள் தலைக்கவசம் குளிர்ச்சியாகத் தெரிகிறது என்று நான் நினைக்கிறேன்,' ஸ்டீபன் ஒரே நேரத்தில் பக்லாவா முழுவதையும் வாயில் போட்டபோது கூறினான்.'

'இது சடோர் என்று அழைக்கப்பட்டது,' ஷிரின் அவனிடம் கூறினாள்.

சிறுவன் சர்க்கரை பக்லாவாவோடு வாயில் சொற்களை உருட்டினான். 'சரி, அது மிகவும் அருமையாக இருக்கிறது,' என்று அவன் கூறினான்.

திடீரென்று ஸ்டீபன் தனது பிளேஸரைத் தலைக்கு மேலே இழுத்தான். அதனால் அவனும் ஒரு வகையான சடோர் அணிந்திருந்தான் என்று சொல்லலாம். சிறுவன் மிகவும் வேடிக்கையாக இருந்ததால் ஷிரின் மீண்டும் சிரிக்க வேண்டியிருந்தது. ஸ்டீபன் ஒரு வலிமையான சிறுவன் என்பதால் வாழ்க்கையின் பிரகாசமான பக்கத்தை எப்போதும் பார்த்துக் கொண்டிருப்பதால், அவரது தாயும் தந்தையும் மிகவும் விரும்புவார்கள் என்று அவள் கற்பனை செய்தாள்.

விரைவில் இருவரும் மேக்-பிலிப், சாகச விளையாட்டுகளில் தோற்றனர், விளையாட்டு மைதானத்தின் மூலையில் ஓடி, ஒருவருக்கொருவர் துரத்தி விளையாடினர். அவர்கள் கதைகளைப் பரிமாறிக் கொண்டனர், ஷிரின் தெஹ்ரானில் வாழ்க்கையைப் பற்றி ஸ்டீபனிடம் சொன்னாள், பெரிய பூங்காவில் விளையாடுவது அல்லது மிருகக்காட்சிசாலையில் அல்லது சினிமாவுக்குச் செல்வது போன்ற லண்டனில் நீங்கள் செய்யக்கூடிய அனைத்து அருமையான விஷயங்களையும் பற்றி ஸ்டீபன் ஷிரினிடம் கூறினான். நீங்கள் சவாரி செய்யக்கூடிய ஒரு பெரிய சக்கரம் கூட இருந்தது.

'அவர்கள் அதை தேம்ஸ் நதியின் விளிம்பில் கட்டினார்கள். இது மிகப்பெரியது!' அவர் தனது கைகளால் காற்றில் ஒரு பெரிய வட்டத்தை உருவாக்கியபோது அவள் கூச்சலிட்டாள்.

ஷிரினும் ஸ்டீபனும் எவ்வளவு வேடிக்கையாக இருக்கிறார்கள் என்பதை மற்ற குழந்தைகள் கவனிப்பதற்கு வெகுநாட்களாக இல்லை, மிக விரைவில் அவர்கள் சுற்றிலும் கூடி விளையாட்டுகள், கதைகளுடன் சேரத் தொடங்கினர்.

குழந்தைகளை மீண்டும் வகுப்பிற்கு அழைக்க மணி ஒலிக்குமுன், ஷிரின் தெஹ்ரானில் வாழ்க்கையைப் பற்றிய கதைகளையும், இரவில் வானத்தில் இருந்து குண்டுகள் வீசுவதைக் கேட்டதும் அவள் படுக்கைக்கு அடியில் மறைந்திருந்ததைப் பற்றியும் சொல்ல ஒரு பெரிய குழு ஒன்று கூடினயது, அல்லது விடுமுறைக்கு அவள் சென்ற கடற்கரையில் ஒரு பெரிய வீட்டில் வசித்து வந்த தனது பைத்திய மாமாவை அவள் எப்படிப் பார்ப்பாள். இதுபோன்ற கதைகளைக் கேட்டு குழந்தைகள் ஆச்சரியப்பட்டார்கள், ஷிரின் பதிலளிப்பதில் மகிழ்ச்சியாக இருந்த பல கேள்விகளைக் கேட்க உதவ முடியவில்லை.

இதையொட்டி, ஷிரின் இங்கிலாந்தைப் பற்றி கேட்டாள். அது கோடைக்காலமாக இருந்தாலும் ஏன் மிகவும் குளிராக இருந்தது, ஏன் ராணி பார்வையாளர்களை விரும்பவில்லை. இது குழந்தைகளை சிரிக்க வைத்தது.

முடிவில், ஒரு ஆசிரியர் விளையாட்டு மைதானத்திற்கு வெளியே வந்து குழந்தைகளை மீண்டும் வகுப்பிற்கு அழைக்க வேண்டியிருந்தது, ஏனென்றால் அவர்கள் மிகவும் வேடிக்கையாக இருப்பதால் மணி ஒலிப்பதைக் கூட அவர்கள் கவனிக்கவில்லை.

விளையாட்டு மைதானத்தின் குறுக்கே செல்லும் வழியில், ஷிரின் ஸ்டீபனுக்கு மிகுந்த நன்றியுணர்வை உணர்ந்தாள். ஏனென்றால் அவன் அவளுக்கு மிக முக்கியமான ஒன்றைக் காட்டினான் 'வித்தியாசமாக இருப்பது பரவாயில்லை,' என்று அவள் தன்னைத்தானே சொன்னாள். உண்மையில், இது மிகவும் அழகாக இருக்கிறது.' இந்த எண்ணம் மனதில் உறுதியாக இருந்ததால், சிறிய ஷிரின் இங்கிலாந்தில் தனக்கென ஒரு புதிய வாழ்க்கையை உருவாக்கி, பெற்றோரை மிகவும் பெருமைப்படுத்துவதில் உறுதியாக இருந்தாள் 'யாருக்குத் தெரியும், என் அம்மாவும் தந்தையும் இங்கு வரும்போது நான் ராணியை எவ்வாறு சந்திக்க முடியும் என்பதை அவர்கள் அறிவார்கள்' என்று அவள் நினைத்தாள்.

# 50

## ஷாதி ஷிராசி

ஷாதி ஷிராசி 1200 ஆம் ஆண்டில் ஷிராஸில் பிறந்தார். அவர் 1292 இல் ஷிராஸில் இறந்தார். குழந்தை பருவத்திலேயே தந்தையை இழந்தார். மாமியின் உதவியுடன் ஷாதி தனது ஆரம்பக் கல்வியை ஷிராஸில் முடித்தார். பின்னர் அவர் புகழ்பெற்ற நெசாமியே கல்லூரியில் பாக்தாத்தில் படிக்க அனுப்பப்பட்டார், அங்கு அவர் இஸ்லாத்தின் பாரம்பரிய கற்றலைப் பெற்றார்.

பெர்சியாவின் மீது மங்கோலிய படையெடுப்பைத் தொடர்ந்து தீர்க்கப்படாத நிலைமைகள் அவரை அனடோலியா, சிரியா, எகிப்து, ஈராக் வழியாக வெளிநாடுகளுக்கு அலைய வழிவகுத்தன. இந்தியா, மத்திய ஆசியாவில் பயணம் செய்வதற்கான தனது பணியிலும் அவர் குறிப்பிடுகிறார். ஷாதி 1271 முதல் 1294 வரை இப்பகுதியில் பயணம் செய்த மார்கோ போலோவைப் போன்றவர். இருப்பினும், இருவருக்கும் இடையே ஒரு வித்தியாசம் உள்ளது. மார்கோ போலோ ஆற்றல் மிக்கவர்களுக்கும் நல்ல வாழ்க்கையுடனும் ஈர்க்கப்பட்டாலும், சாதி மங்கோலிய படுகொலையில் தப்பிப்பிழைத்த சாதாரண மக்களுடன் கலந்தார். அவர் தொலைதூர தேனீர்விடுதியில் இரவு தாமதமாக அமர்ந்து வணிகர்கள், விவசாயிகள், சாமியார்கள், வழிப்போக்கர்கள், திருடர்கள், சூஃபிகளுடன் கருத்துக்களைப் பரிமாறிக் கொண்டார். இருபது வருடங்கள் அல்லது அதற்கு மேற்பட்ட காலம், அவர் பிரசங்கித்தல், அறிவுரை கூறுதல், கற்றல், தனது பிரசங்கங்களை கௌரவித்தல், ரத்தினங்களாக மெருகூட்டுதல் போன்ற அதே அட்டவணையைத் தொடர்ந்தார், அவருடைய மக்களின் ஞானத்தையும் குறைபாடுகளையும் வெளிச்சம் போட்டுக் காட்டினார்.

அவர் தனது சொந்த ஷிராஸில் மீண்டும் வந்தபோது அவர் ஒரு வயதானவராக இருந்தார். அடாபக் அபுபக்கர் சாத் இப்னு ஜாங்கியின் (1231-60) கீழ் ஷிராஸ் உறவினர் அமைதியின் சகாப்தத்தை

அனுபவித்துக்கொண்டிருந்தார். ஷாதியை நகரத்தில் வரவேற்பது மட்டுமல்லாமல், ஆட்சியாளரால் மிகவும் மதிக்கப்பட்டார், மாகாணத்தின் பெரியவர்களிடையே முக்கியமானவராக கணக்கிடப்பட்டார். அதற்கு பதிலளிக்கும் விதமாக, சாதி உள்ளூர் இளவரசர் சாத் இப்னு ஜாங்கியின் பெயரிலிருந்து தனது பெயரை எடுத்துக்கொண்டார், மேலும் ஆளும் மாளிகையை பாராட்டியதற்கு நன்றியுணர்வின் ஆரம்ப சைகையாக அவரது மிக மகிழ்ச்சியான பேனிகிரிக்ஸ் கவிதைகள் சிலவற்றை இயற்றி அவற்றை ஆரம்பத்தில் வைத்தார் அவரது போஸ்டன் என்ற படைப்புக்காக அவர் தனது வாழ்நாள் முழுவதையும் ஷிராஸில் கழித்ததாக தெரிகிறது.

போஸ்டன் (தி ஆர்ச்சர்ட்), கோல்ஸ்டன் (தி ரோஸ் கார்டன்) ஆகியவை அவரது சிறந்த படைப்புகள் ஆகும். போஸ்டன் முற்றிலும் வசனத்தில் (காவிய மீட்டர்) உள்ளது, முஸ்லிம்களுக்கு பரிந்துரைக்கப்பட்ட நிலையான நற்பண்புகளை (நீதி, தாராளமயம், அடக்கம், மனநிறைவு) சொல்லும் பொருத்தமாக விளக்கும் கதைகளையும், அத்துடன் பழக்கவழக்கங்களின் நடத்தை, அவற்றின் பரவசமான நடைமுறைகள் பற்றிய பிரதிபலிப்புகளையும் கொண்டுள்ளது. கோல்ஸ்டான் முக்கியமாக உரைநடை, கதைகள், தனிப்பட்ட நிகழ்வுகளைக் கொண்டுள்ளது. உரை பலவிதமான சிறு கவிதைகளுடன் ஒன்றிணைக்கப்பட்டுள்ளது, இதில் பழமொழிகள், அறிவுரைகள், நகைச்சுவையான பிரதிபலிப்புகள் உள்ளன. ஷாதி மனித இருப்பின் அபத்தத்தைப் பற்றிய ஆழமான விழிப்புணர்வை வெளிப்படுத்துகிறார். மன்னர்களின் மாறக்கூடிய மனநிலையை நம்பியிருப்பவர்களின் தலைவிதி, தர்வீஷ்களின் சுதந்திரத்திற்கு முரணானது என்பதை சொன்னார்.

மேற்கத்திய மாணவர்களுக்கு போஸ்டன், கோலிஸ்தான் ஒரு சிறப்பு ஈர்ப்பைக் கொண்டுள்ளன; ஆனால் ஷாதி ஒரு சிறந்த பேனிகிரிஸ்ட், பாடலாசிரியர், மனித அனுபவத்தை சித்தரிக்கும் பல மாஸ்டர் ஜெனரல் ஏடுகளின் ஆசிரியர், 1258 இல் மங்கோலிய படையெடுப்பிற்குப் பிறகு பாக்தாத்தின் வீழ்ச்சி குறித்த புலம்பல் போன்ற குறிப்பிட்ட கவிஓடைகளையும் எழுதியவர். அவரது பாடல் வரிகள் கசாலியாட் ("பாடல்"), கஸாயிட் ("ஓடெஸ்") என்ற நுண் வகைமையாக அவரது கவுஓடைகள் அமைந்திருப்பதை காணலாம். அரபு மொழியில் பல படைப்புகளுக்கும் பெயர் பெற்றவர். ஷாதியின் படைப்புகளில் காட்டப்படும் மனித இரக்கம் , சிடுமூஞ்சித்தனம், நகைச்சுவை, பின்வாங்குதல் ஆகியவற்றின் விசித்திரமான கலவையும், கடினமான சங்கடங்களைத் தவிர்ப்பதற்கான ஒரு போக்கையும் சேர்த்து, அவரை ஈரானிய கலாச்சார உலகில் மிகவும் பொதுவான, அன்பான எழுத்தாளராக ஆக்குகிறது. ஷாதி ஆன்மீக, வாழ்க்கையின் நடைமுறை அல்லது இவ்வுலக அம்சங்களை வேறுபடுத்தினார்.

உதாரணமாக, தனது போஸ்டனில், ஆன்மீகம் மட்டுமல்லாது ஷாதி, பூமிக்குரிய உலகங்களுக்கு அப்பால் தன்னைத் தூண்டுவதற்கு இவ்வுலகத்தை ஒரு வசந்த பலகையாகப் பயன்படுத்துகிறார். போஸ்டனில் உள்ள படங்கள் இயற்கையில் மென்மையானவை, இனிமையானவை. கோலஸ்தானில், மறுபுறம், சாதாரணமான சாதி தனது சக வழிகாட்டிகளின் இதயத்தைத் தொட ஆன்மீகத்தை குறைக்கிறார். இங்கே இடம்பெற்ற படங்களுக்காக சாதியின் திறமைக்கு நன்றி சொல்ல வேண்டும். வாசகரின் மனதில் யதார்த்தமாக, பிரிவில் உண்மையின் வளையமும் உள்ளது. கானிகாவில் ஷெய்க் பிரசங்கம் செய்து ஒரு நகரத்தை கடந்து செல்லும் வணிகரை விட முற்றிலும் மாறுபட்ட உலகத்தை அனுபவிக்கிறது. ஷாதியைப் பற்றிய தனித்துவமான விஷயம் என்னவென்றால், அவர் சூஃபி ஷேக், பயண வணிகர் ஆகிய இரண்டையும் உள்ளடக்குகிறார். அவை, அவர் சொல்வது போல், ஒரே ஷெல்லில் இரண்டு பாதாம் கர்னல்கள் என்பது போன்றதாம்.

"எளிமையானது ஆனால் பின்பற்ற இயலாது" என்று விவரிக்கப்பட்டுள்ள ஷாதியின் உரைநடை நடை மிகவும் இயல்பாகவும் சிரமமின்றி பாய்கிறது. எவ்வாறாயினும், அதன் எளிமை சொற்பொருள் வலையில் ஒத்திசைவு, சேர்க்கை, முரண்நகை ஆகியவற்றைக் கொண்டுள்ளது, இது உள் தாளம், வெளிப்புற பாடல் ஆகியவற்றால் வலியுறுத்தப்படுகிறது. பல ஆண்டுகளாக ஈரானிய ஆசிரியர்கள் அதன் பாணியை தங்கள் சொந்த மொழியில் பின்பற்றத் தவறிவிட்டனர், வெளிநாட்டவர்கள் எந்த மொழியாக இருந்தாலும் அதை எவ்வாறு தங்கள் சொந்த மொழியில் மொழிபெயர்க்க முடியும் என்பதால் தான் ஷாதி உலகபுகழ் பெற்றார்.

அனைத்து தடைகளையும் உடைப்பதற்கான இந்த அழைப்பால் நியூயார்க்கில் உள்ள ஹால் ஆஃப் நேஷன்ஸ் நுழைவாயிலை ஷாதிக்கு அர்பணித்து வழங்குவதன் மூலம் உலகம் இன்று ஷாதியை கௌரவிக்கிறது:

ஒரு சாராம்சத்தில் மனித இனம் உள்ளது,

இதனால் படைப்பு தளத்தை அமைத்துள்ளது;

பாதிக்கப்பட்டுள்ள ஒரு மூட்டு போதுமானது,

மற்றவர்கள் அனைவரும் உணர.

எச்.முஜீப் ரஹ்மான் எழுதிய நூல்கள்:

1) இல்லுமினாட்டி
2) ரசவாதி நாவல் வழிகாட்டி
3) அரபுகளின் வரலாறு
4) மினிமலிசம்
5) தத்துவம் ஓர் அறிமுகம்
6) ஜலாலுதீன் ரூமி கவிதைகள்
7) இளம்தலைமுறை ஆப்ரிக்க கதைகள்
8) சூபி நூற்களில் சூபித்துவம்
9) ஹெகலின் மனதத்துவம்
10) தேவதூதர்களின் கவிதை(நாவல்)
11) மேலைநாவல்கள் விமர்சனம்
12) தேவதைகளின் சொந்தக் குழந்தை(சிறுகதை)
13) பிலிம் தியரி
14) சூபி பேரகராதி
15) ஸ்டீபன் ஹாக்கிங் இன் கருந்துளை
16) பின்நவீன இஸ்லாம்
17) டாஸ்கேப்பிட்டல் வழிகாட்டி
18) பூர்வ தமிழ் இஸ்லாம்
19) மேஜிகல் ரியலிச கதைகள்
20) பின்நவீனத்துவ இலக்கிய அகராதி
21) இழந்த சொர்க்கம்
22) என் அற்புத இரவுகள்(உர்து நாவல்)
23) மேஜிகல் ரியலிசம்
24) இன்றைய லத்தீன அமெரிக்க கதைகள்
25) அமெரிக்க அடிமை பிரடரிக் டக்ளஸ்
26) அன்னா கரினீனா ஒரு ஆய்வு

27) பின்நவீன பொருளாதாரம்

28) சிறை கவிதைகள்

29) சூஃபி கவிதைகளும் கஸல்களும்

30) பின்நவீனத்துக்கு பிந்தைய கோட்பாடுகள்

31) பின்னை தலித்தியம்

32) மற்றமைகளை பேசுவது

33) தீர்க்கதரிசி(நாவல்)

34) மறுவாசிப்பு,மறுசிந்தனை,
மறுவிளக்கம்

35) மகாகிரந்தம்(நாவல்)

36) ஒரு சூபியின் சுயசரிதை (சிறுகதை)

37) பிரதியின் உள்ளர்த்தமும் வெளியர்த்தமும்

38) வெறுமொரு சலனம் (கவிதை)

39) ஞானப்புகழ்ச்சிக்கு ஒரு நவீன உரை

40) நான் ஏன் வஹாபி அல்ல?

41) எர்துகான் ஓர் சரித்திரம்

42) பாண்டமிக் (குறுநாவல்)

43) கடல் ஓநாய் (நாவல்)

44) ழாக் ரான்சியர்

45) ஆலிஸ் மன்ரோவின் மூன்று கதைகள்

46) தியரி

47) இழந்த உலகம்

48) சைக்கோ (நாவல்)

49) மோபிடிக் (நாவல்)

50) நவ்சி ழான் பால் சார்த்தர்(நாவல்)

51) காலரா காலத்து காதல் கார்சியா மார்க்கேஸ் (நாவல்)

52) ஆன்ம ரகசியம் அல்லாமா இக்பால்

53) ஒரு நாடோடியின் டைரிக் குறிப்புகள்
54) நதியின் வளைவு திறனாய்வு
55) ஆளுமைகள்,கோட்பாடுகள்,தத்துவங்கள்
56) சிறைநாட் குறிப்புகள்
57) பித் ரா ஆற்றின் கரையில் அமர்ந்து அழுதேன் பாவ்லோ கொயலா (நாவல்)
58) பிளேக் ஆல்பெர் காம்யூ (நாவல்)
59) ரொபர்டோ ரோசிலினி
60) ஸ்ரீ குரு கிரந்த சாஹிப் (7 தொகுதி)
61) ஒரு இளங்கலைஞனின் படம் ஜேம்ஸ் ஜாய்ஸ்
62) டமாகஸ் சிறைகள் (உர்து நாவல்)
63) ஜே.எம்.கோட்ஸி பின்நவீன எழுத்தின் அரசியல்
64) மறைப்பதற்கான நினைவுகள் மஹ்மூத் தர்வேஸ்
65) மிஷல் ஃபூக்கோ சொல்லாடல்களும் கருத்தாடல்களும்
66) பெண்களுக்கு நாடு இல்லை தஸ்லிமா நஸ்ரின்
67) முறை பற்றிய உரை: ரெனே டெர்க்காத்தே
68) ஒழுக்கங்களின் அபௌதிகம் இம்மானுவல் காண்ட்
69) பிரிடா பாவ்லோ கொய்லா (நாவல்)
70) சத்யஜித் ராயின் மூன்று நாவல்கள்
71) டெஸ்லா கோடு 369
72) மார்க்சிய சமூக கோட்பாட்டின் மீட்டுருவாக்கம்
73) இரண்டாம் பாலினம் சிமொன் டி புவார்
74) எக்ஸோர்சிஸ்ட் (நாவல்)
75) பின் ஜனநாயகத்துவம்